సుగుణ కథాభిరామం
(బహుమతి కథలు..)

మొదటి భాగం – ఇరవై ఏడు కథలు.

డాక్టర్ ఎమ్ సుగుణ రావు

సుగుణ కథాభిరామం
(బహుమతి కథలు..)

మొదటి భాగం ఇరవై ఏడు కథలు.

Author: **Dr. M. Suguna Rao**

Published by **Kasturi Vijayam**

© **Kasturi Vijayam**

ISBN(Paperback): 978-81-960876-0-9
ISBN(E-Book): 978-81-960876-1-6

కథలు వరస క్రమంలో

ముందు మాట 1

నాలుగు మాటలు 3

1. దేవుడు 4

2. నీ సామ్రాజ్యంలో నువ్వే రాజువి! 9

3. అనగనగా ఒకడుండేవాడు 16

4. ఫ్యునరల్ పార్లర్ 23

5. ఆకాశంలో రెండు తారకలు 29

6. జీవిత పరమార్థం! 34

7. సాధించెనే మనసా! 38

8. నేటి సతీ సావిత్రి 43

9. ముప్పు డాట్కామ్, రెండువేల ముప్పై 48

10. పోలేరమ్మ 54

11. ఎందరో మహానుభావులు! 60

12. ప్రాణదీపం 63

13. ఎపోకలిప్టిక్ 666 68

14. గోడ మీద బొమ్మ! 75

15. అంతర్ధానం! 80

16. చట్టం ధర్మం 87

17. కూతురు! 90

18. క్షమా బిక్ష 95

19. ఒక 'లగేజి' కథ 102

20. శిఖరం 108

21. హనూ ఈజ్ ది బెస్ట్! 111

22. గురుసాక్షాత్ పరబ్రహ్మ 117

23.. అంతిమ సంస్కారం 120

24. కోడ్ రెడ్! 124

25. కూలిన శిఖరం 128

26. పాపికొండలు! 132

27. మనసు చూసినవాడు 137

ముందు మాట

శ్రీమతి పొత్తూరి విజయలక్ష్మి
ప్రముఖ కథ నవలా రచయిత్రి

సాహితీ ప్రపంచం ఒక మహా సముద్రం.
ఆ సముద్రం లో ఉన్న మంచి రచనలను అంది పుచ్చుకుని చదవటం అనంతసాగరంలో ముత్యాల వేట అంత కష్టం
కష్టం సరే అదృష్టం కూడా కలిసి రావాలి.
అను నిత్యం చదివే అలవాటు వున్నా ఎంతోమంది రచయితలు వారి రచనలు మనకు అందవు.
కొంతమంది మంచి రచయితల పేర్లు సాహితీ ప్రపంచంలో విరివిగా వినిపించవు.
అది పాఠకుల దురదృష్టం.
డా. ఎం. సుగుణ రావు గారు ఆ కోవకే చెందుతారు.
వారు రాసిన కథలు అది వరకే చదివినా కొంతకాలం క్రితం
ఆథర్స్ అండ్ రైటర్స్ గ్రూప్ లో
చేరాక సుగుణ రావు గారు రాసిన అన్ని కథలూ చదివాను.
వారు కృషీవలుడు. విరివిగా రాస్తారు.
అయినా వాసి తగ్గదు.
ఎన్నో పోటీలలో విజేతగా నిలిచి బహుమతులు గెలుచుకోవటమే అందుకు దర్శనం
సులభంగా అర్థమయ్యే శైలి వారిది.
మానవత్వపు విలువలకు పెద్ద పీట వేస్తారు.
వీరి రచనల్లో ఆశావహ దృక్పథం కనిపిస్తుంది.
ఎంతో కాలంగా రాస్తూ ఎన్నో కథలకు బహుమతులు గెలుచుకున్న ఈ రచయిత గురించి ఇప్పుడు కొత్తగా నేను చెప్పాల్సిన అవసరం లేదు.
బహుమతులు గెలుచుకున్న బహుమతి పొందిన కథలతో సంపుటి వేయడం చాలా మంచి నిర్ణయం.
కథలు పుస్తక రూపంలో వస్తే వాటి విలువ వేరు.
ఉన్నత విద్య ను అభ్యసించి ఉన్నత పదవులు నిర్వహించిన
సార్థక నామధేయులు,
డాక్టర్ సుగుణ రావు గారి ఆప్తురాలిగా వారిని మనసారా అభినందిస్తున్నాను.

త్వరలోనే మరికొన్ని బహుమతులు గెలుచుకుని ఆ కథలతో మరొక సంపుటి వేయాలని ఆ సందర్భంలో కూడా నేను నాలుగు మాటలు రాయాలని మనసారా కోరుకుంటూ సెలవు తీసుకుంటున్నాను.

శ్రీమతి పొత్తూరి విజయలక్ష్మి
ప్రముఖ కథా నవలా రచయిత్రి

నాలుగు మాటలు

'రచయిత' 'రచయిత్రి'- రచన చేసేవారే కదా అర్థం, సరే- మనమెవరన్నా ఒకే రచయిత రాసిన కథలన్నీ - లేక ఎంతోమంది రచయితలు రాసిన కథా సంపుటిని - చేతిలోకి తీసుకున్నామనుకోండి -- చదువుతోంటే - అందులోని ఎన్ని రచనలు మన మనసులను కట్టిపడేస్తాయి? - చెప్పలేం! - చివరకు పుస్తకం ముగుస్తూ ఈ సంకలన కథలూ చాల బాగున్నాయి - అని చెప్తాం. - అందులోని వస్తువిషయాన్ని గానీ.... శైలీ శిల్పం గురించి గానీ గుర్తుచేసుకొంటూ — అవేవరన్నా ప్రశ్నిస్తేనే....

ప్రస్తుత విషయానికి వద్దాం!

ఆయా రచనలకు బొమ్మలు మంచి సన్నివేశం కోసం గుచ్చి,గుచ్చి లేక రచయిత ఇచ్చే సెంట్రల్ ఐడియా కోసం - చదివే నేను బొమ్మ పూర్తవగానే - ఆ కథ విశేషాన్ని మరచిపోతాను. గుర్తుపెట్టుకోను. అలా గుర్తుచేసుకొంటూ, అంటే 'బాగుంది' అని అనగలను గానీ సమీక్షగా ముందుకు వెళ్ళలేని నా అనుభవంలో విషయమిది.

మిత్రులు సుగుణ గారు - ఈ పరిచయ వాక్యాలు రాయమంటే ఎంతో ఆలోచించవలసి వచ్చింది.

వారి ఎన్నో రచనలకు బొమ్మలు గీసాను. 'కాలభైరవుడు' 'గాలిమీద బొమ్మ' ఇలా ఎన్నింటికో - ఏ వాదననూ వెనకేసుకు రాని మానవతావాదనలు అవి - ఆషామాషీ - అక్షర కూర్పు కాకుండా, సూటిగా, చేతిలో కెమెరా ఉందా అన్నంత దృశ్య చిత్రీకరణలో —

ఆ కథ రాసే ముందు అందు విషయాన్ని ఆకళింపు, రీసెర్చ్ చేసి రాసినట్టు తెలిసిపోతుంది.

పుస్తకం తిరగెయ్యండి! మీకే తెలుస్తుంది!!

— బాలి

21/12/22

దేవుడు

వారంతా గుంపులుగా కదులుతున్నారు. గూడెం దాటి మామిడిపల్లి నుంచి టౌన్ లోకి అడుగువేస్తున్నారు. వర్షపు చినుకులు టప్‌టప్‌మని లయబద్ధంగా పడుతూ ప్రశాంతతని చెడగొడుతున్నాయి. నీలం, ఎరుపు సిరాలో ముంచినట్టుగా వుంది ఆకాశం. క్షణక్షణానికి మెరుపులతో ఉరుముతోంది.

ముందు నడుస్తున్న నందయ్య గిరుక్కున వెనక్కి తిరిగేడు. తడవకుండా వుండడానికి, తువాలు నెత్తికి చుట్టుకొని నడుస్తున్న గుంపును ఓసారి పరీక్షిస్తూ.

"ఏందిర ఇంత పెండ్లి నడక నడుత్తన్లు... మబ్బుల లేచిన గూడ మనం పోయేటట్లు లేదేమురా, నడువుండ్లహే. జల్లి... జల్ది నడువుండ్రి, లేకుంటే యాడబోతము.." అన్నాడు.

నందయ్య అతుకులేసిన తెల్లచొక్కా వేసుకున్నాడు, తొడుక్కున్న ఖాకీ నిక్కరు గంజితో బిరుసుగా వుంది. జులపాలుగా వున్న జుట్టుకు కొబ్బరినూనె దట్టంగా పట్టించేడు, మొహం జిడ్డు కారుతోంది. చంకలో మూట వేళ్ళాడుతోంది.

నందయ్య మాటలకు నడుస్తున్న గుంపు వేగం పెంచి గబగబా అడుగులు వేయసాగేరు. వర్షంతో నేల తడిసివుండడం చేత అడుగులు కష్టంగా పడుతున్నాయి. నందయ్య పక్కగా నడుస్తున్న లచ్చయ్య "ఒరే రాములోరిని ఎన్నడైనా చూసినావురా" అన్నాడు. ఆ హోరుగాలిలో ఆ మాటలు నందయ్యకు వినిపించలేదు. చుట్ట తీసి వెలిగించి గుప్పు గుప్పు మంటూ రైలింజనులా పొగవదులుతుంటే "ఏందిరా నీకింత పరాకాయె, రాములోరిని చూసినావా, అంటే పలకవాయె" అన్నాడు లచ్చయ్య కోపంగా.

"ఓపాలి దూరం నించెలి చూసి ఊరికొచ్చినాను, మా అవ్వశానా బయపడి, పోవద్దు బిడ్డా ఆళ్ళు మనల నంపుతరు, మన కులపోల్లు రాములోరి దగరకు పోవద్దు, పోతే లొల్లి అవుద్ధి, మనకు పోశమ్మ, ఉప్పలమ్మ ఉన్నదిరో... అందిరా మా అవ్వ" ఆ దినం తన గోడు వెళ్ళబోసుకున్నాడు నందయ్య.

"ఏమో, ఇయాల ఏమైతదో," కుంటుతూ వస్తున్న ముసలోడు పెదవి విరిచేడు. "ఇంకా మీ జమానా కాదులే, మన సర్కారు అందర్నీ ఒకే తీరుగా సూత్తాంది" అవేశంగా అన్నాడు లచ్చయ్య.

★★★

దూరంగా స్పీకర్‌లో వినవస్తున్న పాటలకు నందయ్యలో సంతోషం ఎక్కువయింది. "రాములోరికి ఏమేం తెత్తన్నావురా," అన్నాడు లచ్చయ్య వంక తిరిగి హుషారుగా.

ఆ మాటలకు తన చంకలో వేళ్ళాడే మూట చూపిస్తూ "కేలపండ్లు, ఊదిబత్తీలు, కొబ్బరి కాయలు తెత్తన్నా ఇవి కొనుక్కొస్తనికి మస్తు పైసలయినయ్. బావి దవ్వపోయిన పైసలతోని ఇవ్వన్నీ కొనుక్కొత్తనరా. మల్లబోయినంక మా పటికే లేదురా, ఏం దేవుడోగాని, దేవునికిన్నిత్తనాంగాని మన కట్టాలు ఎపుడు బాపుతడో?" అన్నాడు నిర్లిప్తంగా.

గుడి దగ్గరకంటూ వచ్చేసారు. గుడికెదురుగా సర్వీబాదులతో పందిరి వేసుంది. గుడికి డిస్టెంబరు రంగు వేయబడి వుంది. చాలా పురాతనమైన గుడి అది. కొన్ని సంవత్సరాలుగా ఎవరి ఆలనా పాలనా లేక అనాథలా మిగిలివున్న ఆ గుడి పరిస్థితి చూసి ఆ వూరి కొందరు పెద్దలు చందాలు పోగుచేసి బాగుచేయించారు. శ్రీరామనవమి పండగను పురస్కరించుకొని ఉత్సవాలు జరుపుతున్నారు. ఏం బాగో ఏమిటో అని ఆ గుడిని చూసి విమర్శించిన వారు లేకపోలేదు. కారణం అది కూలిపోవడానికి సిద్దంగా వున్నట్లే కనిపిస్తుంది. పెచ్చులూడిపోయిన గోడలతో శిధిలాలయంలా వుంది.

నందయ్య గబగబ అడుగులేస్తూ గుడి పక్కనే వున్న గిలకబావి దగ్గరకు వెళ్ళి కాళ్ళూ, చేతులూ కడుక్కొని ముఖద్వారం వద్ద వచ్చి ఆగి తన వెనక వచ్చిన మిగిలిన పాతిక మందిని ఉద్దేశించి –

"జల్ది జల్ది కాళ్ళు గడుక్కోని. గుళ్ళేకు పోతాము. ఒకల్లెనక ఒకలు రాండి" అన్నాడు.

గబగబా వస్తున్న నందయ్యను, అతడిని అనుసరిస్తున్న పాతిక మందిని చూసి ఒక వ్యక్తి ఉగ్రరూపంతో చేతిలో వున్న బాణా కర్రను అడ్డు పెట్టాడు. అతను పొడుగ్గా, బలంగా వున్నాడు. మీసాలు వంపు తిరిగి వున్నాయి. బనీను వేసుకుని పంచె కట్టుకున్నాడు. మెడలో తాయెత్తు, మొరటు చూపులు కళ్ళు క్రూరంగా తిప్పుతున్నాడు.వారంతా అతన్ని చూసి ఆగిపోయారు. నందయ్య ఏదో చెపుదామని ప్రయత్నించేసరికి బాణాకర్ర అడ్డు పెట్టిన అతని వెనుకగా ఇంకో అతనొచ్చి నుంచున్నాడు. అతను పొట్టిగా వున్నాడు, మొహం గుండ్రంగా వుంది. నెత్తిమీద వున్న కొద్ది జుట్టు ముడివేసి వుంది. బాగా పెరిగిన పొట్ట.. నుదుటి మీద నామాలు, పొట్ట మీద విభూది రేఖలు.

వాళ్ళందరనినీ చూసి అతను కోపంగా "ఎవల్రా మీరు.. మాలమాదిగలం.. దిగుల్నా వెనుకకు దిగన్రా, మీకెన్ని గుండెల్రా,...." అన్నాడు.

ఆ మాటలకు నందయ్య రెండడుగులు వెనక్కి వేసి "ఏంది బాంచెన్ గట్లంటన్లు, మేము రాములోర్ని చూసెతందుకు వచ్చినం.. జరజూడనీ" అన్నాడు నందయ్య బాణాకర్ర వ్యక్తి నందయ్యను కర్రతో పక్కకునెట్టి "అరేరే ఎక్కకుండ్రీ ముట్టుడైపోతది.. ఎవరైన వూరి వారు జూస్తే నన్ను తిడుతరు ఎందుకు రానిచ్చినావని?" అన్నాడు.

అ మాటలకు హతాశుడై లచ్చయ్య నామాలు వేసుకున్న పూజారి వంక తిరిగి "అయ్యవార్లూ మేము శానా దూరం నుంచేలి వచ్చినం మల్ల ఎట్లొత్తం దొర. జరమొక్కనియ్యండి" అన్నాడు ప్రాధేయపడుతూ.

"ఏందిరా సచ్చినయిదిని ఊరిబైట బడుండె టోళ్ళు మీకు రాములోరు కావల్నరా? ఊరి బయట ఉప్పలమ్మ, పోశమ్మ వున్నదిరా. నడువుండ్లి ఇక్కణ్ణుంచెలి మీరిండ్లకొస్తే మన కర్ణమయ్య నన్ను తిడతడు. అసలు మీకెవడు చెప్పిన్రా, ఇక్కడకు రమ్మని, చల్, ఎల్లిపొన్రి. మల్లగిన కానొస్తే బొక్కలు ఇరగ్గొడత" అన్నాడు పూజారి కోపంగా. అతను అలా తన తిట్ల ప్రవాహం కొసాగిస్తుండగానే నందయ్య తల పైకెత్తి గర్భగుడి లోని దేవుణ్ణి చూద్దామని ఒక అడుగు ముందుకు వేసాడు. వెంటనే బాణాకర్ర వ్యక్తి కర్రతో నందయ్య నెత్తిమీద కొట్టేడు.

"అబ్బా" అని నందయ్య తలపట్టుకొని వెనుకకు తిరిగేడు. నందయ్య వెనకకు తిరిగిన తరువాత ఇంకో నలుగురు ద్వారానికి అడ్డంగా నిలబడ్డారు. పూజారి పొట్ట సవరించుకొంటూ "కుక్కకు సందిస్తే మూతి నాకినట్లు, ఏదో గుడిసెలేస్తే ఇంక దేవుని చూసెతందుకు వచ్చినార్రా, పాపమని బతకనిస్తే మీకు దేవుడు కావాల్రా, ఎవరైనా జూస్తే నానోట్లో మన్ను పడతది, మీ ఇల్లు బూదిదైతది పొండి, పొండి" అంటూ అరిచాడు.

ఆ మాటలు పూర్తిగా వినకుండానే నిట్టూర్పు విడుస్తూ అంతా వెనుతిరిగారు. దెబ్బ తగిలిన నెత్తి మీద చేయి ఆనించి నీరసంగా నడవడం ప్రారంభించేడు నందయ్య. అతనితోపాటు మిగతా వారంతా ఒకరితో ఒకరు మాట్లాడుకోకుండా వడి వడిగా అడుగులు వేయసాగేరు.

వానచినుకుల క్రమేపీ పెద్దవై గాలివాన దశకు చేరుకున్నాయి. ఉన్నట్టుండి ఆకాశం ఉరిమింది. క్షణంలో వాతావరణంలో మార్పు.. అంతా పరుగులాంటి నడక ప్రారంభించేరు. ఈదురుగాలి ఎక్కువయింది. చూస్తుండగానే రోడ్డు పక్కనే వున్న చింతచెట్టు ఫెళ ఫెళమంటూ విరిగిపడి నేలకూలింది. దగ్గరలో కనిపించే రైల్వేస్టేషన్‌లో తలదాచుకోవచ్చని అంతా పరిగెత్తేరు. ఫ్లాట్‌ఫారమ్మీద తలో చోటా చతికిలబడ్డారు. నందయ్యలో నీరసం ఆవరించింది. నెత్తిమీద తగిలిన గాయం మంట పెడుతోంది. కళ్ళు మూతలు పడుతుండగా నిద్రకు ఉపక్రమించేడు బయటవర్షం తగ్గేట్లులేదని.

కుక్క పిల్లిని తరుముతోంది, చూస్తుండగానే నాలుగు వైపుల నించీ పిల్లి పిల్లలు చేరాయి. ఆ పిల్లుల గుంపును చూసి కుక్క తోక ముడిచేసరికి పిల్లులన్నీ దాన్ని చుట్టుముట్టాయి. నందయ్య దిగ్గున లేచాడు. 'ఏమిటీ కల!?' అనుకుంటూ కళ్ళు నులుముకొని చూసాడు.

ప్లాట్‌ఫామ్మీది తన మనుషులంతా కునికిపాట్లు పడుతున్నారు. తువాలు నెత్తికి చుట్టుకొని బైటకొచ్చి చూసాడు. వాతావరణం ప్రశాంతంగా వుంది. తుఫాను వెలిసింది. మబ్బుల్లోని సూర్యుడు బైటకొచ్చాడు. "అరే లెగున్రి, జల్దీ లెగున్రి" అంటూ అరిచాడు. అతని మాటలకు అంతా లేచి గబ గబా రైలు కట్ట వెంబడి నడవడం ప్రారంభించేరు

నందయ్య మనసులో ఎన్నో చిక్కుప్రశ్నలు. తనకొచ్చిన పగటికలలోని అంతర్యం ఏమిటా అనే ఆలోచనతోనే నడుస్తున్నాడు.

"నాకు తొల్తె సమజయ్యింది. ఆళ్లు మనల గుల్లోనికి తోల్రని, ఛీదూత్.. అంటూ ఛీత్కారంగా ఉమ్మేసాడు.

ఆ మాటలు విని లచ్చయ్య "అరే, కూలి పైసలు పాయె, బగ్గ పైసలయినయ్ రాములోరికి ముడుపుకట్టె తందుకు" అంటూ నిట్టూర్పు విడిచాడు. మిగతా వారంతా మౌనంగా నడుస్తున్నారు. వాతావరణం పొడిగా వుంది. మధ్యాహ్నపు ఎండ పల్చగా వున్నా చురుక్కుమనిపిస్తోంది. మళ్ళీ వస్తాను సుమా అనే హెచ్చరికతో వాన చినుకులు విరామం ఇస్తూ పడుతున్నాయి. అంతా రైలు కట్టదాటి మామిడిపల్లి వైపు తిరిగేరు.

చేలగట్ల బురదలో కాళ్ళు జారుతున్నాయి. గూడెంకు చేర్చే అడ్డురోడ్డుకు సమీపంగా వచ్చి అటు తిరగబోయేటంతలో "ఒకే అగురొరె, మీతో పనిబడినాది, అయ్యగారు కబురంపిన్రు" ఆయాసపడుతూ వచ్చి చెప్పేడు బాణాకర్రతో వారిని ఆపిన వ్యక్తి.

అతని వంక ప్రశ్నార్థకంగా చూసి, "మాతో ఏం పని?" అన్నాడు నందయ్య కోపంగా.

"నాకు దెల్వదు. వున్నపట్నే మిమ్మల్ని తోలకు రమ్మన్నరు అయ్యవారు, పోదాంప" అన్నాడు బాణాకర్ర.

"ఏందిరా లచ్చిగా ఏం జేద్దాము?" అన్నాడు నందయ్య. లచ్చయ్య కొద్ది క్షణాల సేపు ఆలోచించి, "ఇద్దరం బోయి సంగతి తెల్సుకుందాం" అన్నాడు. మిగతా వారిని అక్కడే ఉండమని ఇద్దరూ బయలుదేరేరు.

గుడి దగ్గరయ్యే కొద్దీ వారిలో ఉత్సాహం ఎక్కువయింది. గుడి నించి పాటలు వినబడడం లేదు. బాణాకర్ర భయం భయంగా చూస్తూ వీరి వెనకే వస్తున్నాడు.

తలొంచుకొంటూ వస్తున్న నందయ్య, లచ్చయ్యలకు గుడి సమీపించేసరికి ఆశ్చర్యం కలిగింది. తాము చూసేది కలో, నిజమో అర్థం కాలేదు. గుడి ఒకమూలకు ఒరిగిపోయింది. ఎడమ భాగపు గోడ కూలిపోయి వుంది. వారు ఆశ్చర్యం నించి తేరుకునేటంతలో పూజారి గబగబా వచ్చి. "అరే అరే దేవుని గుడి కూలిపోయింది, తుఫానుకి. గాలివానకి గోడలు పడిపోయినయిరా, మళ్ళీ కట్టాల.. గోడ పనికి ఒస్తార్రా, దేవుణ్ణి వెంటనే నిలబెట్టకపోతే మన ఊరికి గత్తర ఒస్తాదట, మన పొలాలు పండపంట, చెరువు కట్ట తెగిపోతాదట, మీరు వెంటనే కూలిపనికి రాండి, మీ వాండ్లను తోలుకుని జల్దీ పని చెయ్యాలిరా" అన్నాడు.

నందయ్య ముఖం ఆ మాటలతో మ్లానమయింది. రెండు చేతులు బిగుసుకున్నాయి. లచ్చయ్య భుజం మీద చెయ్యి వేసి, "అపుడు గుళ్ళోకొచ్చినపుడు ముట్టుడుంది గానీ గుడి కట్టెతందకు లేదాసామి ముట్టుడు? ఈ గుడి కట్టెతందుకు మేమెదొరికానామా? అవును సామీ, పుట్టిన కాణ్ణించేలి, సచ్చేదాకా మేమే మీ గతి, నువ్వు పుట్టినపుడు నీ ఇల్లు కడిగింది మేమే, నీ ఇండ్ల బావి తవ్వింది మేమె, నువ్వు పాలు తాగనీకి పెంచే గొడ్లను సాదేది మేమే, ఇన్నిటి కాడ లేని ముట్టుడు మట్టి బొమ్మ కాడ ఒచ్చినాదా సామీ, ఆ బొమ్మ వున్న గుడి కూలిపోతే కూలి పని చెయ్యనీకి మేమే దారికినామా సామీ, ఛీ ధుత్"... అంటూ చీత్కారంగా ఉమ్మేసి నిలబడ్డాడు నందయ్య.

ఆ మాటలు విని ఏమనాలో తెలీక నిశ్చేష్టుడై నిలుచుండిపోయాడు పూజారి. లచ్చయ్య తన చెయ్యి నందయ్య బుజం మీద వేసి, పూజారి వంక తిరిగి "ఏం దొరా గత్తర ఒస్తాదా, రానీండి,

మాకు పనికిరాని దేవుడోడు మాకెందుకు? మావోడు తన్నుల బడ్డపుడు ఏ దేవుడు అడ్డం వచ్చిండు? ఆడి మనుషులు మావోడి రక్తం జూసినపుడు ఏ దేవుడు రచ్చించ్చిండు? ఆడి గుడి పడిపోతుంటే చూసేటోడు మడుసుల రక్తాలు చూసెటోడు, ఆ దేవుడి కోసం మేమెందుకు తిప్పలు బడేది? మీదేవున్ని మీ కాడనే వుండనీండి సామీ. మా రెక్కలే మాకు దేవుడు, మా కట్టమే మాకు దేవుడు" అని నందయ్యను తీసుకొని అక్కడనుంచి నిష్క్రమించాడు. వెళుతున్న వారిద్దరినీ చూసి పూజారి, బాణాకర్ర, కూలిపోయిన ఆ గుడి విస్తుబోతూ, స్థబ్దుగా వెళ్ళిన దిక్కే చూస్తుండగా వారు అదృశ్యమయ్యేరు.

★★★★★★★★

మయూరి వీక్లీ 5 ఫిబ్రవరి 93

1993 మయూరి దసరా కథల పోటీలో మూడవ బహుమతి పొందిన కథ

నీ సామ్రాజ్యంలో నువ్వే రాజువి!

శీతాకాలం పొద్దు. ఇంకా పూర్తిగా తెలవారలేదు. తన దుకాణం ముందు నించున్న చలమయ్య మనసునిండా దిగులు. దుకాణం తెరవగానే వరసగా పేర్చిన పప్పులు, ఉప్పులు, సబ్బులు చూసిన అతడిలో దుఃఖం పెరిగింది. ముందురోజు సంతలో కొని తెచ్చిన ఆకుకూరలు, కాయగూరలు వడలిపోయి కనిపించాయి. చలమయ్య ఎప్పుడూ తెల్లవారకముందే దుకాణం తెరుస్తాడు. వాహ్యాళి కొచ్చిన వాళ్లతో తన దుకాణం సందడిగా ఉండేది. ఏదో జానపదం పాడుతూ బేరాలు సాగించేవాడు. తుపాకీ దెబ్బకు ఆకాశంలో పక్షులన్నీ ఎగిరిపోయినట్టు, నెలక్రితం వెలిసిన ఆ అద్దాల ఎయిర్ కండిషనింగ్ దుకాణం తన దగ్గరకొచ్చే ఖాతాదారులను రెప్పపాటులో మాయం చేసేసింది.

పట్నానికి, నగరానికి మధ్యస్థంగా నిలిచిన ఆ ఊరు పొలిమేరలో జనపనార మిల్లు ఉంది. అందులో పని చేసే ఉద్యోగులు చిన్నా పెద్దా కలిస్తే వెయ్యిమంది. వారిలో చాలామంది ఉదయాన్నే సరుకుల కోసం అతని దుకాణానికి వస్తారు. చలమయ్య కిరాణా షాపు అంటే ఆ ప్రాంతంలో మంచి పేరు, ఇపుడా పేరు ఏమయ్యింది?చలమయ్యలో ఏదో బాధ, ఉక్రోషం. దుకాణం ముందునుంచే సైకిల్ పై వెళ్తున్నాడు రామ్ ప్రసాద్. “రామ్ ప్రసాద్, సరుకులొద్దా?! ఈ మధ్య షాపుకి రావడం మానేసావేం!” అన్నాడు. “మా ఆవిడ ఆ షాపింగ్ మాల్లోనే సరుకులు తెస్తోంది. నెలలో ఒకసారి లాటరీ తీసి ఆడవాళ్ళకు పట్టుచీర ఇస్తున్నారంట !” గబగబ చెప్పి వెళ్ళిపోయాడు. వాళ్ళు పట్టుచీర ఇస్తారట తనేం ఇవ్వగలడు?శుభ్రమైన సరుకులు ఇవ్వడం తప్ప...అనుకున్నాడు. చలమయ్యకు రామ్ ప్రసాద్ ను చూస్తూంటే గతం గుర్తుకొచ్చింది. రెండు సంవత్సరాల క్రితం తను అలా సైకిలు మీద ఆ జనపనార మిల్లులో ఉద్యో గానికి వెళ్ళేవాడు. భార్య వేడివేడిగా వండి క్యారేజ్ కట్టేది. తను ఆ మిల్లులో ఎకౌంట్స్ గుమస్తా, ఉద్యోగుల జీతాలు, ప్రయాణపు ఖర్చులు, మిల్లు రాబడి, నష్టం, ఖర్చులు చూసేవాడు. తన పని లెడ్జరు రాయడం తను రాసే లెడ్జరు చూసి, ఆఫీసరు ముచ్చట పడేవాడు. ముత్యాల్లాంటి అక్షరాలు, ఎక్కడా కొట్టివేతలు ఉండేవి కాదు. కాలిక్యులేటర్ ఉపయోగించేవాడు కాదు. అంతా నోటిలెక్కలే! ఎక్కడా తప్పు దొర్లేది కాదు! తనను పెద్ద గుమస్తాగా పదోన్నతి పొందడానికి పై అధికారులు సమ్మతించే దశలో, తన మీద దెబ్బపడింది. ఫ్యాక్టరీలో కంప్యూటరీకరణ. వేళ్ళమీద లెక్క పెట్టే గుమస్తాలను తీసెయ్యాలనీ ....యాభైమంది చేసే పని ఒక కంప్యూటరు చేస్తుందనీ తన వంటి వారిని గౌరవంగా బయటకు తరిమారు. తన బతుకు రోడ్డు మీద కొచ్చింది. కాలేజీ చదువుతున్న కూతురు, ముసలితల్లి. ఫ్యాక్టరీ వారిచ్చిన క్వార్టరు ఖాళీ

చెయ్యాలి. వచ్చే జీతంలో మూడోవంతు పెన్షను ...పాతికేళ్ళ సర్వీసులో దాచుకున్న డబ్బులు ఐదు లక్షలు, ఇంకా ఎనిమిదేళ్ళ సర్వీసుంది. పెద్దకొడుకు బెంగుళూరులో సాఫ్ట్ వేర్ కంపెనీలో ఉద్యోగం చేస్తున్నాడు. వాడే ఆశాకిరణం అనుకున్నాడు. మరి ఏం జరిగింది? తనకి తగిలిన దెబ్బే వాడికీ తగిలింది. కంప్యూటర్ రాని తనకు ఉద్యోగం పోతే, దాంట్లో మంచి ప్రావీణ్యం ఉన్న కొడుకును బయటకు తరిమారు. కారణం ఆర్థిక మాంద్యం, ఓడలు బండ్లు బండ్లు ఓడలు కావటం అంటే ఇదేనేమో! తనకేమీ పాలుపోలేదు. ఇంట్లో ఇద్దరు నిరుద్యోగులు, తన, కొడుకూ !

వాడు ఇంట్లో ఒక మూల కూర్చుని బాధపడుతున్నాడు. తనేమో రోజూ ఇంట్లోంచి బయటపడి రోడ్డులంట తిరిగేవాడు. అలా తిరుగుతుంటే ఒక రోజు కూరగాయల బండి నడుపుతున్న ఒక అమ్మాయి, బహుశా పాతికేళ్ళుంటాయేమో... తనను పిలిచింది. అప్పుడప్పుడు ఆ అమ్మాయి దగ్గర కూరలు కొనేవాడు. "అయ్యగారూ... ఏమీ అనుకోరుగా... ఒక పావుగంట బండి దగర కూర్చుంటారా? పక్కవీధిలోనే నా ఇల్లు ... ఇంటికెళ్ళి వచ్చేస్తాను" అంటూ బండి పక్కనే వున్న చిన్నబల్లను చూపించింది. ఏదో అత్యవసర పరిస్థితి అయి వుంటుంది. ఆడకూతురు సహాయం కోరింది. అంతే తను ఆ పావుగంట సేపు ఆ కూరగాయలబండికి కాపలా ఉన్నాడు. పావుగంట తర్వాత ఆ అమ్మాయి వచ్చింది. రెండు చేతులూ జోడించింది. అలా రోజూ టంఛనుగా అదే టైముకు ఆ అమ్మాయి నడుపుతున్న కూరగాయల బండి దగ్గరకు రావడం, ఆమె తనను అడగకముందే తనే, "నువ్వెళ్లి రామ్మా ఇంటికి, నేను వుంటానులే" అనేవాడు. తనకు అదో కాలక్షేపం. ఆ అమ్మాయి అరగంటకు పైగా తన బండిని తనకు పూర్తిగా వదిలేసి వెళ్ళిపోయేది. ఏ కూరగాయలు ఎంత రేటో వచ్చినవాళ్ళకు చెప్పేవాడు... ఇక ఆ బేరం నచ్చితే కూరగాయలు అమ్మి డబ్బులు గల్లా పెట్టెలో వేసేవాడు. కొంత మంది తెలిసినవాళ్ళు. "ఏం చలమయ్యా ఫ్యాక్టరీలో ఉద్యోగం పోయిన తర్వాత ఈ కూరగాయల షాపు పెట్టావా?" అనేవారు. తను నవ్వేసేవాడు. ఆ అమ్మాయి వద్దన్నా చిన్న ప్లాస్టిక్ కవరులో కూరగాయలు వేసి తనకు ఇచ్చేది. డబ్బులు తీసుకునేది కాదు. " రోజూ నీ దుకాణం పావుగంట సేపు చూస్తున్నందుకు జీతమా తల్లీ.. అంటే, నవ్వేసేది ఆ అమ్మాయి. అలా కొన్ని రోజులు గడిచాయి. రోజూ ఆ అమ్మాయి ఇంటికి ఈ టైములోనే ఎందుకు వెళుతున్నట్టు? ఆమె భర్త ఏమయ్యాడు...? ఈ ప్రశ్నలన్నీ ఓ రోజు అడిగాడు. అప్పుడు ఆమె తన కథంతా చెప్పుకొచ్చింది.

"బాబుగారూ, నాకు పెళ్ళయి మూడేళ్ళయింది నా మొగుడిది హెయిర్ కటింగ్ సెలూన్ గిరాకీ బాగా ఉండేది. అయితే మా షాపు ఎదురుగా బ్యూటీ పార్లర్ పెట్టారు. దాంట్లో మేకప్ వెయ్యడంతో పాటు కట్టింగులు చేసేవారు. అంతే, అందరూ ఆ బ్యూటీ పార్లర్ కు ఎగబడ్డారు. మా ఆయన షాపు మూసెయ్యాల్సి వచ్చింది. సిటీలో ఏదో అపార్టుమెంట్ కడుతుంటే దాంట్లో పనికి కుదిరాడు. రోజూ వాళ్ళిచ్చే రెండు, మూడొందలు తాగుడికి, తిండికి సరిపోతుంది. వారానికోసారి ఇక్కడికి వచ్చి దారి ఖర్చులకి డబ్బులు కావాలని నన్నే అడుగుతాడు. ఆయనకు జ్ఞానం

ఎప్పుడొస్తుందో తెలీదు. అంతవరకు బతకడం ఎలా? అందుకే ఈ కూరగాయల బండితో వ్యాపారం మొదలు పెట్టాను. ఇంటి దగ్గర ముసలి అత్త, ఆరు నెలల కూతురు ఉన్నారు. వచ్చేటప్పుడే చంటిదానికి పాలిస్తాను. మళ్ళీ ఆకలేసి ఏడుస్తుందని ఈ టైముకి ఇంటికి వెళ్తాను." అంది. ఆ అమ్మాయి మాటలు చలమయ్యకు ఆనందం కలిగించాయి. ఒక పసికందు ఆకలి తీర్చడం కోసం ఆమె ఇంటికి వెళ్తోంది. తను చేసిన సహాయం విలువైనదే అనుకున్నాడు. ఆ అమ్మాయి ద్వారా అతడికో జీవిత సత్యం తెలిసింది. ఉద్యోగం పోగానే తను రోడ్డు పట్టి తిరుగుతున్నాడు. కొడుకు ఇంట్లో కూర్చుని ఏడుస్తున్నాడు. ఆ ఇల్లాలు ఉపాధి కోల్పోతే, తనే కుటుంబానికి ఆధారంగా నిలబడింది. ఆరు నెలల పసికందుతో తన బతుకు బండి నడిపిస్తోంది. ఆ అమ్మాయి చూపిన తోవలోనే తను నడవాలను కున్నాడు. కొంత బ్యాంకు లోను తీసుకున్నాడు, తన దగ్గరున్న డబ్బులో ఓ లక్ష రూపాయలు ఖర్చుతో ఫ్యాక్టరీకి దగ్గరలో ఒక కిరాణాషాపు పెట్టాడు. దూరంగా ఉన్న కొండ కింద జరిగే సంత నుంచి కూరగాయలు, ఆకుకూరలు తెచ్చి లాభానికి అమ్మేవాడు. కొడుకుని సాయంగా రమ్మన్నందుకు తనమీద మండిపడ్డాడు."సాఫ్టవేర్ ఇంజనీర్ గా చేసినవాడిని, కిరాణా కొట్లో పొట్లాలు కట్టమంటావా నేనంత లోకువైపోయానా? ఎప్పుడూ ఇలాగే వుంటాననా నాకు మంచి రోజులు రావా?" అన్నాడు. కొడుకు మాటలతో చలమయ్య సమాధానపడ్డాడు . తనకు సహాయంగా ఇంటర్ ఫెయిలయిన మేనల్లుడిని పెట్టుకున్నాడు మెల్లగా కిరాణా షాపు పుంజుకుంది. నెలయ్యేసరికి రుణ వాయిదాలు చెల్లించగలుగుతున్నాడు. చిన్న షాపు పెద్దదయ్యింది. ఎక్కువమంది వినియోగ దారులు రావడంతో తనకు తీరిక వుండేది కాదు ఈ రెండేళ్ళలో తన దుకాణం అందరికీ అలవాటయ్యింది. అలా సాఫీగా సాగుతున్న జీవితంలో పెద్ద షాకు. తన దుకాణానికి కొంచెం దూరంలో వెలిసిన అల్ఫా షాపింగ్ మాల్ అతన్ని దెబ్బతీసింది. బహుమతుల స్కీము మహిళలకు చీరల స్కీము పెట్టి వినియోగదారులను ఆకర్షించారు. రెండు సంవత్సరాలుగా ఇంట్లో ఖాళీగా కూర్చున్న కొడుకు టై కట్టుకుని టక్ చేసుకుని బయలుదేరాడు. ఓరోజు, "ఎక్కడికిరా?" అన్నాడు చలమయ్య. "ఆల్ఫా షాపింగ్ మాల్లో ఉద్యోగం. బిజినెస్ ఎగ్జిక్యూటివ్. ప్రస్తుతం పదివేలుజీతం మెల్లగా పెంచుతారట.?" ఆ మాటకు చాలా కోపం వచ్చింది చలమయ్యకు. " మరి నా దుకాణంలో పని చెయ్యడానికి నామోషీ పడ్డావేంరా.." అనేశాడు. "ఛ ... ఛ... నీ దుకాణానికి ఆ కార్పొరేట్ షాపింగ్ మాల్ తో పోలికా.." కొడుకు తన గుండెల మీదుగా నడిచి వెళ్ళిన భావన ." పోనీలెండి రెండేళ్లు ఖాళీగా వున్నాడు, ఇప్పుడు వాడికి ఏదో బతుకు తెరువు దొరికింది" అంది భార్య.

అయిష్టంగా సమాధానపడ్డాడు చలమయ్య. ఈ చేదు అనుభవాలతో బాగా నీరస పడిపోయాడు. అసలు తను తిరిగి నిలదొక్కుకోగలనా అని భయపడుతున్నాడు. ఈ పప్పులు, ఉప్పులు, సబ్బులు అమ్మేసి దుకాణం మూసేయ్యాలా? మరి బ్యాంక్ లోను ఎలా తీర్చాలని మదనపడ్డాడు. ఇంతలో ఏదో వాహనం వస్తున్న శబ్దం. బాగా వేగంగా పరుగెడుతున్న కుక్కల

గుంపు. కుక్కల్ని కార్పొరేషన్ వాళ్ళు తీసుకుపోతున్నారు. కారణం పట్నంలో కుక్కల బెడద. కుక్కలు కరిచి రేబిస్ వ్యాధితో చాలామంది చనిపోయారు. అందుకే యుద్ధ ప్రాతిపదిక మీద కుక్కల వేట. వాటిని చూసి గబగబా దుకాణం లోపలికి వెళ్ళిపోయాడు చలమయ్య. తనకి కుక్కలంటే చాలా భయం. ఆ భయం ఇప్పటిది కాదు, బాల్యంలోనే మొదలయ్యింది. ఏడో తరగతి చదువుతున్నప్పుడు తన క్లాస్ మేట్ నానాజీని కుక్క కరిచింది. చావుకు ముందు వాడు పడే బాధని తను ప్రత్యక్షంగా చూశాడు. ఆ భయంకరమైన చావు తన మనసులో బలంగా నాటుకుంది. అందుకే ఇంత వయసొచ్చినా కుక్కను చూస్తే చాలా భయం. ఆ కుక్కల వ్యాన్ వెళ్ళే వరకూ భయంభయంగా గడిపాడు చలమయ్య. ఆ రోజు రాత్రి పది గంటల వరకు కళ్ళు కాయలు కాచేలా ఎదురు చూశాడు. ఎవరో ఒకళ్ళిద్దరు వచ్చారు దుకాణం దగ్గరికి, అదయినా అప్పు బేరం – బాధగా దుకాణం మూసి సైకిలెక్కుతుంటే, తన దగ్గర ఎప్పుడు అరువుకు సరుకులు పట్టుకెళ్ళే సాంబయ్య ఎదురుపడి..."బాబూ తమరి ఇల్లెక్కడ?" అన్నాడు. "ఆ కొండ దాటి ముందుకెళితే, కాలనీలో" అన్నాడు. "జాగ్రత్తండీ బాబూ, ఒక చిరుత పులి, దాని పిల్లలతో తిరుగుతోంది. మొత్తం ఐదు పిల్లలు. మొన్న రెండు కుక్కల్ని తినేసింది. నిన్న పైడితల్లి గారి పాలేరు గేదెల్ని తోలుకెళుతుంటే మీద పడి జబ్బులు కొరికేసింది" అన్నాడు.

ఆ మాటలకు పై ప్రాణాలు పైనే పోయాయి చలమయ్యకు. మెల్లగా సైకిలు తొక్కుతున్నాడు. అసలే చలిగాలి, పైగా చిరుతపులి భయం కలిగించిన వణుకు, సైకిలు తొక్కుతుంటే రోడ్డు పక్క ప్రతి చెట్లు, పుట్ట చిరుతపులిలా కనిపించాయి చెలమయ్యకు. ఇదివరకు కుక్కలంటే భయపడేవాడు, అ కార్పొరేషన్ పుణ్యమా అని మాయమైపోయాయి అనుకుంటే, ఇపుడు చిరుత పులి బెడదా అనుకుని బెంగపడ్డాడు. ఇంటికి చేరినా ఆ భయం తగ్గలేదు. రెండు రోజుల తర్వాత తెల్లవారక ముందే సంతలో కూరగాయలు ఆకుకూరలు కొందామని సైకిలు పైన వెళ్తుంటే కొండ పక్కన లేబర్ కాలనీలో వుండే జంగయ్య ఎదురై "అయ్యగారూ కొండవైపు ఒక్కళ్ళే వెళ్ళకండి, తోడుగా ఎవరినైనా తీసుకెళ్లండి" అన్నాడు. మనసులో భయం నీడలు. నిన్న రాత్రి సాంబయ్య భయపెట్టాడు అయినా తప్పదు, కనీసం ఆకుకూరలు, కూరగాయలైనా అమ్ముకుంటే మంచిదేమో... అలా అమ్మాలంటే సంతలోనే చౌకగా దొరుకుతాయనుకుంటూ సైకిలు పోనిస్తున్నాడు. తమ కాలనీ చివర కొండ దిగువున వుంచే కోనేరు దాటి సంతవైపు మలుపు తిరుగుతున్నాడు, ఎదురుగా మెరుస్తున్న కళ్ళతో చిరుతపులి. చలమయ్య ఇక చావే ఖాయం అనుకున్నాడు. తనకు నూకలు లేవనుకుని ముందుకు కదలలేక శిలలా వుండిపోయాడు. కళ్ళు విప్పార్చుకుని తనని చూస్తున్న చిరుత. చిరుతను చూడాలంటే భయం వేసి కళ్ళు మూసుకున్నాడు. ఇంతలో ఊళ్ళో ఏదో కలకలం, లేబర్ కాలనీలో కుర్రాళ్ళు కాగడాలతో, డప్పులతో జానపద గీతం పాడుతూ వస్తున్నారు. చెరుకు తోటలో కాపలా కాసేవాళ్లు. తీరిక ఉన్నప్పుడు పాటలు పాడుతూ డబ్బులు అడుగుతుంటారు. ఆ కుర్రాళ్ళు ఒక జానపద గీతం అందుకున్నారు .

"కొయ్యి కొయ్యింగానే కోడికూత మానేసి

కైలాసం నేను పోయిన నంటదే కోడిపిల్ల

దిబ్బమీద కుంచబోయి ఆహా , బొచ్చుగిచ్చు గీకుతుంటే

ఆ శిలకుర్ర సిన్నప్ప క్షవరం చేసినాడంటదే కోడిపిల్ల

ఆ పొయ్యికాడ కుంచబోయి తిప్పి తిప్పి కాలత్తంటే

ఆ సాకిరేవు పాయికాడ సలిమంట లంటదే కోడిపిల్ల, మిద్దపక్క కుంచబోయి రుద్దిరుద్ది కడగతంటే

ఏమ్మా కాశీ గంగలోన జలకమాడినాన్నంటదే కోడిపిల్ల .

మొద్దు మీదకు తీసుకోబోయి తుంటలు గింటలు

నరుకుతుంటే , ఏమ్మా కోడిపందేం ఆటగాడు అరె చీరనన్నదే కోడిపిల్ల

మిర్యాలు , కారాలు , మిరపకాయలు , మసాల నూరతంటే

ఏమ్మా పనుగు , జువ్వాది సెంటు పూసుకొంటినన్నదే కోడిపిల్ల

ఒక గంటెడు కూర కూటి

పైన పోసుకుంటే , బువ్వ

పైన పోసుకుంటే, ఏమ్మామల్లెపరుపుపైన

నేను పండుకుంటినంటదే కోడిపిల్ల".

పాట వింటూ పూర్తిగా లోకాన్ని మర్చిపోయాడు చలమయ్య పాట అయిపోగానే చుట్టూ చూశాడు. చిరుత కనిపించలేదు. ఆ పాటంటే తనకి చాలా ఇష్టం. ఎంతో ఆశావాహ దృక్పథం వుంది అందులో తనను కోసి కూర వండుకుంటున్నా ఆనందంగా తన ఆత్మకథని వినిపిస్తున్న ఆ కోడిపిల్ల పాటను కుర్రాళ్ళు పాడుతున్నారు. దానికి తగ్గట్టుగా, లయబద్ధంగా, నాట్యం చేస్తుంటే మైమరచిపోయి చూస్తున్నాడు, ఎదురుగా వున్న చిరతపులి సంగతే మరిచిపోయాడు. అది ఎప్పుడు కొండ పైకి వెళ్ళిందో తెలీదు. బతుకు జీవుడా అనుకుంటూ సంత వైపు సైకిలు తిప్పాడు. వరుసగా రెండు రోజులు దుకాణానికి వెళ్ళలేదు. వెళ్ళినా ప్రయోజనం లేదు. రోజూ దుకాణానికి వచ్చేది ఒకళ్ళో, ఇద్దరో. రోజురోజుకీ పెరుగుతున్న అప్పు, ఈలోగా పెళ్ళికి రమ్మని కబురొచ్చింది.

ఒక బంధువు కూతురి పెళ్ళి, విజయవాడ దగ్గర ఒక పల్లెటూరు. భార్యను తీసుకుని బయలుదేరాడు. రెండు రోజులు బయట తిరిగొస్తే కాస్త మనసు కుదుట పడుతుందనుకున్నాడు. షాపును మేనల్లుడికి అప్పచెప్పాడు. అలా వెళ్ళినవాడు వెంటనే రాలేకపోయాడు. పదిరోజుల తర్వాత ఇంటి కొచ్చాడు. అప్పటికే సాయంత్రం అయిపోయింది. భార్యతో కలిసి ఇంటి కొచ్చేసరికి తలుపులు తెరిచేఉన్నాయి. అమ్మాయి బహుశా కాలేజీ నుంచి ఇంటికి వచ్చి వుంటుంది. మరి

అబ్బాయి డ్యూటీకి వెళ్ళలేదేం ..” అనుకున్నాడు. లోపల గదిలో మంచం మీద పడుకున్న కొడుకు తల్లి తండ్రిని చూసినా ఏమీ మాట్లాడకుండా అలాగే వుండిపోయాడు. “ ఏమయిందిరా ? షాపింగ్ మాల్ కి వెళ్ళలేదా? ” అన్నాడు. కొడుకు మౌనంగా వున్నాడు తప్ప జవాబు చెప్పలేదు. మళ్ళీ రెట్టించి అడిగేసరికి, కొడుకు కళ్ళల్లో నీళ్ళు. ఏడుస్తున్న కొడుకును చూసి భార్య గొల్లుమంది. చలమయ్యకు అర్థంకాలేదు. అసలేం జరిగి వుంటుంది?! ఇంతలో కొడుకు స్నేహితుడు వచ్చాడు. “ఏమయిందిరా నాయనా? మా అబ్బాయి ఏడుస్తున్నాడు!?” అన్నాడు. “మా ఉద్యోగాలు తీసేశారండి” అన్నాడు మెల్లగా.. ఆ మాటతో హతాశుడయ్యాడు చలమయ్య. క్షణం సేపు అతడి మెదడు మొద్దుబారినట్టనిపించింది. కొడుకు స్నేహితుడు చెప్పుకుపోతున్నాడు. “ఆ షాపింగ్ మాల్ నష్టాల్లో నడుస్తోందండి. మీలాంటి చిన్న దుకాణ వారుల్ని దెబ్బతీస్తూ ఆంధ్రదేశంనిండా ఆల్ఫా షాపింగ్ మాళ్ళు పెట్టారు. తాజా కాయగూరలు, తాజా ఆకు కూరలు అన్నారు గానీ, అన్నీ కుళ్లిపోయి వాడిపోతున్నాయి. కారణం విద్యుత్ కోత! ఎక్కువగా స్టాకు తెచ్చి పెట్టారు. ఇప్పుడు వాటి స్థానంలో మన ఊళ్ళో 'మెగాబజార్ ' ప్రారంభిస్తున్నారు. ఒక మల్టీ నేషనల్ కంపెనీ వారు ఈ ఆల్ఫా షాపింగ్ మాల్స్, మెగాబజారుతో కలిపేస్తారట. అందుకని మా ఉద్యోగాలు తీసేసి, ఎమ్ బి ఎ చదువుతున్న వాళ్ళను అతి తక్కువ జీతంతో అప్రంటీస్లుగా చేర్చుకుంటారట. వాళ్ళని ప్రాజెక్ట్ వర్క్ పేరుతో ఎక్స్ ప్లాయిట్ చేస్తారన్నమాట” అన్నాడు. ఆ మాటలకు అంతకు ముందున్న దిగులు మాయమయ్యింది. తన కడుపు కొట్టిన ఆ షాపింగ్ మాల్స్ పడగొట్టే ఇంకో షాపింగ్ మాల్. అలా ఆలోచిస్తూనే బయటకు వచ్చాడు చలమయ్య. భార్యకు, కొడుకుకు ఏమీ చెప్పకుండానే సైకిలెక్కి వేగంగా నడుపుతున్నాడు. కాలనీ దాటి, కోనేటి ఒడ్డు ఎక్కాడు. అక్కడి నుంచి మెల్లగా కొండ మలుపు తిరిగాడు. పల్చటి చీకటి తెరలు మెల్లగా పరుచు కుంటున్నాయి. మిణుకుమిణుకు మంటున్న మున్సిపాలిటీ వీధి దీపాలు దారిలో రెండు కుక్కలు వెంటపడ్డాయి. చలమయ్యకు భయం వెయ్యలేదు. కొండ దాటే సరికి తన బండి మీద వెళుతున్న శివాలయం పూజారి. “ ఏంటి చలమయ్యగారూ! ఒక్కరే సైకిలు మీద వెళుతున్నారు? చీకటి పడింది కదా! చిరుతపులి తిరుగుతోంది జాగ్రత్త అంటూ ముందుకు సాగాడు. ఆ మాటలూ చలమయ్యలో భయం కల్పించలేదు . షాపు దగ్గరకి చేరాడు. షాపుముందు క్యూ కట్టిన కస్టమర్లు. మేనల్లుడొక్కడే అవస్థ పడుతూ కనిపించాడు. తను గబగబా అతనికి సహాయం చేస్తూ వచ్చిన కస్టమర్లకి కావాల్సినవి ఇచ్చి పంపించేశాడు. అతడికి ఆనందంగా వుంది. ఆశ్చర్యంగా వుంది. తన దుకాణం మునుపటిలా సందడి సందడిగా వుంటుందని ఊహించలేకపోయాడు. తను కూర్చునే కుర్చీ పక్కన గల్లా పెట్టె మీదున్న రేడియో తీసుకుని బయటకొచ్చాడు. బయట చల్లటి వాతావరణం. ఆకాశంలో సంపూర్ణంగా కనిపిస్తున్న చంద్రుడు. ఇంతలో కొడుకు, అటు మిత్రుడు బైక్ మీద వచ్చారు. “నువ్వు ప్రయాణం చేసి అలసిపోయి వుంటావు. ఇంటికి వెళ్ళు నేను దుకాణం చూసుకుంటానులే” అన్నాడు కొడుకు. ఆ మాటలు చలమయ్యకు ఆనందం కలిగించాయి. రేడియో ఆన్ చేసాడు. అప్పటికే ప్రత్యేక వార్తలు వస్తున్నాయి. “రాష్ట్రంలో అంతర్జాతీయ రిటైల్

దిగ్గజం వాల్మర్ట్ కనుక రంగప్రవేశం చేస్తే దేశీయ హోల్ సేల్ మార్కెట్ పూర్తిగా పడిపోయే అవకాశాలున్నాయని వ్యాపారులు ఆందోళన చెందుతున్నారు. ఈ వాల్మర్ట్ ప్రభావంతో చిల్లర దుకాణదారులు, వీధి వ్యాపారులు నడిరోడ్డున పడే ప్రమాదముంది. వార్తలు సమాప్తం"

"అంకుల్, ఈ వార్త విన్నారా వాల్మార్ట్ గురించి...." అన్నాడు కొడుకు స్నేహితుడు.

"విన్నాను, అయినా ఫరవాలేదు. ఆలా షాపింగ్ మాల్ వచ్చిందని నాలాంటి చిన్న వ్యాపారులు భయపడ్డారు. తర్వాత ఇప్పుడు మెగా బజార్ వచ్చిందని ఆల్ఫా షాపింగ్ మాల్ వారు భయపడవచ్చు. రేపు వాల్ మార్ట్ వస్తే మెగా బజారుకు దడ పుడుతుందేమో.. ! కప్పను .. పాము, పామును.. ముంగీస. ఇలా చిన్న ప్రాణిని పెద్ద ప్రాణి, దాన్ని ఇంకా పెద్ద ప్రాణి మింగేస్తుంటాయి. ఇది సృష్టి చక్రం. తుఫానులకు , సునామీలకు మహా వృక్షాలు కూలిపోవచ్చు. కానీ నాలాంటి చిన్ని మొక్కలు కనీసం బతికి బట్ట కడతాయి ఇదే నా ఆశ. అయినా తప్పదు. బతుకు యుద్ధంలో ప్రాణాలున్నంత వరకు పోరాడలసిందే. నా పరిధిలో నా చిన్న సామ్రాజ్యంలో నేనే రాజును అన్నాడు చలమయ్య దృఢంగా. అంతలో ఎఫ్ఎమ్ రేడియోలో పాట వినిపించింది .

"నింగి ఎంత గొప్పదైనా రివ్వుమన్న గువ్వపిల్ల రెక్క ముందు తక్కువేనురా! సంద్రమెంత పెద్దదైన ఈదుతున్న చేపపిల్ల మొప్ప ముందు చిన్నదేనురా! పశ్చిమాన పొంచి వుండి రవిని మింగు అసుర సంధ్య ఒక్కనాడు నెగ్గలేదురా! గుటక పడని అగ్గి ఉండ సాగరాలనీదుకుంటూ తూరుపింట తేలుతుందిరా! రగులుతున్న గుండెకూడ సూర్యగోళమంటిదేరా ! నిషా విలాసమెంత సేపురా! ఉషోదయాన్ని ఎవ్వడాపురా!"

ఆ పాటకు లయబద్ధంగా చిందులేస్తూ పదం కలుపుతున్నాడు చలమయ్య . అతడిని చూసి, అతడి కొడుకు, ఆ కొడుకు స్నేహితుడు, ఆ దుకాణానికి వచ్చిన వినియోగదారులు, ఆ కొండ, కోనేరు, శివాలయం గుడి, సమస్త ప్రకృతి ఆశ్చర్యంగా, స్తబ్ధుగా చూస్తున్నా దిక్కులు పిక్కటిల్లేలా గొంతెత్తి పాడుతూనే వున్నాడు.

★★★★★★★★★

(ఈ కథలో కోడిపిల్ల జానపద గీతం రాసింది వీర్రాజుగారని ఎవరో చెప్పగా విన్నాను. కథ ముగింపులో పేర్కొన్న గీతం సిరివెన్నెల సీతారామశాస్త్రి గారిది . వారికి నా కృతజ్ఞతలు)

ప్రజా శక్తి కథల పోటీ 2011లో రెండో బహుమతి పొందిన కథ

అనగనగా ఒకడుండేవాడు

బారెడు పొద్దెక్కింది. శీతాకాలపు ఎండైనా ఇంకా చురుక్కుమంటూనే ఉంది. ఆ గోదారొడ్డున ఉన్న కొబ్బరిచెట్ల ఆకులు గాలికి ఊగుతున్నాయి. పరవళ్ళు తొక్కుతూ ముందుకు వెళుతోంది గోదావరి తల్లి, శివాలయం పక్కనుంచి గోదావరిగట్టు మీదకు నడుచుకుంటూ వస్తున్న పదిహేనేళ్ళ కుర్రాడు టక్కున ఆగిపోయాడు. కళ్ళు మూసుకున్నాడు. "ఏమయిందిరా?! కృష్ణా అన్నాడు ఆ కుర్రాడు వెనక వస్తున్న ఒక డబ్బయ్యేళ్ళు పైబడిన ఒక పెద్దాయన. "అదిగో చూడు తాతయ్యా!" అన్నాడు కళ్ళు తెరవకుండానే. వారికెదురుగా ఒక పాడె. దానిమీద ఎవరిదో పార్థివశరీరం. పూలమాలలతో అలంకరించేరు, ఆ శవయాత్ర ముందు భారీగా జనసందోహం. కుండతో ముందు నడుస్తున్న ఒక యువకుడు. " ఎవరో చనిపోయారు, శ్మశానికి వెళుతున్నారు, ఆ మాత్రం దానికీ భయం ఎందుకు?" అన్నాడు ఆయన నవ్వుతూ. "అమ్మో" అన్నాడు మనవడు ఇంకా కళ్ళు తెరవకుండానే. "ఒరేయ్ ... నువ్వు కొన్ని రోజుల్లో మెడిసిన్లో చేరబోతున్నావ్, శవాలను పరపరా కోసి పారేస్తావ్, ఇంత భయమయితే ఎలా?!" అన్నాడు.

ఆ మాటలకు సమాధానం చెప్పకుండా కళ్ళుమూసుకునే ముందుకు నడిచాడు మనవడు కృష్ణ. మనవడి చర్యకు నవ్వుకుంటున్న ఆయనకు తన కూతురు వసుంధర చెప్పిన మాటలు గుర్తుకు వచ్చాయి."నాన్నా, వీడొట్టి పిరికి సన్నాసి. బాత్రూముకు రాత్రుళ్ళు తోడురావాలి. రాత్రయితే మాకు నిద్రుండదు – రేప్పొద్దున్న మెడికల్ కాలేజీలో చేరి హాస్టలుకు వెళితే ఎలా ఉంటాడో, అందుకే వాడిని నీ దగ్గరకు, పంపుతున్నాను, కాస్త భయం పోగొట్టి వాడిలో ధైర్యం పెంచు !" అంది.

అందుకే వాడిని రాజమండ్రి పంపింది అనుకున్నాడు. ఆయన పేరు కృష్ణయ్య .

శవం, వారిని దాటుకుని ముందుకు కదిలిన తర్వాత మనవడు కళ్ళు తెరిచాడు. "ఒరేయ్ శవం, చూస్తుంటేనే ఇంత భయపడుతున్నావ్ ? మరి శవాల మధ్య ఉండాల్సి వస్తే !" అన్నాడు. "బాబోయ్, శవాలమధ్యనా! గుండె ఆగిపోదూ.." అన్నాడు కృష్ణ తాతయ్య వంక భయంగా చూసి.

"అలా శవాలమధ్య పడుకుని ఇరవై నాలుగు గంటలు గడిపిన ఒక వ్యక్తి గురించి నాకు తెలుసు!" అన్నాడు ఆయన మనవడి వంక నవ్వుతూ చూసి . "మైగాడ్ ... ఎవరాయన !" అన్నాడు మనవడు.

"అనగనగా ఒకడుండేవాడు ...?" అన్నాడు అతడి తాతయ్య.

" చెప్పు... చెప్పు ! చాలా ఉత్కంఠగా ఉంది." అన్నాడు మనవడు కృష్ణ.

ఆ తాతామనవళ్ళిద్దరూ ఆ గోదారోడ్డున ఇసుకలో కూర్చున్నారు. గోదావరి గట్టు మీదనుంచి ఏదో గుర్రపు బండీ వెళుతోంది, ఆ పక్క నుంచే బూర ఊదుతూ డబ్బులు అడుక్కుంటున్న ఒక యాచకుడు. గోదావరి నీళ్ళమీద, ఆ ఉదయపు ఎండ పడి నీళ్ళు తళతళ మెరుస్తున్నాయి . తాతయ్య చెప్పడం మొదలెట్టాడు . మనవడు చెవులు రిక్కించి వింటున్నాడు. మధ్య మధ్యలో భయం వేసి తాతయ్యకు దగ్గరగా జరుగుతున్నాడు. ఒక గంట వరకూ తాతయ్య ఆ కథ చెపుతూనే ఉన్నాడు. ఇంతలో ఆకాశంలో మబ్బులు. వాతావరణం చల్లబడింది.

కథ పూర్తయ్యేసరికీ, ఆ చలిలోనూ మనవడికి కొద్దిగా చిరు చమటలు పట్టాయి. రోమాలు నిక్క బొడుచుకున్నాయి. కొద్దిగా భయమూ కలిగింది. "ఇంతకీ ఈ కథలో హీరో ఎవరు!" అన్నాడు మనవడు తాతయ్య వంక ప్రశ్నార్థకంగా చూస్తూ – "ఇంకెవడురా? అంటూ ఆ తాతయ్య వంపు తిరిగిన మీసం మెలేసాడు, గర్వంగా మనవడి వంక చూస్తూ.

"యు ఆర్ గ్రేట్..." అంటూ ఆ మనవడు తాతయ్యను గట్టిగా హత్తుకున్నాడు.

"ఒరేయ్, నువ్వూ ఈ తాతయ్యలా ధైర్యంగా ఉండాలి.

నువ్వు, ఈ తాతయ్యలా "అనగనగా ఒకడుండేవాడు" అని జనం చెప్పుకునే స్థాయికి ఎదగాలి ! అన్నాడు .

" అలాగే తాతయ్య !" అన్నాడు కృష్ణ , ఆ తాతా మనవళ్ళిద్దరూ లేచి గోదావరి దాటి ఇంటి వైపు నడక మొదలెట్టారు.

★★★

రెండునెలల తర్వాత ..

అదొక మెడికల్ కాలేజీ, వేసవి శెలవుల తర్వాత విద్యార్థులు తిరిగి కాలేజీకి వచ్చే మొదటి రోజు కొత్తగా చేరిన విద్యార్థుల కోసం " వెల్కమ్ టు ఫ్రెషర్స్" అనే ఫ్లెక్సీలు వేలాడుతున్నాయి.

కృష్ణ తన బేగ్ భుజాన వేసుకుని భయం భయంగా కేంపస్లోకి అడుగు పెట్టాడు. రేగింగ్ గురించి అంతకు ముందు విని వుండడంతో గుండె దడదడగా ఉంది. అప్పటికే పది దాటింది. మొదటి రోజు అనాటమి క్లాసు. వేగంగా నడుస్తూ అనాటమి డిపార్టుమెంటులో ఉన్న క్లాస్ రూము వైపు నడిచాడు. అప్పటికే తన సహచరులంతా క్లాస్ రూముకి చేరుకున్నారు. ప్రొఫెసర్ గారు క్లాస్ మొదలు పెట్టేసారు. "ఎక్స్క్యూజ్ మీ సార్!" అంటూ లోపలకు నడిచాడు. క్లాస్ రూములో కూర్చోగానే అంతవరకూ ఉన్న భయం పోయింది. పాఠంలో లీనమయ్యాడు.

సాయంత్రం ఐదు దాటిన తర్వాత, హాస్టలుకు తిరిగి వస్తున్నాడు కృష్ణ తన క్లాస్ మేట్స్తో కలిసి. దారిలో సీనియర్లు ఎదురయ్యారు. "ఒరేయ్... ఆగండ్రా!" అన్నారు. సహచరులతో పాటూ

కృష్ణ ఆగిపోయాడు, " ర్యాగింగ్ కాదు.... భయపడకండి... ఒక విషయం చెపుతున్నాను.... మీ మంచికే!" అన్నాడొక సీనియర్. అంతా ప్రశ్నార్థకంగా చూశారు. అతను చెప్పడం మొదలు పెట్టాడు. "మెడిసిన్ మొదటి సంవత్సరంలో ఏనాటమీ ఉంటుంది, శవాలను, డి సెక్షన్ చేయవలసి ఉంటుంది. చాలా మంది భయపడతారు. కొంతమందికి వాంతులవుతాయి. ఒకళ్ళిద్దరు, తట్టుకోలేక మెడిసిన్ వదిలి వెళ్ళిపోయిన వాళ్ళున్నారు. అందుకే మీకు ధైర్యం నూరిపోసేందుకు ఒక పోటీ పెడుతున్నాము" - అన్నాడొక సీనియర్ .

"చెప్పండి" అన్నారు జూనియర్లు అంతా ముక్తకంఠంతో. కృష్ణ మాత్రం మౌనంగా ఉండిపోయాడు .

"మీ డిసెక్షన్ కోసం అనాటమీ లేబ్ లో శవాలు ఉంటాయి. రాత్రి పన్నెండు తర్వాత ఆ శవాల దగ్గరకెళ్ళాలి. ఒక శవం దగ్గర ఒక కవరు వుంటుంది, దాన్ని ఎవరు ముందు తీసుకుని వస్తారో వారికి ఫ్రెషర్స్ డే రోజున, మన ప్రిన్సిపాల్ గారి చేతులమీద" మిస్టర్ సాహసం" అనే బిరుదు ఇప్పిస్తాం. దాంతో పాటు ఒక "మంచి బహుమతి" అన్నాడొక సీనియర్ వివరంగా..

ఆ మాటలకు నలుగురు జూనియర్లు ముందుకొచ్చారు. వారిలో కృష్ణలేడు, "ఎందుకొచ్చిన తంటాలు దేవుడా" అనుకుంటూ మాట్లాడకుండా ఉండిపోయాడు. అంతా హాస్టలు వైపు కదిలారు. హాస్టలుకు చేరుకున్నా కృష్ణ మనసు మనసులో లేదు. "ఏదో గిల్టీ". తనెందుకు ఇంత పిరికిగా అయిపోతున్నాడు. ఆరోజు తాతయ్య ఏం చెప్పాడు? ధైర్యంగా ఉండాలి అన్నాడు. మరి తనేం చేస్తున్నాడు. ప్రాణం లేని శవాలకు భయపడుతున్నాడు!" రాత్రవుతున్నా కృష్ణలో అవే ఆలోచనలు. ఆఖరికి రాత్రి పన్నెండు అయ్యేసరికి ఒక నిర్ణయానికొచ్చేసాడు, తను ధైర్యంగా ఉండాలి, తాతయ్య మాట నిలబెట్టాలి అనుకున్నాడు... అంతే రూముకు తాళం వేసి బయలుదేరాడు. హాస్టలు బయట అంతా చీకటి. పల్చగా వెలుగుతున్న మెయిన్ గేటుమీది నియాన్ లైటు, ఆ చీకటిని పారద్రోలలేకపోతోంది. అనాటమీ డిపార్టుమెంటుకు వెళ్ళే రోడ్డు పక్కనున్న అశోక వృక్షాలు ఆ చీకట్లో గాలికి ఊగుతున్నాయి. వాటిని చూస్తూ ముందుకు నడుస్తున్న కృష్ణకు వణుకు మొదలయ్యింది. ఇంతలో ఎక్కడనించో కుక్క "భోయ్" మంటూ మొరిగింది. వెంటనే వెనక్కి పరిగెత్తాడు. క్షణంలో తాతయ్య గుర్తుకొచ్చి, మళ్ళీ ముందుకు కదిలాడు. రెండడుగులు వేసేసరికి "మార్చురీ", చాలా దుర్గంధం... ముక్కు మూసుకుంటూ ముందుకు, నడిచాడు. కొంచెం దూరంలో ఎవరో నవ్వుతున్నారు... తెరలు తెరలుగా, ఆ నవ్వు ఆగడం లేదు. "బాబోయ్ దయ్యమా" అనుకున్నాడు. అప్పుడు అర్థమయింది. దూరంగా సైకియాట్రీ డిపార్టుమెంటులోంచి వస్తోంది ఆ పిచ్చివాడి నవ్వు.

ఇక లాభంలేదనీ కళ్ళు మూస్తూ, తెరుస్తూ ఆనాటమి డిపార్టుమెంటు వైపు వేగంగా నడిచాడు. అప్పటికే అక్కడ తన సీనియర్లు చాలామంది నిలబడ్డారు. తన క్లాస్ మేట్స్ ఎవరూ కనబడలేదు. సాయంత్రం నలుగురు వస్తామన్నారు. మొత్తానికి బెదిరిపోయారు అనుకున్నాడు.

"తనూ పారిపోతే ! ఎందుకొచ్చిన గొడవ" అనుకుంటూ పరిగెత్తబోయేంతలో, ఒక సీనియర్ చెయ్యి పట్టుకున్నాడు. "ఏం భాయ్... ఇంతవరకూ వచ్చి పారిపోతే ఎలా?! మేమంతా లేమా! పద" అన్నాడు. మిగతా వాళ్ళంతా చప్పట్లు కొట్టారు "భేష్" అని. ఇక తప్పదని కృష్ణ అక్కడనించి పరిగెత్తి డిపార్ట్ మెంటు ముఖద్వారం చేరుకున్నాడు. తలుపులు తెరిచేవున్నాయి. మెల్లగా లోపలకు నడిచాడు. అంతా చీకటి, లైటు వేద్దామని స్విచ్చు బోర్డు వైపు నడిచాడు. స్విచ్ వేసినా వెలగలేదు. అవును ఎక్కడో మెయిన్ ఆపేసివుంటారు అనుకున్నాడు. ముందు గదిలో ఎముకలు, స్పెసిమను ఉంచుతారు... అక్కడే కొన్ని అస్థిపంజరాలు ఆ చీకట్లో మెరుస్తున్నాయి తెల్లగా – ఒక్కసారి వళ్ళు జలదరించింది, తడుముకుంటూ ముందుకు కదిలాడు, తరువాత గదిలో మృత శిశువు ఉన్న గాజు పెట్టెలు, క్షణం సేపు వాటిని చూసేసరికి గుండె వేగంగా కొట్టుకుంది. ఆ గది దాటి ముందుకు వెళ్ళే సరికి శవాలను ఉంచిన లేబ్–గుండె వేగం మరింత పెరిగింది. ఆంజనేయ దండకం చదువుకుంటూ ముందుకు నడిచాడు. లోపల ముక్కుపుటాలను బద్దలు చేస్తున్న ఫార్మాలిన్ ద్రావణం వాసన. శవాలు చెడిపోకుండా ఆ ద్రావణంలో ఉంచుతారు – ఆ గదిలో బల్లలమీద పడుకోబెట్టిన శవాలు. ఆ బల్లలను దాటుకుంటూ సీనియర్లు ఉంచిన కవరు కోసం ప్రాణాలు అరచేతిలో పెట్టుకుని ముందుకు కదులుతున్నాడు. ఒకటో నెంబరు బల్ల దాటేడు, వరసగా శవాలుంచిన బల్ల దగ్గర శవం పొట్ట మీద తెల్లగా ఉంచిన కవరు కనిపించింది. దాన్ని చేతిలో తీసుకుని, మెల్లగా వెనక్కు తిరిగేడు. అంతే ! ఎవరో తనని గట్టిగా పట్టుకున్నట్లనిపించింది. గుండె ఆగినంత పనయ్యింది. బలంగా ఆ పట్టునుంచి విడిపించుకునేందుకు విశ్వ ప్రయత్నం చేశాడు – అబ్బే... ఉడుంపట్టులా వుంది. అంత చలిలోను ముచ్చెమటలు పట్టాయి కృష్ణకు – "బాబోయ్ రక్షించండి దెయ్యం... !" అంటూ అరిచి సమస్త శక్తుల్ని కూడదీసుకుని బలంగా ఆ పట్టు నుంచి విడిపించుకుని వేగంగా ముందుకు నడిచాడు. గదులన్నీ ఆయాసపడుతూ దాటుకుని ముఖద్వారానికి చేరే సరికి పూర్తిగా అలిసిపోయి క్రింద కూలబడ్డాడు. రెండు నిమిషాలు అలసట తీర్చుకుని బ్రతుకు జీవుడా అనుకుంటూ సీనియర్లు దూరంగా నిలుచున్న వైపు నడిచాడు. అంత చలిలోనూ ధారాపాతంగా శరీరం నుంచి చెమటలు కారుతున్న కృష్ణను చూసి, " ఏంటీ లోపల స్నానం కానిచ్చావా? !" అన్నారు. "బాబోయ్ లోపల శవం కదిలింది" అన్నాడు భయం భయంగా. "శవం కాదురా... నేను... మొత్తానికి బలశాలివే" అన్నాడు అతని వెనకే పరిగెత్తుకుంటూ వచ్చిన సీనియర్. అతని ఒంటిమీద చొక్కాలేదు. నల్లగా ఉన్నాడు. " ఏంటండీ .. గుండె ఆగినంత పనయ్యింది " అన్నాడు కృష్ణ ఆ సీనియర్ వంక కోపంగా చూసి – " కోప్పడకు ... ఆ కవరులో ఏముందో చూడు " అన్నాడు . "మిస్టర్ సాహసం" కు అభినందనలు – అనే అక్షరాలు రాసిన ఒక గ్రీటింగ్ కార్డు. " రేపు జరగబోయే... ఫ్రెషర్స్ డే పార్టీలో నీకు మన ప్రిన్సిపాల్ గారి చేతుల మీదుగా సన్మానం ఇంకా మంచి బహుమతి" అన్నాడు ఆ సీనియర్. "ఒరేయ్ ... ఇంత సాహసానికి ఎలా ఒడిగట్టావ్, భయం వెయ్యలేదా?!" అన్నాడు సీనియర్.

కృష్ణకు వెంటనే తాతయ్య గుర్తుకు వచ్చాడు. వెంటనే సీనియర్లకు చెప్పాడు, " అనగనగా ఒకడుండేవాడు అని చెప్పాలి !".

" ఎవరికీ ! ? " అన్నారు సీనియర్లు.

"నా మనవడికి" అన్నాడు తన లేతమీసం మీద చెయ్యివేసి, "బావుంది, అనగనగా ఒకడుండేవాడు" - అంతా బృంద గానం లా పాడేరు. మళ్ళీ కృష్ణ వాళ్ళ వంక చూసి చెప్పాడు. "ఈ ధైర్యం నాకు మా తాతయ్య కృష్ణయ్య ఇచ్చింది. ఆయన యుద్ధంలో పనిచేశారు. ఒకసారి శవాల మధ్య గడిపారు దాదాపు ఇరవై నాలుగు గంటలు పైగా - ఆ విషయం చెప్పగానే, కనీసం ఆయన సాహసంతో కొంతైనా గ్రహించాలనుకున్నాను" అన్నాడు గర్వంగా కృష్ణ.

" ఏమిటా కథ ... చెప్పు చెప్పు ... ఒరేయ్ ఆ ఫ్లాస్కో వేడి కాఫీ ఇవ్వు... మన సాహసవంతుడు కృష్ణకి" ఒక సీనియర్ అరిచాడు.

ఇంకో విద్యార్థి తన దగ్గరున్న ప్లాస్క్ లోంచి ఒక కప్పులోకి కాఫీ వంపి కృష్ణకిచ్చాడు. కృష్ణ కప్పు చేతిలోకి తీసుకుని మెల్లగా చప్పరించాడు. వేడి కాఫీ లోపలకి పోవడంతో అంతవరకు పడిన శ్రమ, భయం మరచిపోయాడు. అప్పటికి సమయం రెండు గంటలు దాటిందేమో! ఆకాశంలో పలచగా మబ్బులు. మిణుకు మిణుకు మంటూ అక్కడక్కడా నక్షత్రాలు. ఆ ఆవరణ అంతా చీకటిగానే ఉంది. దూరంగా అంబులెన్స్ వేన్ ఆగిన శబ్దం-మెంటల్ వార్డులో తన నవ్వు కొనసాగిస్తున్న ఒక మానసిక రోగి - మార్చురీ పక్కనున్న వెయిటింగ్ రూములో ఎవరో ఏడుస్తున్న ఏడుపు - ఇవేమీ కృష్ణకు ఇపుడు భయం కలిగించడం లేదు - గబగబా కాఫీ త్రాగడం పూర్తి చేసి చెప్పడం మొదలుపెట్టాడు. ఇది మా తాతయ్య నాకు చెప్పిన నమ్మలేని నిజం ఆయన మాటల్లోనే వినండి !" అన్నాడు .

★★★

కళ్ళు తెరవలేకపోతున్నాను, రెప్పలమీద ఏదో బరువు ఎక్కడున్నాను ? పొట్ట మీద భారంగా ఏదో పడింది. చేతులు చాపబోయాను, ఎవరిదో తల తగిలింది. శరీరాన్ని కదిలించుదామను కున్నాను. అసలు తిరగడమే కష్టసాధ్యంగా ఉంది. మెల్లగా నన్ను అంటిపెట్టుకుని పడుకున్నారు, యూనిఫారాలలో నా సహచరులు. మేం ఎక్కడికి వెళుతున్నట్టు?! తలంతా దిమ్ముగా ఉంది, అసలేమయ్యింది. అంతా మౌనంగా ఉన్నారే. "ఏమిటీ? ! ఎక్కడకు వెళుతున్నాం?!" పక్కనున్న నా సహచరుడిని అడిగాను. సమాధానం లేదు. మళ్ళీ అరిచాను కాస్త స్వరం పెంచి, బాగా చలిగా ఉంది. మంచు పడుతోంది. మేమున్న ఈ వేన్ చాలా నెమ్మదిగా వెళుతోంది. అందరూ అడ్డదిడ్డంగా పడుకున్నారు. ఒకడు నా గుండెలమీద కాలు వేసాడు. "భయ్యా ఈ వేన్లో చాలా చోటుంది, కాస్త పక్కకు జరుగు" అన్నాను, అబ్బే ! ఆ వ్యక్తి జరగలేదు. పక్కకు నేనే తోసా, మెల్లగా, అయినా ఏమీ చలనం లేదు.

"అసలు ఏమయ్యింది వీడికి?! తాగాడా!" అయోమయంగా ఉంది. అసలు ఏం జరుగుతోంది ? ఒక్కసారి ఆలోచనలో పడ్డాను. గడిచిన విషయాల మీద దృష్టి సారించాను . నిన్న రాత్రి మా మిలిటరీ పోస్టు ఈ సియాచిన్ సరిహద్దు ప్రాంతం దగ్గర. అక్కడ బంకర్లు ఖాళీగా ఉన్నాయి. హైకమాండ్ చెప్పడంతో మేమంతా పేరేడ్కు వెళ్ళాం. అది పూర్తి అయి బంకర్లు చేరే సరికి, వాటిని శత్రు సైన్యం ఆక్రమించి తుపాకుల వర్షం కురిపించారు. . . నేను, సహచరులం శక్తి కొద్దీ అడ్డు నిలిచాము . వాళ్ళు పారిపోయారు . కొంతదూరం వెంబడించాము మా వేస్లో - అంతలో ఊహించని విధంగా దొంగదెబ్బ - వెనక నుంచి వచ్చేసారు. ఇరవైమంది నేలకు ఒరిగారు . నేనూ బోర్లా పడుకున్నాను. ఏదో రసాయనిక వాయువు వదిలారు. నాకు స్పృహ తప్పింది - ఇప్పుడు ఈ వేస్లో . . . అదీ విషయం, మైగాడ్ . . . వీళ్ళంతా చనిపోయారా? ! నాకు దు : ఖం ముంచు కుస్తోంది. నేనొక్కడినే . . . సజీవంగా ఈ నిర్జీవ శరీరాల మధ్య - ఇంతలో ఏదో చప్పుడు, వేన్ ఆగింది .

ఎవడో పైకి ఎక్కుతున్నాడు. వాడితో పాటూ ఇంకొకడు. బాటరీ లైటు వేసాడు. కళ్ళకు ఆ వెలుగుకిరణాలు తగిలి, వెంటనే కళ్ళు మూసాను. వాళ్ళిద్దరూ ఒక్కొక్కళ్ళ దగ్గరకే వస్తున్నారు. పరీక్షగా చూస్తున్నారు. కళ్ళు బలంగా మూసాను . ఎవరు చనిపోయారో, ఎంత మంది బతికున్నారో వీళ్ళు తనిఖీకి వచ్చారనుకుంటాను - వెంటనే నేను నేర్చుకున్న యోగా గుర్తుకొచ్చింది శవాసనం వెయ్యాలి - రేచకం, పూరకం, కుంభకం, గాలివదలాలి. గాలినింపాలి. పట్టివుంచాలి అలా ఊపిరిబిగబట్టాను. వాడు ముఖంలోకి చూస్తున్నాడు. రెప్పని బరువుగా మూసాను . . . ఏదో ఒక క్షణంలో దొరికిపోతానేమోననే భయం! ఇంతలో వాడు బూటు కాలితో తన్నాడు . మడమల దగ్గర విపరీతమైన నొప్పి - నరాలు తెగిన ఫీలింగ్. బలవంతంగా బాధను అణుచుకున్నాను, వాడు గట్టిగా అరిచాడు, "సబ్ మర్గయ్!".

అమ్మయ్య నన్నూ చనిపోయినవాళ్ళ లిస్టులో చేర్చేసాడు. ఇక ఫరవాలేదు . . . నేనూ శవాన్నే . . . ఈ శవాల మధ్య . . . . గాఢంగా ఊపిరి పీల్చి, కళ్ళు మూసుకున్నాను. ఆ ఇద్దరూ సిగరెట్లు వెలిగించారు. ఏవో మాటలు వినబడుతున్నాయి . చెవులు రిక్కించి ఆ మాటలు విని - శవాలను వారి మిలటరీ పోస్టుకు తీసుకెళ్ళి, వారు చేసేది ఏమిటి ? ' డిస్ఫిగరేషన్ ' అంటే నామరూపాలు లేకుండా మారుస్తారు, కనుగుడ్లు పీకి, తలలు కోసి, చేతులు నరికి . . . మైగాడ్ చనిపోయిన శరీరాలను పార్ధివశరీరం అంటారు. వాటికి వారి మతాచారం ప్రకారం అంతిమసంస్కారం జరపాలి, కాని వీరు చేయబోయేది ?! నాలో ఏదో బాధ . . . మనసులో దు : ఖం, నా సహచర సైనిక సోదరులకు అంతిమ సంస్కారం సజావుగా జరగాలి ! అ ఇప్పుడు నేను ఏం చెయ్యాలి ?

ఇంతలో పక్కవాడు చెపుతున్న మాటలకు మరోసారి గుండె ఆగినంత పనయ్యింది . వాళ్ళ తరువాతి టార్గెట్ కొంచెం దూరంలో ఉన్న బంకర్ ! దాంట్లో బాంబులు పెట్టబోతున్నారు. ప్రస్తుతం ఆ బంకర్లు ఖాళీగా ఉన్నాయి. నా సోదర సైనికులు ఆ బంకర్లు చేరగానే బాంబులు

పేలతాయి . . ఆలోచనల్లో పడ్డాను. నా ముందు రెండు జటిలమైన సమస్యలు. ఒకటి నా మిత్రుల పార్థివ శరీరాలకు అంతిమ సంస్కారం జరిపించి శత్రువులనుంచి కాపాడటంతోపాటు వీళ్ళు జరపబోయే నరమేధాన్ని ఆపాలి!!. అంతే బుర్ర చురుగ్గా పనిచేస్తోంది. వాళ్ళు వేన్ దిగి క్రిందకు వెళ్ళారు. సీసాలతో నీళ్ళతో – ఒక అరగంట వరకూ రారు అనుకున్నాను . కేబిన్లో ఒక్కడే ఉన్నాడు. వాడు వేన్ డ్రైవ్ చేసుకుంటూ కొంచెం ముందుకు తీసుకెళ్ళాడు. అక్కడ వేన్ ఆపీ, దిగాడు. కొంచెం ముందుకు కొండవారగా నడిచాడు ... వాడు చేయబోయేది అర్థమైంది లఘుశంక తీర్చుకోవడం కోసం, అంతే రెప్పపాటులో వేన్ లోంచి దూకాను. పిల్లిలా అడుగులు వేసుకుంటూ, వెనకగా వెళ్ళి వాడి పీక పట్టుకున్నాను. ఆరవకుండా నోరు మూసాను. వెంటనే క్రిందకు తోసి నెత్తిమీద పక్కనే ఉన్న రాయితో బలంగాకొట్టాను... అంతే వాడి కళ్ళు బైర్లుకమ్మాయి. అచేతనంగా అయిపోయాడు. ఇక ఆలస్యం చేయకుండా వాన్ లోకి దూకాను – అంతే నా లక్ష్యం వైపు ప్రయాణించాను – రెండు సమస్యలను పరిష్కరించాను. నా సోదరులకు ప్రభుత్వ లాంఛనాలతో అంతిమ సంస్కారం జరిగింది – తరువాతి మిలిటరీ పోస్టులో జరగబోయే మారణ హోమం ఆగింది.

★★★

కృష్ణ తన సీనియర్లకు తాతయ్య మాటల్లోనే ఆయన సాహసగాధ చెప్పడం పూర్తి చేసాడు. అంతా అభినందన పూర్వకంగా చూసి చప్పట్లు కొట్టారు. “అనగనగా ఒకడుండేవాడు!” అన్నాడొక సీనీయర్ గట్టిగా, “ ఇప్పుడూ ఉన్నారు, ఒకడు తాతయ్య. ఇంకొకడు మనవడు” ఇంకో సీనియర్ ఇంకా గట్టిగా చెప్పాడు.

కృష్ణ ఆనందంగా తన హాస్టలు వైపు నడక సాగించాడు. వెనకు నుంచి చప్పట్లు కొడుతూ సీనియర్లు అంటున్న ఆ మాట “అనగనగా ఒకడుండేవాడు”– అతనికి మధురంగా వినిపించింది .
– – – –అనగనగా ఒకడుండేవాడు..

★★★★★★★★★★★

గోతెలుగు డాట్ కామ్ యువతరం కథల పోటీ లో ప్రథమ బహుమతి పొందిన కథ

ప్యునరల్ పార్లర్

=

ఎయిర్ పోర్టులో ముంబయికి వెళ్ళే విమానం కోసం సతీసమేతంగా ఎదురుచూస్తున్నాడు రామానుజం. మనసులో ఏదో తమకం. ప్రపంచాన్ని జయించినంత ఉత్సాహం. భార్య ఏదో పుస్తకం చదువుకుంటోంది. సెక్యూరిటీ చెక్, ఇంకా ఇతర పనులు పూర్తి చేశాడు. నిమిషాలు భారంగా గడుస్తున్నాయి. ఇంతలో ఫోన్ మోగింది. జాగ్రత్తగా రండి. కంగారుపడకండి. ట్రైన్లో ఉన్నట్టే ఉంటుంది. మీకు కావలసిన వెజిటేరియన్ ఫుడ్ ఇస్తారు. నేను ఎయిర్ పోర్టుకు వస్తాను " కొడుకు శంకరం మాటలతో " సర్లేరా.... చాలాసార్లు చెప్పావ్. మేమేమన్నా చిన్న పిల్లలమా ... ఏం కంగారుపడకు" అంటూ ఫోన్ పెట్టేశాడు. రామానుజంలో ఆలోచనలు ముసురుకున్నాయి. తను కొడుకు గురించి బెంగపడేవాడు. వాడి చదువు అంతంత మాత్రంగా ఉండేది. తాతగారి అడుగుజాడల్లో నడుస్తాడేమోనని భయంగా ఉండేది. దానికి తగ్గట్టు వాడు, పదేళ్ళ వయస్సుపుటినుంచీ పంచె కట్టుకుని భుజాన తువ్వాలు వేసుకుని చిన్నరాగి చెంబుతో తాతగారి వెంట నడిచేవాడు. ఆ దృశ్యం తనకు అదోలా అనిపించేది. తను ఆ వృత్తిలోకి ప్రవేశించకూడదనుకునే కష్టపడి చదువుకుని భాషాప్రవీణ పూర్తిచేశాడు. ఆ తర్వాత తెలుగు ఎమ్ .ఎ స్కూల్లో తెలుగు పండితుడిగా పనిచేసి కాలేజీలో లెక్చరర్ గా చేరాడు. ఇప్పటికి ఇరవై ఏళ్ళ సర్వీసు పూర్తయింది. ఇంకో సంవత్సరానికి తను కాలేజీలో తెలుగు హెడ్ అవ్వబోతున్నాడు. తను అంచెలంచెలుగా పైకి వెళుతుంటే కొడుకు పరిస్థితి దిగజారి పోయింది. ఇంటర్ ఫెయిలయ్యాడు. వాడి ముందున్న కూతురు డిగ్రీ పూర్తి చేసింది. కూతురు గురించి బెంగలేదు. పెళ్లి చేసి పంపేయవచ్చు. కొడుకు "భవిష్యత్తు ఏమిటా అని మధనపడేవాడు. ఎవరికి ఏ కష్టం వచ్చినా తాతా మనవళ్ళు వాలిపోయేవారు "నానా నువ్వు వాడ్ని చెడగొడుతున్నావ్?" అనేశాడు ఒకరోజు. "పాపం వాడినెందుకురా చదువుకోమని సతాయిస్తావు. నాతో తిప్పు. మంచి యోగ్యుడయినవాడిగా తయారుచేస్తాను" అనేవాడు. "ఏమిటీ . . . నీలా తద్దినపు బ్రాహ్మడిగానా ... ఎంత కాలం అలా కర్మకాండలు చేస్తావ్.. అగ్రహారంలో అందరూ శుభకార్యాలు చేసి బోలెడు డబ్బులు సంపాదిస్తుంటే, నువ్వు మాత్రం ఈ అపర కర్మల వెంటపడ్డావ్ . ఇలా పదకొండు రోజుల దినకర్మలు చేసే నిన్ను పెళ్ళిళ్ళకు ఎవరు పిలుస్తారు ..." అన్నాడొకసారి కోపంగా. ఓరేయ్, అందరూ శుభకార్యాలే చేయిస్తే మరి ఈ దినకర్మలు చేసే వారుండొద్దూ" అనేవాడు నాన్న నవ్వుతూ.. నాన్న తెచ్చే సంభావనలు, పుచ్చుకునే దానాలు అంటే తనకి అసహ్యంగా ఉండేది. "వాటిని ఇంట్లోకి తీసుకు రాకు. ఎవరికో ఇచ్చుకో" అనేవాడు. తమ ఎన్ని మాటలన్నా నవ్వుతూ తల ఊపేవాడు. ఒరేయ్, ఈ తద్దినపు బ్రాహ్మణుడే నిన్ను ఇంత వాడిని చేశాడు. ఇప్పుడు ఏరు దాటిన తర్వాత తెప్ప తగలేసిన చందంగా నా వృత్తిని ఎగతాళి చేస్తావా అని తండ్రి ఏనాడూ

అనేవాడు కాదు. అందులో వాస్తవం ఉన్నా మొత్తానికి కొడుకు డిగ్రీ అయిందనిపించాడు. ఆ తర్వాత "ఎమ్.బి.ఎ చేస్తాను అన్నాడొక రోజు. నీకెవడిస్తారా సీటు, డిగ్రీలో మార్కులు అంతంత మాత్రం. ఎం.బి.ఎ సీటు రావాలంటే అధమపక్షం లక్షరూపాయలైనా డొనేషన్ కట్టాలి. ఆ డబ్బులుంటే అక్క పెళ్ళికి ఉపయోగపడతాయి. అని తను అనగానే సరేలే నీ ఇష్టం" అంటూ వెళ్ళిపోయేడు. ఏదో స్వచ్ఛంద సంస్థలో ఉద్యోగంలో చేరేడు. చేసే పని ఎక్కువ. జీతం తక్కువ. పాడేరు, చింతపల్లి ఏరియాలో గిరిజన వికాస కేంద్రాల్లో శిక్షణా తరగతులు నిర్వహించేవాడు. తన ఖర్చులు సరిపోగా ఐదారు వేలు నెలయ్యేసరికి తనకిచ్చేవాడు. తన స్నేహితుల కొడుకులు ఇంజనీరింగ్ చదివి సాఫ్టవేరు ఇంజనీర్లుగా వేలకు వేలు సంపాదిస్తుంటే నా కొడుకు ఎందుకూ పనికిరాకుండా ఇలా ఏజెన్సీ ఏరియాలో పడ్డాడేమిటి అని తను బాధపడని రోజు లేదు. అలా పాడేరులో రెండేళ్ళు పనిచేసి "నాన్నా, నాకు మంచి అవకాశం వచ్చింది. దక్షిణాఫ్రికాలో మంచి జీతంతో " అన్నాడొకరోజు. "అంతదూరమా ...... అన్నాడొకసారి పైగా ఆఫ్రికా" అన్నాడు. తను అనుమానంగా " నా కిష్టమైన పని ... వెళతాను . . " అన్నాడు కొడుకు శంకరం. " పోనీలే వెళ్ళనీ. అందరూ అమెరికా వెళుతుంటే నా కొడుకు ఆఫ్రికా వెళుతున్నాడని ఆనందపడతాను" అని ఒప్పుకున్నాను. " వాడు వెళ్ళి మూడేళ్ళ యింది. నెలకి పాతికవేలు తక్కువకాకుండా పంపుతాడు. కూతురి పెళ్ళికి వాడు పంపిన డబ్బు బాగా ఉపయోగపడింది. ఇప్పుడు వాడికి ఏదో అవార్డు వచ్చింది. తను పనిచేసే సంస్థవారు సన్మానిస్తున్నారని తమ దంపతుల్ని ఇద్దరినీ తను పనిచేసే జోహెన్స్ బర్గ్ కు పిలిచాడు. తనే ఫ్లైటు టిక్కెట్లు పంపాడు. కొడుకు ప్రయోజకుడయ్యాడు. మనవడి ఉన్నతి చూడకుండానే తన తండ్రి స్వర్గస్తుడయ్యాడు. "ఈ సమయంలో ఆయన ఉంటే ఎంత బావుండునో" అనుకున్నాడు. ఇంతలో ఒకాయన " నమస్కారం అండీ. ఫ్లైట్ ఎక్కుతున్నట్టున్నారు. ఎక్కడికి" అన్నాడు. తెలిసిన ముఖం. గుర్తులేదు ... " మా అబ్బాయి దక్షిణాఫ్రికాలోని జోహేన్స్ బర్గ్ లో ఉద్యోగం చేస్తున్నాడు . ముంబయి వెళ్ళి అక్కడినుంచి వేరే ఫ్లైటు" అన్నాడు.

"నేను ముంబయికే, మా మనవడి బారసాల, అన్నట్టు మీ నాన్నగారు మాకు ఆస్థాన పురోహితులు. కర్మకాండాలు చాలా నిష్ఠగా జరిపేవారు. ఒక పదేళ్ళు మా ఇంట జరిగే ఆ కార్యాలకు ఆయననే పిలిచేవాళ్ళం. మంత్రం పఠిస్తే పక్క ఊరుకు వినిపించేది. అంత ధారణ శక్తి ఎవరికుంది. మహానుభావుడు అంటూ రెండు చేతులూ జోడించాడు. ఆయన మాటకు రామానుజం చుట్టూ చూశాడు. ఎవరైనా వింటున్నారేమోనని తనని కలిసిన ఎవరైనా అలా తండ్రిని పొగుడుతూ వుంటే తనకి ఆ పొగడ్త ఎప్పుడూ సంతోషం కలిగించదు. ఎందుకో సిగ్గుగా అనిపిస్తుంది.. తన వృత్తిధర్మాన్ని చక్కగా నిర్వహించి జనాల్లో ఇంకా బతికి వున్న తన తండ్రిని చూసి తను గర్వపడాలి గానీ ఎందుకు ఇలా తయారయ్యాడు? రామానుజం ఆలోచనలో ఉండగానే "ఏమండోయ్ ఎనౌన్స్ మెంట్ విన్నారా? ముంబయి ఫ్లైటు ల్యాండ్ అవుతోంది. ఎంతసేపు అలాదీర్ఘాలోచనలో ఉంటారు"? లేవండి . . . " అంది భార్య. చేతిలోని బ్యాగ్ భుజం మీదకు మార్చుకుని ముందుకు నడిచాడు. అదే మొదటిసారి ఫ్లైటు ఎక్కడం. ఇద్దరికీ కంగారుగా

అనిపించింది. గంటలో ముంబయి చేరుకున్నారు ఆ తర్వాత గంటకు వేరే ఫ్లైట్ ఎక్కారు పది గంటల ప్రయాణం తర్వాత వారి గమ్యస్థానమైన జోహేన్స్ బర్గ్ చేరుకున్నారు. కారులో కొడుకు ఎయిర్ పోర్టుకు వచ్చాడు. కొడుకు, కారుకొనే స్థాయికి ఎదిగినందుకు గర్వపడ్డాడు. సామాను వచ్చాక ఎయిర్ పోర్టు నుంచి బయలుదేరారు. రోడ్డు మెత్తగా, మృదువుగా ఉన్నాయి. ట్రాఫిక్ చాలా క్రమబద్ధంగా వుంది. కారు డ్రైవ్ చేస్తున్న కొడుకు జోహేన్స్ బర్గ్ గురించి మొదలు పెట్టాడు. జోహేన్స్ బర్గ్ దక్షిణాఫ్రికాలోని అతి పెద్ద నగరం. గాంధీగారు మన దేశంలో స్వాతంత్ర్యోద్యమం ప్రారంభించటానికి ముందే ఉద్యమం తొలి అడుగులు దక్షిణాఫ్రికాలో వేశారు. ప్రపంచంలోని 40 మెట్రోపాలిటన్ నగరాలలో ఇది ఒకటి ఇక్కడ బంగారం, వజ్రాల వ్యాపారం ఎక్కువ. అలాగే చెట్లూ ఎక్కువే... ప్రపంచంలో మనుషులతో తయారుచేయబడిన అత్యధిక అటవీ ప్రాంతం ఇక్కడే వుంది. దాదాపు కోటికి పైగా చెట్లున్నాయి. ఈ నగరంలో నల్ల జాతీయులు 73 శాతం ఉంటే, శ్వేత జాతీయులు 16 శాతం" కొడుకు చెబుతున్నదేదీ రామానుజానికి తలకెక్కడం లేదు .

ఆనందం, ఆశ్చర్యం కలగలిసిన భావనతో మనసు పరవళ్ళు తొక్కుతోంది. అతని దృష్టి అంతా రోడ్డుపక్కనున్న భవనాలు, హోటళ్ళ పైనే వుంది.ఇంతలో అతనికి ఒక బోర్డు కనిపించింది ఒక్కసారి ఒంట్లో ఏదో గగుర్పాటు ఐస్ క్రీమ్ పార్లరలను చూశాడు. బ్యూటీ పార్లర్లను చూశాడు మరి ఇవేమిటి?ఈ దేశంలో ఇలాంటివి ఉంటాయా అనుకున్నాడు. కొడుకుని అడుగుదామను కున్నాడు ఎందుకో మనసొప్పలేదు గంట ప్రయాణం తర్వాత కొడుకు ఉంటున్న కాలనీకి చేరుకున్నాడు. రెండువందలకు పైగా ఇళ్ళున్న ఆ కాలనీలో కొడుకుది టూ బెడ్రూమ్ ఉన్న ఇల్లు ముందు చిన్నగార్డెన్ చుట్టూ ఫెన్సింగ్ కారు పార్కింగ్ కు గ్యారేజ్ .దంపతులిద్దరికీ బడలికగా అనిపించింది .పన్నెండు గంటల విమాన ప్రయాణంలో వచ్చిన జెట్ లాగ్ వల్ల భోజనం కానిచ్చి వెంటనే నిద్రపోయారు. కొడుకు ఆఫీసుకు వెళ్ళిపోయాడు ఆ రోజు రామానుజానికి నిద్రపట్టలేదు .ఎప్పుడు తెల్ల వారుతుందా ఎంత తొందరగా కొడుకుకు జరిగే సన్మానం చూద్దామా అనే ఆలోచనలలోనే నిద్రపోయాడు .

ఉదయం లేచిన వెంటనే కొడుకు తయారవమని తొందర పెట్టాడు. దంపతలిద్దరు గబగబా తయారయ్యారు. రామనుజం తన బ్యాగ్లోంచి బట్టలు తీసుకుని వేసుకోబోతుంటే కొడుకు హ్యాంగర్కు తగిలించిన కోటు అందించాడు. రామానుజానికి ఆశ్చర్యం, ఆనందం."ఈ పంచెకట్టు తెలుగుపంతులికి ఎందుకురా ఈ సూటు, బూటు" అన్నాడు. భలేవాడివి నాన్నా, నేను సూటులో ఉంటాను. నిన్నూ అలా సూట్ చూసుకోవాలని నా ఆశ!" అన్నాడు శంకరం. రామానుజానికి కళ్ళంట నీలొచ్చాయి. కొడుకు చేతులను ఆప్యాయంగా స్పృశించాడు. తండ్రీ కొడుకులిద్దరూ సూట్లు ధరించేసరికి రామానుజం భార్య ఆనంద పడింది. శంకరం తనకు కొన్న పట్టుచీర కట్టుకుని తయారయ్యింది. అంతా బయలుదేరారు. రామానుజానికి చాలా ఉద్వేగంగా ఉంది. అరగంట ప్రయాణం తర్వాత కారు, పెద్ద గేటున్న ఆవరణలోనికి పోనిచ్చాడు శంకరం. గేటు ముందున్నబోర్డు చూసి గతుక్కుమన్నాడు రామానుజం. నిన్న ఎయిర్ పోర్టు నుంచి వస్తుంటే

కనిపించిన బోర్డు ఇలాంటిదే ఫ్యునరల్ పార్లర్ సర్వీసెస్ ప్రైవేట్ లిమిటెడ్. శరీరంలో నరనరాలు ఒక్కసారి కృంగినట్టనిపించాయి రామానునజానికి. కొడుకు పనిచేసేది ఫ్యునరల్ సర్వీసులోనా అంటే అంతిమ సంస్కారం తను ఏదైతే వద్దనుకున్నాడో అదే జరుగుతోందా? తాతబాటలో మనవడు ఇన్ని వేల మైళ్ళ దూరం ప్రయాణంచేసి, ఇంత దూరం వచ్చి, ఈ దేశంలో కొడుకు చేసే పని ఇదా!... రామానుజంలో దుఃఖం. మనసులో మూగరోదన. భార్యకు అర్ధంకాలేదు. కారు ముందుకు వెళుతోంది. కారు దిగిన కొడుకుకు, జెండాలతో స్వాగతం పలికారు ఆఫ్రికా చిన్నారులు. ఇదే మా కేంద్ర కార్యాలయం ఆఫ్రికా అంతా శాఖలున్నాయి. లోపల విశాలమైన గదిలో అందంగా నగిషీలు చెక్కిన పేటికలు, ఒకవైపు పువ్వుల రాశులు. మరోవైపు రంగు రంగుల కొవ్వొత్తులు. విషయం అర్థమైపోయింది రామానుజానికి. భార్యకు చెప్పేశాడు ఉండబట్టలేక హుషారుగా వున్న ఆమె ముఖం వెలవెలబోయింది. కొడుకు ఎవరెవరికో పరిచయం చేస్తున్నాడు."1893లో మా దక్షిణాఫ్రికాలో మాకోసం ప్రజా హక్కుల ఉద్యమాన్ని నడిపిన మహాత్ముడు పుట్టిన దేశం నుంచి వచ్చిన మీకు స్వాగతం" అంటూ రెండు చేతులు జోడించాడు ఒక వ్యక్తి. ఒకవైపు సంతోషం, మరోవైపు దుఃఖం, పెదాలు నవ్వుతున్నా కళ్ళు మాత్రం నీటి పొరతో నిండి పోయాయి. భార్య ఏదో సమాధానపడినా రామానుజం మనసు మనసులో లేదు. తల్లిదండ్రుల్లో హఠాత్తుగా మొదలైన మానసిక సంఘర్షణ గురించి శంకరానికి అర్థం కాలేదు .కొడుకు ఇద్దరినీ ఒక విశాలమైన ఆడిటోరియంలోకి తీసుకుని వెళ్ళి కూర్చొబెట్టాడు. పావుగంట తర్వాత మీటింగ్ మొదలయ్యింది. "మిస్టర్ శంకరం, మేనేజర్, ఆపరేషన్స్, ఫ్యునరల్ పార్లర్, జోహెన్స్ బర్గ్ వారికి మా హృదయ పూర్వక ఆహ్వానం!" అంటూ కొడుకును స్టేజీ మీదకు పిలిచారు. బలంగా, ఎత్తుగా ఉన్న ఒక ఆఫ్రికన్, శంకరాన్ని సాదరంగా చెయ్యి పట్టుకుని స్టేజీమీదకు తీసుకువెళ్ళాడు. సంగీతం వినిపిస్తున్న వాయిద్య కారులు గౌరవ సూచకంగా ట్రంపెట్లు మ్రోగించారు .శంకరాన్ని వేదికమీద వున్న కంపెనీ ఉన్నతాధికారుల మధ్య కూర్చోబెట్టారు. శంకరం పక్క కూర్చున్న వ్యక్తి ఒక శ్వేత జాతీయుడు. ఆయన వెంటనే నుంచుని మైకులో ఉపన్యాసం మొదలెట్టేడు.

"అందరికీ నమస్కారం. ఇక్కడకు మా కంపెనీ ఉద్యోగులే కాకుండా కొంత మంది స్నేహితులు, అతిథులు విచ్చేశారు. అందరికీ కృతజ్ఞతలు. మా పరిసర దేశాలైన సూడాన్, కెన్యా, కాంగో, ఉగాండాలలో ముందుగా ఫ్యునరల్ సర్వీసులు మొదలయ్యాయి. అయితే బహుశా ప్రపంచంలోని ఏ ఇతరదేశాలలోనూ ఈ రకమైన సంస్థ ఉంటుందని నేననుకోను. ఈ ఆఫ్రికాదేశంలోనే ఈ రకమైన ఫ్యునరల్ పార్లర్లను ఏర్పాటు చెయ్యడానికి ముఖ్యకారణం, ఇక్కడ అరవై ఏళ్ళు వయస్సు దాటినవారు ఆరు శాతం మంది మాత్రమే ఉన్నారు కనుక, మీరు అర్థం చేసుకోవచ్చు మరణాల శాతం ఎంత అధికంగా ఉందో. మొదట ప్రజల అవసరంగా ఏర్పడిన ఈ ఫ్యునరల్ పార్లరు. పల్లెటూళ్లు వలన ప్రాంతాలలో సేవలు అందించేందుకు కార్పొరేట్ స్థాయిలో మా సంస్థ విస్తరించింది అయితే వాణిజ్యపరంగా ఏర్పాటైన ఈ సంస్థకు మానవత్వపు పరిమళం

అద్దినవారు మిస్టర్ శంకర్" అనగానే సభ అంతా సంతోష్ కరతాళధ్వనులతో నిండిపోయింది. రామానుజం మనసూ ఆనందపరవశమైనా , ఎక్కడో , ఏదో బాధ.

ఆ శ్వేతజాతి అధికారి చెప్పడం పూర్తిచేసి "ఇంకా వివరంగా మా కంపెనీ జనరల్ మేనేజర్ మిస్టర్ మార్కోస్ మాట్లాడతాడు" అని చెప్పి కూర్చున్నాడు .మార్కోస్ చెప్పడం ప్రారంభించాడు.

"అందరికీ నమస్కారం...గాంధి పుట్టిన గడ్డమీద పుట్టిన ఈ శంకర్ ఆయనలాగే కరుణ, ప్రేమ మూర్తీభవించే మనిషి. మన ఆఫ్రికాలో ఎయిడ్స్ మహమ్మారి విజృంభించి ఎంతో మంది జీవితాలను నాశనం చేసింది. అలా ఎయిడ్స్ బారిన పడినవారిని మన సమాజమే కాదు వారి కుటుంబమూ వెలివేసింది. వారిని ఏ రోడ్డు మీద వదిలెయ్యడమో, కార్పొరేషన్ వాహనాలలో చెత్తతో పాటు తోసెయ్యడమో చేస్తున్నారు, అయితే శంకర్ మా సంస్థలో ప్రవేశించిన వెంటనే అనాథ పేతల్లా వదిలేయబడ్డవారికి అంతిమ సంస్కారాన్ని స్వయంగా నిర్వహిస్తున్నారు. మా సహచర ఆఫ్రికన్ ఉద్యోగులే తోటి నల్లజాతివ్యక్తి ఎయిడ్స్తో చనిపోతే ఏ డ్రెయినేజీలోనో ఆ శవాన్నితో సే పరిస్థితినుంచి ఈ శంకర్ కాపాడారు. మిగతా వారికి స్ఫూర్తిగా నిలిచారు. ఈయన మనకు ఆరాధ్యదైవం. అందుకే ఈ సన్మానం" అంటూ శంకర్ ని హత్తుకున్నాడు. ఆ వేదిక మీద ఉన్నవారంతా ఒక్కొక్కరే భారతీయ సాంప్రదాయం ప్రకారం శాలువా కప్పారు. రామానుజానికి ఏదో ట్రాన్స్లో ఉన్నట్టుగా అనిపించింది. భార్య పరిస్థితీ అదే. ఇంతలో కొడుకును మాట్లాడమన్నారు. శంకరం గొంతు విప్పాడు.

"మీరు చేసిన సన్మానానికి కృతజ్ఞతలు. మా తాతయ్య తరచూ నాకు ఒకమాట చెప్పేవారు మనం పుట్టినప్పుడు అంతా సంతోషిస్తారు. అంతా స్వాగతం పలుకుతారు. అలాగే పోయేటప్పుడు మన వీడ్కోలు అంత ఘనంగా జరగాలి అనేవాడు. చావు అనేది మానవజీవితానికి భగవంతుడు ఇచ్చిన అద్భుతమైన ముగింపుగా ఆధ్యాత్మికులు ప్రవచించారు. అయితే అంతిమ యాత్ర గురించి ఆలోచించడానికే అందరూ భయపడతారు. జీవితంలో ప్రతిపనికీ ప్రణాళిక వేస్తారు. దీనికి తప్ప. చావుని ఎవ్వరూ ఎదుర్కోలేరు. అయితే మనం ఈ ప్రపంచంనుంచి వీడ్కోలు తీసుకునేటప్పుడు ఆ యాత్ర ఎలా వుండాలో ఒక్కసారైనా ఊహించగలిగినా, ఆలోచించినా, ఎవరికీ చావు భయం పుట్టదు .సృష్టిలోని ప్రతిజీవికీ చావుభయం వెంటాడుతూనే ఉంటుంది. అయితే మరణ భయాన్ని జయించిన వ్యక్తిని ఏ భయమూ ఏమీ చెయ్యలేదు. అర్ధరహిత మృత్యు భయాన్ని జయించాలంటే మన అంతిమ యాత్రను గురించి ఆలోచించాలి. ఆ యాత్రను గురించి గొప్పగా ఊహించుకోవాలి. అలా ఆశావహ దృక్పథంలో మన జీవితం ముగిసేవరకు ప్రశాంతంగా జీవిస్తాం. శంకరం చెప్పడం ఆపగానే అందరూ లేచి నిలబడి హర్షధ్వానాలు చేశారు. రామానుజం, అతడి భార్య, ఇద్దరి కళ్ళు అశ్రుపూరితాలయ్యాయి. అంతవరకూ వారినే చూస్తున్న ఒక యాభయ్యేళ్ళ వ్యక్తి వారివంక తిరిగి "అయ్యా మీకు ఈ శంకరం ఏమవుతారు ?" అన్నాడు. "ఆ అబ్బాయి నా కొడుకు" అన్నాడు రామానుజం. అతను వెంటనే నేను ఈ జోహాన్స్ బర్గ్ లో ఇరవయ్యేళ్ళుగా ఉంటున్నాను. నా పేరు విష్ణు మూర్తి, ఇక్కడి యూనివర్సిటీలో వేదాంత శాస్త్రంలో ప్రొఫెసరని.

ఫిలాసఫీలో రెండు పోస్ట్ గ్రాడ్యుయేట్ డిగ్రీలున్నాయి. రెండు యూనివర్సిటీలలో పిహెచ్డీలు చేశాను. చాలామంది విద్యార్థులను గైడ్ చేస్తున్నాను. అయినా రోజూ పడుకోబోయే ముందు ఏవో గుబులు, మా అనంతపురంలోని నా బంధువులు గుర్తుకొస్తారు. ఎప్పుడు ఏమవుతానో అనే భయం. మీ కొడుకు - ఇప్పుడు చెప్పినట్లు అర్థరహిత మృత్యుభయం, అయితే ఈ క్షణం అదిపోయింది. మీ కొడుకు మాటలతో ఒక జీవిత సత్యం తెలిసింది. ఆ మాటలు నాలో బీజాక్షరాలుగా నాటుకున్నాయి. ఇక నాకు ఏ భయమూ లేదు. తుది వరకూ ఆనందంగా గడుపుతాను.

అతని మాటలు పూర్తికాకమునుపే వారి పక్కనే కూర్చున్న ఒక నల్లజాతి యువకుడు నిలబడి రెండు చేతులు జోడించి."అయ్యా! నేను పుట్టిన మరుక్షణమే నా తల్లి చనిపోయింది. మానాన్న నన్ను పెంచాడు. నాకు ఊహ తెలిసినప్పటి నుంచీ అన్నీ నాన్నే. అలాంటి నాన్నకు ఎయిడ్స్ వచ్చిందని దూరంగా ఉంచాను. చెట్టంత కొడుకు ఉన్నా అనాథలా ఆయనను అమెరికా మిషనరీలు నడిపే ఐసోలేషన్ క్యాంపులో ఉంచాను. ఆయన ఇప్పుడు చావుబతుకుల్లో ఉన్నాడు. మీ కొడుకు చేస్తున్న పనిగురించి నాకు తెలిసింది. జ్ఞానోదయం అయింది. వెంటనే నా తండ్రిని నా ఇంటికి తెచ్చుకుంటాను. ఆయన చనిపోయే వరకు సేవలు చేస్తాను". అంటూ కన్నీరు కారుస్తూ ఆ నల్లజాతి యువకుడు అక్కడినుంచి నిష్క్రమించాడు.

వెంటనే రామానుజం, భార్యతో "చూశావా, మన కొడుకు ఎంత మందికి స్ఫూర్తి కలిగించాడో, చదువు, సంధ్యలు లేవని తిట్టేవాళ్ళం. పాపం ఎమ్.బి.ఎ చదువుతాను నాన్నా అన్నా, మనం సహకరించలేదు. అయినా ఎంత ఎత్తుకు ఎదిగాడో!" అన్నాడు బాధగా. ఆ మాటలకు అంతక్రితం వారితో మాటలాడిన విష్ణుమూర్తి "చూడండి, నేను ఇందాకే మీకు మనవి చేసుకున్నాను, నేనెంత చదివానో! నన్నందరూ విద్వాన్ విష్ణుమూర్తి అంటారు. వేదాంతంలో పండిపోయాను. అయినా నాకు జ్ఞానం కలగలేదు. మనిషికి ఎంత విద్య వున్నా విద్వత్తు లేకపోతే రాణించలేడు. అయితే కేవలం డిగ్రీతో చదువు ఆపేసిన మీ కొడుకు ఏ వేదాంత శాస్త్రమూ ఉపదేశించలేని ఒక జీవిత సత్యాన్ని నాకు తెలియజెప్పేడు. మీ అబ్బాయి బతుకు పుస్తకాన్ని ఔపోసన పట్టాడు. ఎందరికో ఆదర్శంగా నిలుస్తున్నాడు. ఇప్పుడు విద్వాంసుడెవరు? అతడా నేనా ? అందుకే అతడి కాళ్ళకు నమస్కరిద్దామనుకున్నాను, అయితే చిన్న వాడు కాబట్టి దీవిస్తున్నాను. అతడిని కన్న తల్లిదండ్రులైన మీకు పాదాభివందనం" అంటూ రామానుజం దంపతులకు అతను నమస్కరించాడు.

రామానుజం ఇక ఆగలేకపోయాడు. తన కన్నీటిని ఆపలేకపోయాడు. పరుగెత్తుకుంటూ వెళ్ళి వేదికమీదున్న కొడుకును హత్తుకున్నాడు. ఆ సమయంలో అతడికి అపర కర్మలు నిర్వహించి అందరిచేతా కీర్తించ బడ్డ తండ్రి గుర్తుకొచ్చాడు ....

★★★★★★★★

2012స్వాతి సూక్తి సూక్తి కథల పోటీ లో 9999రూ... బహుమతి పొందిన కథ.

ఆకాశంలో రెండు తారకలు

"చావు ఎలా ఉండాలంటే మనిషిని సమాధి చేస్తున్నపుడు ఆ పార్థివ శరీరాన్ని చూసి కాటికాపరి కళ్ళు చెమర్చాలి!"-ఈ మాటలన్నది ఎవరు మార్క్ ట్వైనా! ఎవరైతేనేం. ఈ మాటల్ని గోపాలపురం క్రైస్తవ శ్మశాన వాటికలో కాటికాపరి ఓబులేసు నిజం చేసాడు. నిర్జీవంగా ఉన్న రామానుజం మృత దేహాన్ని చూసి ఓబులేసు గుండె పగిలేలా ఏడ్చాడు. ముప్పై ఏళ్ళుగా అతని కాటికాపరి ఉద్యోగం. నిమిత్త మాత్రుడిలా తన పని తాను చేసుకుపోతాడు. ఏ చావు అతడిలో కదలిక కలిగించదు. ఏ ఒక్కరు మృత్యువాత పడిన అతడిలోంచి కంటి చుక్కబైటకు రాదు. మరి రామానుజాన్ని చూసి ఎందు ఏడ్చినట్టు? ఆగష్టు నెల 13వ తారీకు 2010 వ సంవత్సరం, సరిగ్గా ఉదయం ఐదు గంటలకు గోపాలపురం చర్చిలో అర్థాంతరంగా గంటలు మోగాయి సరిగ్గా అరవయ్యారు. ఆ వయసులో చనిపోయింది ఎవరో? అనే మీమాంశలో అందరూ ఉండగానే టముకు వినిపించింది. "గోపాలపురం గ్రామ కాపరస్తుడు రామానుజం చనిపోయినందున అతని సంఘుస్తులంతా క్రైస్తవ శ్మశాన వాటికకు సరిగ్గా మధ్యాహ్నం పన్నెండు గంటలకల్లా హాజరు కావాలి చాటింపు వార్తతో అంతా శ్మశాన వాటికకు చేరుకున్నారు. రామానుజం శవాన్ని చూసి ఏడుస్తున్న ఓబులేశు అందరికీ ప్రశ్నార్థకంగా మిగిలాడు. అతని ఏడుపు వారందరినీ కదిలించింది. కడసారి చూడడానికి వచ్చిన హితుల బంధువుల, అందరి కళ్ళూ చెమర్చాయి. కొందరు బలవంతంగా ఏడు ఆపుకున్నారు. శ్మశాన వాటిక పరిసరాలు, చెట్లు, ఇళ్ళు, పంటచేలు సమస్తం శోకసముద్రంలో మునిగినట్టయ్యాయి. ఇంతలో ఆకాశమూ వర్షించింది శోకాన్ని ఆపుకోలేక చిన్న చిన్న చినుకలతో వర్షం. క్రమేపీ కుంభవృష్టి. అయిన అక్కడ నుండి ఎవరూ కదలలేదు. రామానుజం కర్మకాండ పూర్తయ్యేవరకు శిశువు పుట్టినపుడు ఏడుస్తాడు. తల్లితండ్రులు, బంధువులు ఆనంద పడతారు. మరిపోయినపుడు? అందరూ దుఃఖించి పోయిన వ్యక్తి ఆనంద పడాలి, బహుశా రామానుజం ఆత్మ ఆనందపడు తుందేమో! తన కోరిక నెరవేరినందుకు, మరణం తర్వాత తన ప్రాణమిత్రుడిని విడిచి పెట్టనందుకు!

ఆ సమయంలో అక్కడున్న వృద్ధులు, రామానుజం పయసు వాళ్ళు. ఒక్కసారి గతంలోకి వెళ్ళారు. దాదాపు అరవయ్యేళ్ళు వెనక్కి..అరవైయ్యేళ్ళ క్రితం గోపాలపురం ఊళ్ళోకి బస్సులోచ్చేవి కాదు. ఆ ఊరికి రోడ్డులేదు. చుట్టూ పంట పొలాలు,మధ్యలో ఐదొందల ఇళ్ళున్న ఊరు. మళ్ళీ ఆ ఊళ్ళో ఐదు వీధులు. అగ్రహారం, రాజులవీధి, షావుకార్ల కూడలి, గొల్ల పేట, ఆ తర్వాత దళితవాడ పిల్లలు చదువుకోవాలంటే నడుచుకుంటూ ఐదు కిలోమీటర్లు దూరంలో ఉన్న రామాపురం వెళ్ళాలి. ఆరోజు కొత్తగా బళ్ళు తెరిచారు. అప్పట్లో ఎల్ కెజీలు, యూకేజీలు లేవు. ఏకంగా ఒకటో క్లాసులోకే ప్రవేశం. అగ్రహారం నుంచి ఆరేళ్ళ రామానుజం తలనిండా నూనె రాసుకుని ఉతికిన

బట్టలేసుకుని నుదుటి మీద అరకాసంత బొట్టుతో భుజాన పుస్తకాల సంచితో స్కూల్లో చేరడానికి బయలుదేరాడు. అదే సమయంలో దళిత వాడనుంచి అంతే వయసున్న అబ్రహామ్ అతడికి ఎదురుపడ్డాడు. అబ్రహామ్ జుట్టుకి తైల సంస్కారం లేదు. చిరిగిన చొక్కా, జారిపోతున్న నిక్కరు, చంకలో పలక, ఆ తాటాకుల స్కూలు దగ్గర ఆ ఇద్దరూ అప్పుడు! "ఒరే, ఒరే" అనుకుంటూ రెండు చేతులూ పట్టుకుని స్కూల్లోకి ప్రవేశించారు. ఒకటో తరగతి గది. పక్కపక్కనే కూర్చుని కబుర్లు చెప్పుకుంటున్న ఆ ఇద్దర్నీ చూసిన మేష్టారి ముఖంలో ఏదో మార్పు. అబ్రహామ్ వైపు చూసి "ఒరేయ్ ఎక్కడ నుంచొచ్చావురా?"అన్నాడు."మాది దళితవాడ అండీ!" అన్నాడు అబ్రహామ్ వినయంగా. "మరి వాడిపక్కన కూర్చున్నావేమిరా?" అంటూ ఆయన కోప్పడాడు ఆయన మాటలకు దూరంగా జరిగిన అబ్రహాంకు మరింత దగ్గరగా జరిగేడు రామానుజం. "ఒరేయ్!బుద్ధిలేదురా?" అంటూ బెత్తం చూపించారాయన రామానుజం వైపు. రామానుజానికి కోపం వచ్చింది. అయినా, విధిలేక దూరంగా జరిగాడు. తన మిత్రుడిని వేరుగా కూర్చోబెట్టినందుకు రామానుజానికి ఆ చిన్నతనంలోనే ఆ మేష్టారంటే అసహ్యం వేసింది. క్లాసుమొదలయ్యింది. టీచరు చెప్పాడు. "ఒరేయ్ అందరూ రోజూ శుభ్రంగా తలకు నూనె రాసుకురావాలి. ముఖ్యంగా నువ్వు," అంటు అబ్రహామ్ వైపు చూసి, "నీ జుట్టు పిచ్చిక గూడులా ఉందిరా, నూనె రాసుకుని, చక్కగా తలదువ్వుకుని రాకపోతే స్కూల్లోకి రానివ్వను." అన్నాడాయన స్కూలయిపోయింది. ఇద్దరూ బైట కొచ్చారు."ఒరేయ్ రేపు నూనెరాసుకురా!" అన్నాడు రామానుజం,"నీ కెవరు రాస్తారురా?" అన్నాడు అబ్రహామ్. "మా అమ్మ" అన్నాడు రామానుజం, " నాకు అమ్మలేదుగా" అంటూ దిగులుగా చెప్పాడు అబ్రహామ్. "పాపం! ఏమయ్యిందిరా మీ అమ్మ?" అన్నాడు రామానుజం."నేను పుట్టగానే చనిపోయిందట, అందుకే నాన్నకు నేనంటే కోపం. నన్ను పొలం పనిలో పెడదామనుకున్నాడు. నేను చదువుకుంటానని ఏడిస్తే పంపించాడు". అన్నాడు అబ్రహామ్. "చదువుకోరా, నీకేం, మొదటిరోజే అ, ఆలు గుణింతాలు చకచక రాసేసావుగా" అన్నాడు రామానుజం హుషారుగా మరి రేపు నూనె రాసుకురావటం ఎలా రా?" అన్నాడు అబ్రహామ్ మరింత దిగులుపడుతూ. రామానుజం క్షణంసేపు ఆలోచనలో పడ్డాడు. "సరే నేను పట్టు కొస్తానులే" అన్నాడు ఊళ్ళోకి వచ్చిన తర్వాత ఆ ఇద్దరి దారులూ వేరయ్యాయి, రామానుజం అగ్రహారం వైపు అడుగులు వేస్తే, అబ్రహామ్ దళిత వాడ వైపు పరుగెట్టాడు. తరువాతి రోజు జిడ్డు కారుతూ రామానుజం స్కూల్లో ప్రత్యక్షమయ్యాడు. అబ్రహామ్ జుట్టుకు సరిపడా నూనె రాసుకొచ్చాడు. రోజూ ఇదే తంతు! స్కూల్లో ఇద్దరినీ వేరు వేరుగా కూర్చోబెట్టినా ఒకే ఆత్మ దేహంగా బతికారు. రోజులు గడిచాయి, నెలలయ్యాయి. అబ్రహామ్ చదువులో చురుకుగా ఉండేవాడు. రామానుజం తండ్రి పౌరహిత్యం చేసేవాడు. తండ్రికి సాయంగా పెళ్ళిళ్ళకూ, ఇతర వేడుకులకు హాజరవ్వడంతో అతడికి చదివేందుకు తీరిక ఉండేది కాదు. అబ్రహామ్ తను చదివింది అతడికి అప్పచెప్పేసేవాడు. రామానుజం రోజూ అతడికి గుళ్ళోనుంచి పులిహోర ప్రసాదం తెచ్చేవాడు. అబ్రహామ్ పొలం నుంచి ఏరుకొచ్చిన వేరుశనక్కాయలు, తేగలు రామానుజానికి ఇచ్చేవాడు. ఒకరోజు మాస్టారు ఏదో పాఠం రాసుకురమ్మన్నారు. తండ్రితో ఎవరిదో పెళ్ళికి వెళ్ళిన

రామానుజం ఆ పాఠం రాసుకురాలేదు. రామానుజాన్ని మాష్టారు బెత్తంతో గట్టిగాకొట్టారు. అబ్రహామూ తనని కొట్టమని చెయ్యి అందించాడు. మాష్టారు బెత్తంతో అతడినీ గట్టిగా కొట్టారు. ఆ తర్వాత అబ్రహాం పుస్తకం చూసిన మాష్టారి ముఖంలో ఆశ్చర్యం. “ఏరా రాయలేదని చెప్పి అనవసరంగా దెబ్బలు తిన్నావ్? చక్కగా రాసావుకదా!” అంటూ అతడి వంక జాలిగా చూసాడు. స్నేహితుడితో పాటు తానూ దెబ్బలు తినాలి. అదే తను చెయ్యాల్సింది అనుకున్న అబ్రహాం అంతరంగం మాష్టారుకు అర్థమయింది. స్నేహితులిద్దరినీ వేరువేరుగా కూర్చోబెట్టినందుకు బాధపడ్డారు. ఆ రోజునుంచి ఇద్దరిని పక్క పక్కనే కూర్చోబెట్టారు. ఐదో తరగతి అయిన తర్వాత ఇద్దరూ తమ ఊరికి దగ్గరలోని టౌనులో హైస్కూల్లో జాయినయ్యారు. రామానుజం తండ్రి అతడు స్కూల్ ఫైనల్లో ప్రవేశించిన రెండు నెలలకే గుండెనొప్పి వచ్చి ఆస్పత్రికి తీసుకెళ్ళక మునుపే చనిపోయారు. అంతే చదువుకు స్వస్తి చెప్పాడు. తనమీద ఆధారపడిన ఇద్దరు చెల్లెళ్ళు, తమ్ముళ్ళకోసం అతడు తండ్రి నుంచి సంక్రమించిన పౌరోహిత్యం వృత్తిగా స్వీకరించాడు. మిత్రుడు, చదువు మాని నందుకు అబ్రహామ్ బాధపడ్డాడు. రామానుజం నవ్వుతూ,“నీకన్నా నాకు ముందే ఉద్యోగం వచ్చిందిరా అయినా నీ చదువుకు ఆటంకం రానివ్వకు, డబ్బులు అవసరమైతే సర్దేందుకు నేనున్నాను కదా !”అన్నాడు.

అబ్రహామ్ స్కూల్ ఫైనల్ పరీక్ష ఫస్ట్ క్లాసులో పాసయ్యాడు. ఆ తర్వాత పి యు సి లో చేరాడు. అది పాసయిన తర్వాత యూనివర్సిటీలో బియ్యే ఆనర్స్ లో సీటు రావడంతో వైజాగు వెళ్ళిపోయాడు. అబ్రహామ్ ఆ ఊరు విడిచి పెట్టినా తరచుగా ఇద్దరి మధ్యా ఉత్తరాలు నడిచేవి. రామానుజం అప్పుడపుడు తనకున్నదాంట్లోనే కొంత డబ్బు అబ్రహాం చదువునిమిత్తం పంపేవాడు. బియ్యే ఆనర్స్ ఫస్ట్ క్లాసులో పాసయిన అబ్రహమ్ కు వైజాగ్ లోనే లెక్చరర్ గా ఉద్యోగం వచ్చింది. ఉద్యోగం చేస్తూనే సివిల్ సర్వీసు పరీక్షలకు తయారయ్యాడు. రామానుజం పౌరోహిత్యంలోనే స్థిరపడిపోయాడు – అబ్రహామ్ సివిల్ సర్వీసు పరీక్ష రాసే రోజున రామానుజం అతడి పేరున ఆలయంలో అర్చన చేయించాడు. అబ్రహామ్ సివిల్ సర్వీసు పరీక్షల్లో విజేతగా నిలబడ్డాడు. రామానుజం ఆనందానికి అవధులు లేవు, గుడిలో మెట్టుకో కొబ్బరికాయ కొట్టాడు. ఊళ్ళో అందరికీ ప్రసాదం పంచాడు, అబ్రహామ్ కు మధ్యప్రదేశ్ కేడర్లో ఐఏఎస్ అధికారిగా పోస్టింగ్ వచ్చింది, అబ్రహామ్ ఐఏయస్ అయినా, రామానుజం పురోహితుడైనా ఇద్దరి స్నేహంలో మార్పులేదు. సెలవులకు అబ్రహామ్ ఆ ఊరు వచ్చేసేవాడు. ఇద్దరూ రామానుజానికున్న టూవీలర్ మీద తిరిగేవారు. గోదారొడ్డున కూర్చుని గంటల తరబడి కబుర్లు చెప్పుకునేవారు. మధ్య మధ్యలో అబ్రహాం పాత హిందీ పాటలు పాడితే, రామానుజం హరిశ్చంద్ర నాటకంలో పద్యాలు అందుకునేవాడు. ఆ జిల్లాకు చెందిన ఒక తాసిల్దారుగారి అమ్మాయితో అబ్రహామ్ కు పెళ్ళి కుదిరింది. పెళ్ళి చూపులకు రామానుజాన్ని తోడుగా తీసుకువెళ్ళాడు. అబ్రహాం కోసం పంచెకట్టు మాని పేంటు వేసుకున్నాడు రామానుజం. అబ్రహామ్ పెళ్ళి తన ఇంట్లో వేడుకలా తనే స్వయంగా పెళ్ళి ఏర్పాట్లు చేసాడు రామానజం. పెళ్ళయిన తరువాత అబ్రహామ్ తన భార్య ఏంజలీనాతో తనకు పోస్టింగ్ వచ్చిన రాయపూర్ వెళ్ళిపోయాడు. చెల్లెళ్ళ పెళ్ళి, తమ్ముళ్ళ చదువుతో

రామానుజం తన పెళ్ళి సంగతి మరచిపోయాడు. అబ్రహామ్ చాలాసార్లు ఆ విషయం కదిపినా "ఆ ఊసెత్త వద్దు అనేవాడు. అలా రామానుజం బ్రహ్మచారిగా మిగిలిపోయాడు. చాలా వసంతాలు గడిచాయి. అబ్రహామ్ మధ్యప్రదేశ్ ప్రభుత్వంలో వివిధ హోదాలలో పనిచేసి పదవీ విరమణ నాటికి ప్రత్యేక కార్యదర్శి అయ్యాడు. అతడి పిల్లలంతా పెళ్ళిళ్ళయి అమెరికాలో స్థిరపడ్డారు. అబ్రహాం, రిటైరైన తరువాత కూడా చాలా అవకాశాలొచ్చాయి అయిన భార్యతో తన స్వగ్రామమైన గోపాలపురం వచ్చేసాడు, తన అరవై ఒకటో సంవత్సరం వయసులో, ఇక మిత్రుల ఆనందానికి అవధులు లేవు. మార్నింగ్ వాక్ తో ప్రారంభమై రాత్రి పడుకోబోయే వరకూ ఒకరిని ఒకరు విడిచి ఉండేవారు కాదు అబ్రహామ్ భార్య ఏంజెలీనా సరదాగా అనేది, "ఆ రామానుజాన్ని కట్టుకోపోయారా, పైగా బ్రహ్మచారి అని.

రిటైరయిన సంవత్సరం తర్వాత అబ్రహామ్ భార్యతో అమెరికా వెళ్ళాడు. పిల్లల దగ్గరకని. ఆ రెండు నెలలు, రామానుజానికి పిచ్చెక్కి నట్టుఅయ్యింది. రోజూ రాత్రి ఫోను చేసేవాడు. తర్వాతి సంవత్సరం రామానుజాన్ని తనతో పాటు అమెరికా తీసుకువెళ్ళాడు అబ్రహామ్. అబ్రహామ్ పిల్లలు, రామానుజాని అమెరికాలోని ముఖ్యప్రదేశాలన్నీ చూపించారు. నెలరోజుల తర్వాత వచ్చేసాడు రామానుజం వాళ్ళతో కలిసి. అబ్రహాం అరవై అయిదవ పుట్టినరోజు నాడు దేవాలయంలో అతని పేర అర్చన చేయించాడు రామానుజం. ఇద్దరూ కలిసి అబ్రహామ్ కారులో ఊరంతా తిరిగారు. అబ్రహామ్ "ఇంట్లోనే రామానుజానికి భోజనం. అబ్రహం భార్య ఏంజెలీనా అతడికి కొసరి వడ్డించింది. ఆ రోజు చాలా రాత్రివరకు ఇద్దరూ మాట్లాడుకున్నారు. అలా మాట్లాడుకుంటూనే రామానుజం అబ్రహామ్ ఇంట్లోనే నిద్రపోయాడు ఉదయం ఏంజెలీనా మిత్రులిద్దరికీ టీ తీసుకు వచ్చింది. అబ్రహామ్ కన్నా ముందే లేచిన రామానుజం ఇంటికి బయల దేరుతున్నాడు. అయితే, ఏంజిలినా ఎంత సేపు లేపినా అబ్రహామ్ లేవలేదు. వెంటనే రామానుజం డాక్టరు దగ్గరకు పరిగెత్తాడు. డాక్టరొచ్చి చెప్పాడు,నిద్దట్లోనే,చనిపోయాడని, రామానుజం ఏడ్చిన ఏడ్పులు ఊరంతా ప్రతిధ్వనించాయి. అమెరికా నుంచి అబ్రహామ్ పిల్లలొచ్చిన తర్వాత ఆ ఊళ్ళోని క్రైస్తవ శ్మశాన వాటికలో అబ్రహామ్ శరీరాన్ని ఖననం చేసారు. నెలరోజుల తర్వాత, ఏంజిలీ నాను తీసుకుని అబ్రహామ్ పిల్లలు అమెరికా వెళ్ళిపోయారు. రామానుజం పౌరోహిత్యం మానేశాడు. వారాల తరబడి గెడ్డం గీసుకోకుండా గడిపేవాడు. చెల్లెళ్ళు వచ్చి కళ్ళనీళ్ళు పెట్టుకునేవారు. తమ్ముళ్ళు తమ ఇంటికి రమ్మని బ్రతిమాలేవారు. ఎవరేం చెప్పినా నిర్వికారంగా ఉండే వాడు. రోజూ అబ్రహామ్ సమాధి దగ్గరకు వెళ్ళి కూర్చునేవాడు. ఒకరోజు ఉన్నట్టుండి అగ్రహారంలో కలకలం చెలరేగింది. అంతా నివ్వెరపోయారు. రామానుజానికి పిచ్చిపట్టింది అనుకున్నారు. అసలు ఏం జరిగిందంటే ? అబ్రహామ్ చనిపోయిన రెండు నెలల తర్వాత సమాధుల పండగ. క్రైస్తవ శ్మశాన వాటిక ఆ రోజు రాత్రంతా కొవ్వొత్తుల వెలుగుతోనిండిపోయింది ఎంజలీనా, పిల్లల్ని తీసుకుని అమెరికా నుంచి వచ్చింది. అబ్రహామ్ సమాధి మీద పుష్పగుచ్చాలు, పూలదండలు పరిచారు. కొవ్వొత్తులు వెలిగించారు. అర్థరాత్రి నుంచి ప్రొద్దు పొడిచేవరకూ రామానుజం, అబ్రహామ్ సమాధి దగ్గరే ఉండిపోయాడు. ఆ శ్మశానవాటిక కాటికాపరి ఓబులేశు అప్పుడే

పరిచయమయ్యాడు. ఓబులేశును ఆ ఉదయమే అడిగాడు తనలో మెదిలే ప్రశ్నను - దానికి అతగాడు ముందు ఆశ్చర్యపోయాడు. ఆ తర్వాత రామానుజాన్ని అదోలా చూసాడు. అయినా, రామానుజం మళ్ళీ మళ్ళీ అడిగాడు." ఎలా కుదురుతుంది పంతులుగారూ?" అబ్రహామ్ సార్ క్రిష్టియన్, మీరు పంతులు గారు!" అన్నాడు ఓబులేశు. వేరే మార్గం లేదా?" అన్నాడు రామానుజం, అతడితో ప్రాధేయ పూర్వకంగా.

అలా చేస్తే కుదురుతుందేమో ! అన్నాడు ఓబులేశు. అలా చక్రావధానుల రామానుజం అనే గోపాలపుర వాస్తవ్యుడు ఆ ఊరిలోని చర్చిలో ఫాదర్ గార్ చేతుల మీదుగా క్రైస్తవ మతం పుచ్చుకున్నాడు. తెల్లవారక ముందే లేచి అష్టోత్తరం చదువుకుని, గోదాట్లో మూడు మునకలు వేసి గుళ్లోకి వచ్చి నుదుటి మీద నామాలు దిద్దుకుని, నిష్ఠగా, భక్తిగా తన వృత్తి ధర్మం నిర్వర్తించే రామానుజం క్రైస్తవుడయ్యాడు, కేవలం తన ప్రాణమిత్రుడికోసం! అతడి పక్కనే శ్మశానంలో తనూ చోటు సంపాదించుకుందామని అగ్రహారంలో రామానుజం గోత్రీకులంతా పెదవి విరిచారు. ఇతగాడికి ఇదేం పిచ్చి అనుకున్నారంతా! వారానికోసారి శ్మశాన వాటికకు వెళ్ళి, "నా కోరిక తీరుతుంది కదా!" ఇబ్బంది లేదు మీరు మతం పుచ్చుకున్నారు కదా బాబు." అని ఓబులేశు చెప్పేసరికి సంతృప్తిగా వెనుతిరిగేవాడు రామానుజం.

రోజులు, వారాలు, నెలలూ, సంవత్సరాలు గడిచాయి. మూడేళ్ళ తర్వాత ఒకరోజు, ఇంకా పూర్తిగా తెల్లవారలేదు. రామానుజం గుండెల్లో ఏదో అలజడి. అలసటగా అనిపించింది. ఊపిరి పీల్చుకోలేక పోయాడు. పక్కింట్లో వాళ్ళని నిద్రలేపాడు. తమ్ముళ్ళు, చెల్లెళ్ళు రాకమునుపే అతడిని ఆసుపత్రికి తీసుకెళ్ళారు. పరీక్ష చేసిన డాక్టర్లు ఐ సి.యూ లో ఉంచారు. గంట తర్వాత తమ్ముళ్ళు, చెల్లెళ్ళు వచ్చారు" నా పని అయిపోయింది, నా ఆఖరి కోర్కె తీర్చండి" అన్నాడు. "కంగారుపడకు, సమయానికి ఆసుపత్రికి చేర్చారు కదా ఫరవాలేదు. తగ్గిపోతుంది." అన్నారందరూ. అయితే ఆ సాయంత్రమే మరోసారి స్ట్రోక్ వచ్చి, రామానుజం తనువు చాలించాడు శ్మశానవాటికలో రామానుజం నిర్జీవ దేహాన్ని చూసిన కాటికాపరి ఓబులేశు ఒక్కసారిగా ఏడ్చాడు. నా మిత్రుడి పక్కనే నన్ను పడుకోబెడతావ్ కదా అని రామానుజం చెవిలో గుసగుసగా చెప్పినట్లనిపించి అతను మరింత ఏడ్చాడు. స్నేహంలో ఇంత గొప్పదనం ఉందా అనుకున్నాడతడు కర్మకాండ పూర్తయి అందరూ వెళ్ళిపోయినా కాటికాపరి ఓబులేశు హృదయం మూగగా రోదిస్తూనే ఉంది. ఆ రోజు రాత్రి చంద్రుడు మరింత శోభాయమానంగా కనిపించాడు. ఆకాశం మరింత తేటగా కనిపించింది. మరువలేని స్నేహచరితకు గుర్తుగా నిలిచిన ఆ మిత్రుల దేహాలు పక్కపక్కనే సమాధిచేయబడినాయి. వారి సమాధి స్థలం పైన, ఆకాశంలో జాబిల్లి పక్కన రెండు నక్షత్రాలు ఒకరి గుండె గదిలో మరొకరు కొలువైవున్న ఆ స్నేహితులు ఆకాశంలో తారలు కావడంలో ఆశ్చర్యం ఏం ఉంది ?

★★★★★★★

రచన కౌముది కథల పోటీ లో బహుమతి పొంది కౌముది సెప్టెంబర్ 2011లో ప్రచురితమైన కథ

జీవిత పరమార్థం!

ఫ్లైటు దిగాను. మనసులో తెలీని కొత్త ఉత్సాహం. పదిహేనేళ్ళ తర్వాత వస్తున్నాను నా జన్మభూమికి. పదిహేనేళ్ళ వయసులో ఇండియా విడిచిపెట్టాను. నన్ను వదిలి అమ్మ, నాన్నలు మాత్రం వచ్చేవారు. ఎందుకో ఈ పది హేనేళ్ళలో నాకు ఒక్కసారి రావాలనిపించలేదు. అమ్మ, నాన్నలు నేను పెరిగిన ఈ ఊరును మరచిపోయేట్టు చేసారు. వీడియోగేమ్స్, స్విమ్మింగ్, విహారయాత్రలు. ఇలా నిరంతరం నన్ను ఆనందంలో ముంచెత్తుతూ మా ఊరుని మరిపించేరు. కారణం నేను అమెరికా రాననీ ఇక్కడే ఉంటానని మొండికేసాను. తాతయ్యతో పొలం వెళ్ళడం, చెట్లెక్కడం, ఊరిచెరువులో ఈత కొట్టడం, స్నేహితులతో సైకిలు వేసుకుని అర్ధరాత్రిళ్ళు సినిమాకు వెళ్ళడం. ఇలా మా ఊళ్ళో గడిపినవన్నీ అద్భుతమైన జ్ఞాపకాలు. అమ్మనాన్నలిద్దరూ అమెరికాలో ఉద్యోగస్తులు కావడంతో వారు స్థిరపడే వరకూ నన్ను మా ఊళ్ళోనే ఉంచారు, నానమ్మ తాతయ్యల సంరక్షణలో. ఇప్పుడు రావడానికి ముఖ్య కారణం నానమ్మను తీసుకు వచ్చెయ్యాలి. ఆమెను ఒంటరిగా ఉంచడం నాన్నకు కష్టంగా ఉంది. సంవత్సరం క్రితం తాతయ్య పోయినప్పటినుంచీ నాన్న మరీ బెంగ పడుతున్నాడు నాన్నమ్మకోసం. ఆరోజు తాతయ్య చనిపోయినప్పుడు నాన్న వెంటనే రాలేకపోయారు. మూడురోజులు పట్టింది. తాతయ్య పార్థివశరీరాన్ని ఫ్రీజర్లో ఉంచారు. అలాంటి పరిస్థితి మరోసారి రాకూడదను కుంటున్నారు నాన్న, నానమ్మ విషయంలో. అందుకే నానమ్మను తీసుకొచ్చేయ్యాలి-ఆలోచనల్లోంచి బైటకొచ్చి బేగేజి పాయింట్ దగ్గర నా లగేజి తీసుకుని ట్రాలీలో వేసుకుని బైటపడ్డాను. పికప్ పాయింట్ దగ్గర నేను బుక్ చేసుకున్న టాక్సీ ఎయిర్ పోర్టు బైటనే ఉంది. రాజమండ్రి నుంచి మా ఊర్లోకి వెళ్ళాలంటే 2 గంటలు ప్రయాణం. పదహారు గంటల ప్రయాణబడలికతో కళ్ళు మత్తుగా ఉన్నాయి క్యాబిలో సామాను వేసి, కళ్ళు మూసుకుని కార్లో వెనక్కి నడుం వాల్చాను.

మా ఊళ్ళో నేను గడిపిన రోజులు గుర్తుకు వస్తున్నాయి. తాతయ్య బ్రాంచి పోస్టు మాస్టరుగా పనిచేసేవాడు. దానితో పాటూ కొద్దిగా పొలం ఉంది. దాన్ని తనే స్వయంగా సాగు చేసేవాడు. ఆయన ఇల్లే ఒక పోస్టాఫీస్. ఉత్తరాలు కొనడానికి వచ్చేవాళ్ళంతా నానమ్మతోనే ఉత్తరాలు రాయించు కునేవారు. ఆమె అక్షరాలు, ముత్యాల్లా ఉండేవి. "ఉభయకుశలోపరి" అంటూ ఉత్తరం మొదలుపెట్టేది. ఊళ్ళోని కొంతమందికి, తన పిల్లలనుంచి నెలనెలా మనీ ఆర్డర్లు వచ్చేవి. అవి ఆలస్యం అయితే తాతయ్య సర్దేవారు అవి రాగానే తిరిగి ఇచ్చేసేవారు. ఈ రోజుల్లో ఇలాంటి

వారున్నారా, అనిపిస్తుంది. "సార్ . . . మీ ఊరు వచ్చేసాం" అని చెప్పేవరకూ సగం నిద్ర . . . సగం ఆలోచనలతో గడిపాను. కారు అద్దం తలుపు తీసాను. ఊరు మారిపోయింది. నానమ్మ ఇల్లు ఎలా గుర్తుపట్టడం?! వెంటనే బుర్రలో వెలిగింది . " పోస్టుమాస్టర్ గారి ఇల్లు " అంటే చెప్పేస్తారని నాన్న చెప్పిన మాటలు గుర్తుకు వచ్చాయి. పక్క నుంచి సైకిలు మీద వెళ్ళిపోతున్న ఒక వ్యక్తిని అడిగాను . వెంటనే చెప్పేసాడు. అతనితో పాటు ఆ దారినే వెళ్ళిపోతున్న మరో ఇద్దరు నేను అడగకుండానే చెప్పేసారు. "అయ్ బాబోయ్, తాతయ్యకు ఇంత ఫాలోయింగా?!" అనుకున్నాను. పావుగంటలో ఇంటికి చేరుకున్నాము. నానమ్మ, కారు చూడగానే బైటకొచ్చింది. మనిషి కాస్త వడిలింది. జుట్టు బాగా తెల్లబడింది. అయినా కళ్ళల్లో అదే వెలుగు. బకెట్టుతో నీళ్ళు, చెంబు, "కాళ్ళు కడుక్కుని లోపలకురా!" అంది. ఆశ్చర్యం వేసింది. కాళ్ళు కడుక్కుని ఇంట్లోకి రావడం మర్చిపోయి కొన్నేళ్ళయింది. నానమ్మ ఇచ్చిన మజ్జిగ తాగి కాసేపు సేదతీరాను. అరగంట తర్వాత స్నానం, ఆ తర్వాత భోజనం ముద్దపప్పు, ఆవకాయ, వడియాలు, మాగాయపచ్చడి, మిరియాలచారు, గడ్డ పెరుగు ఇవన్నీ తినేసరికి భుక్తాయాసం, ఆ తర్వాత నిద్ర ముంచుకొచ్చింది. నిద్రనుంచి లేచేసరికి సాయంత్రం ఐదయ్యింది. నానమ్మ పెరట్లో పచ్చడి నూరుతోంది. వేయించిన పచ్చిమిరప, కొత్తిమీర, కొబ్బరిముక్కలు, చింతపండు – రాత్రికి టిఫన్ కి కాబోలు అనుకున్నాను. ఆ పచ్చడి చూడగానే నా నోట్లో నీళ్ళు ఊరాయి. అమెరికాలో నాకు ఇలాంటి దృశ్యాలు చూసిన గుర్తులేదు – నేను ముఖం కడుక్కుని బైటకు వచ్చేసరికి నానమ్మ కాఫీ కప్పుతో ప్రత్యక్షం. కాఫీ తాగుతూ పెరట్లో కలియ తిరిగాను. అక్కడి సామాగ్రి చూసి ఆశ్చర్యం కలిగింది. రుబ్బురోలు, పొత్రం, సన్నికాయలు, రోకలి – వీటితో పాటు తాతయ్య పడక కుర్చీ, ఇంకా నేను చిన్నపుడు ఆడుకున్న కొయ్యగుర్రం, మూడుచక్రాల సైకిలు. "ఇవన్నీ ఇంకా ఎందుకు వుంచావ్ నానమ్మా, ఏ పాత సామానుల వాడికో అమెయ్యక పోయావా?!" అన్నాను. ఆ మాటలకు ఆమె కళ్ళల్లో నీళ్ళు జలజలరాలాయి. "అవి పాత సామానులు కాదురా, ఆ పాతమధురాలు.. తాతయ్యతో, నీతో ముడిపడ్డ జ్ఞాపకాలు. ఆయనలేరు, నువ్వు పొరుగు దేశంలో వున్నావ్, మరి వాటిని చూసుకునే కదా నా శేషజీవితం" అంటూ నానమ్మ కళ్ళు తుడుచుకుంది. నానమ్మను బాధ పెట్టినందుకు ఏదో అపరాధభావన. ఇంతలో పదిమంది దాకా పిల్లలు బిలబిలమంటూ వచ్చేసారు. వాళ్ళే చాపలు తెచ్చుకున్నారు. నేను ప్రశ్నార్థకంగా చూస్తూ కూర్చున్నాను, వాళ్ళెందుకొచ్చారా అని. నానమ్మ చెప్పడం మొదలు పెట్టింది – అవన్నీ నీతి కథలు, కొన్ని రకాలయిన సూక్తులు, ఇంకా కొంతమంది మహాపురుషుల జీవితాలు. ఆ పిల్లలంతా శ్రద్ధగా వింటున్నారు. మధ్య మధ్యలో కొంతమంది ప్రశ్నలు వేస్తున్నారు. నానమ్మ చెప్పిన కథలు, ఒక పావురం జీవితాన్ని కాపాడటం కోసం తన సర్వస్వాన్నీ అర్పించడానికి సిద్ధపడిన శిబి చక్రవర్తి గురించి, వజ్రాయుధం కోసం తన వెన్నెముకను ధారపోసిన దధీచి గురించి, రైలెక్కుతూ ఒక చెప్పు పడిపోతే, అది దొరికిన వారికోసం రెండో చెప్పు విసిరేసిన గాంధీగారి ఔదార్యం గురించి విజయం కోసం కాకుండా విలువలే లక్ష్యంగా బతకమన్న ఐన్‌స్టీన్ గురించి – ఇలా ఎన్నో కథలు. ఆ పిల్లలతో పాటూ నేనూ ఆ కథలన్నీ విన్నాను జీవిత వికాసాన్ని,

ప్రేమను కరుణను విప్పి చెప్పిన ఈ కథలు విన్న నాకు ఆశ్చర్యమూ, ఆనందమూ ఏకకాలంలో కలిగాయి. నానమ్మ లాంటి వాళ్ళు నీతికథలు చెప్పడం, వాటిని వినేందుకు ప్రత్యేకంగా పిల్లలు రావడం ఇదంతా చాలా అపూర్వంగాసూ, గొప్పగానూ నాకనిపించింది. నానమ్మ వంక గర్వంగా చూశాను. అందరూ వెళ్ళిపోయిన తర్వాత ఇంట్లోంచి బైటపడ్డాను, కాస్త నడుద్దామనీ, ఇంకా పూర్తిగా చీకటి పడలేదు. ఆకాశంలో పల్చటి మబ్బులు. వర్షం వచ్చే సూచనలు. ఇంతలో టప్ మంటూ నెత్తిమీద చల్లగా తగిలింది. క్షణంలో చినుకులు పెద్దవయ్యాయి. దగ్గరలో ఏదో ఓ బంకు. గబగబా లోపలకు వెళ్ళాను. "రండి ! రండి ! " ఎవరో బెంచీ మీదనుంచి జరిగే కాస్త చోటిచ్చారు. "ఒరేయ్ . . . పోసమాస్టరుగారి మనవడు, అమెరికా అబ్బాయి. మంచి టీ చెయ్యి ... గ్లాసులు బాగా కడుగు" చెప్పాడతను. " వద్దండీ ! " అన్నాను. " ఫరవాలేదు బావుంటుంది" చెప్పాడతను. సన్నగా పొడుగ్గా ఉన్నాడు. కొద్దిగా నెరిసిన జుట్టు నున్నగా గీసిన గెడ్డం వయసు యాభైయేళ్ళు దాటి ఉంటాయేమో! " ను ఈ ఊరి స్కూలు హెడ్ మాస్టర్. అవయవ దాన ఉద్యమం మీద కృషి చేస్తున్నాను. నా పేరు నారాయణ" అన్నాడు. బావుంది... మంచి కార్యక్రమం" అన్నాను. "ఏంటీ ... అమెరికా నుంచి ఒక్కళ్ళే వచ్చారు! " అన్నాడు. " నానమ్మను తీసుకెళదామని!" కొంతకాలం ఉండి వచ్చేస్తారా?!" "లేదు... శాశ్వతంగా తీసుకుని వెళ్లిపోదామని, ఆమె అవసానకాలం ప్రశాంతంగా మా సమక్షంలో గడపాలి, ఇకమీరు తెలియనిదేముంది...నాన్న తన చేతులమీదుగా ఆమెను పంపాలి...ఒకడే కొడుకు గదా!" అన్నాను. "అయితే... మీకు ఈ విషయం తెలీదా" అన్నాడు నారాయణ. "ఏ విషయం ?!" అన్నాను ప్రశ్నార్థకంగా . "అవిడ మన ఉరి పక్కనున్న మెడికల్ కాలేజీకి తన శరీరాన్ని దానమిచ్చేసారు."

ఆ మాటలతో నాలో అలజడి. క్షణం సేపు ఆయన ఏం చెప్తుతున్నాడో అర్థం కాలేదు. "సుదీర్ఘ తీరాల్లో ఉన్న కొడుకును ఇబ్బంది పెట్టడం ఇష్టలేక నానమ్మ ఈ పనిచేసిందా?!" నేను మౌనంగా అయిపోయాను. ఆయన చెప్పడం కొనసాగించాడు." మీ నానమ్మ జీవితాంతం అందరికీ తను ఉపయోగపడాలనుకుంటుంది. జీవితానంతరం ఆ ఉపయోగం, తన శరీరం ద్వారా తీరాలని ఆమె బలంగా కోరుకుంటోంది." నాలో దు:ఖం నానమ్మ తీసుకున్న నిర్ణయం సహేతుకమయినా ఏదో దిగులు. అయన టీ కప్పు అందించాడు. తాగుతూ ఆలోచనల్లో పడ్డాను. వాన చినుకులు చిన్నవయ్యాయి. డబ్బులు ఇవ్వబోతుంటే, ఆయనే ఇచ్చేసాడు. కృతజ్ఞతలు తెలియజేసి బైట పడ్డాను. వాతావరణం మరింత చల్లబడింది. వేగంగా నడుస్తూ ఇంటికొచ్చాను. "ఏం నాన్నా ఇంత ఆలశ్యం అయిందేం. తల తుడుచుకో." అంటూ తువ్వాలు అందించింది. పావుగంట తర్వాత భోజనం కానిచ్చి పెరట్లో కూర్చున్నాను నానమ్మతో– తను ఏదో మాట్లాడుతోంది. నాన్న గురించి , అమ్మ గురించి.

పెరటిలో పూలమొక్కలు, బంతులు, చామంతులు. వీటినుంచి ఒక వింతైన పరిమళం, వాతావరణం హాయిగానూ, అహ్లాదకరంగానూ ఉంది... అయినా నాలో ఏదో తెలీని అభద్రత, అపరాధభావన, నారాయణగారి మాటలతో కాస్తంత ఆందోళనా మొదలయ్యింది – నానమ్మ అది

గమనించినట్టుంది.“ ఏంటి నాన్నా అలా ఉన్నావ్?” అంది. నన్ను చాలా కాలంగా వేధిస్తున్న నా మనసులోని ఒక ప్రశ్నను వినుటపెట్టాను... ఇప్పుడు ఈ అవసరం వచ్చింది... అది జీవితం గురించి?” నానమ్మా ...అమెరికాలో మాది విలాసవంతమైన జీవితం. డబ్బు, హోదా, ఆస్తులు అయినా ఏదో దిగులు, ఇది మా ఒకరి సమస్యకాదు...చాలామంది... ఇదే అభద్రతతో గడుపుతున్నారు. అందుకేనేమో, ఆధ్యాత్మికతవైపు, ధ్యానం వైపు మనసు మళ్ళిస్తున్నారు, ఏమిటి కారణం ?!” అన్నాను.

నానమ్మ వెంటనే ఒక తెల్ల కాగితం అందించింది. “ నాన్నా ... దీనిమీద “జీవితం” అనే అక్షరాలు వ్రాయి అంది. నేను వెంటనే రాసాను. జీవితం చివర ఏం వుంది?! అంది.“సున్న” అన్నాను. “అంటే?” అంది నా వంక నవ్వుతూ చూసి. “శూన్యం” అన్నాను, “ఔను జీవితం చివరన ఏమీ మిగలదు, మన సంపద, ఆస్తిపాస్తులు. కీర్తిప్రతిష్టలు... మనం చేసిందే మిగులుతుంది, అది మంచైనా, చెడు అయినా!” నానమ్మ చెప్పింది క్లుప్తంగా, ఆమె మాటలతో మళ్ళీ ఆలోచనల్లో పడ్డాను కొన్ని రోజుల క్రితం ఒక పెద్దాయన చెప్పిన మాటలు గుర్తుకొచ్చాయి .

మనిషి పరిగెడుతున్నాడు...సుఖాన్నీ, దు:ఖాన్నీ, ఆనందాన్నీ, సంతోషాన్నీ, ప్రేమను, అనుభూతినీ, ప్రశాంతతను, విలువలను....కనీసం తినే ఆహారంలో రుచినీ గుర్తించలేనంత వేగంగా పరుగు పెడుతున్నాడు . “ఔను... ఆయన చెప్పిన పరుగులో మేమూ ఉన్నాము. ఇప్పుడు నానమ్మ జీవితానికి ఒక అర్థంలా మారబోతోంది”. మేం అనుకుంటునట్లుగా ఒంటరిగా ఉన్నది నానమ్మ కాదు.... మేమే! ఆవిడ అవసరం మాకే ఉంది. వెంటనే నాన్నకు ఒక వర్తమానం పంపించాను నా చరవాణి ద్వారా –

“ నాన్నా , నేను ఈ బంగారు లోకంలో ఎక్కువ రోజులు ఉందామనుకుంటున్నాను...” అంటూ నా వర్తమానం ముగించాను. ఇపుడు నేను ఇండియాకు వచ్చిన లక్ష్యం గురించి పూర్తిగా మార్చిపోయాను. నాకొక కొత్త లక్ష్యం ఏర్పడింది – జీవితం ఒక ప్రశ్నార్థకంలా కాక, నానమ్మలా , ఒక జవాబులా బతకాలని నిర్ణయించుకున్నాను .

★★★★★★★★★

రంజని ..ఎజి ఆఫీస్ వారి కథల పోటీ లో ప్రథమ బహుమతి పొందిన కథ

సాధించెనే మనసా!

"రఘునాయకా నీ పాదయుగ రాజీవమునే విడజాల" హంసధ్వని రాగంలో త్యాగరాజ కీర్తన చెవిలో మెల్లగా జొరబడడంతో దిగ్గున లేచాడు కాటమయ్య. రోజూ సాయంత్రం ఇదే టైములో ఏదో ఒక కీర్తన. దానికి నేపథ్యంగా వీణావాదనం. తేనెలో రంగరించినట్టుగా తియ్యటి స్వరం. పదిహేను రోజులుగా వినిపిస్తోంది. తమ ఇంటికి ఎదురుగా అపార్టుమెంటులోకి దిగినట్టున్నారు అనుకున్నాడు. పాట అయ్యేవరకూ మంచంమీదే కూర్చుండిపోయాడు. " ముఖం కడుక్కోండి. కాఫీ రెడీ" వంటింట్లోంచి భార్య పిలుపు. ముఖం కడుక్కోవడానికి బాత్ రూంలోకి వెళుతూ ఎదురింటి వైపు చూసాడు. తలుపు వేసి ఉంది. "ఎదురింట్లోంచి మంచి పాట వినిపిస్తోంది. తలుపు మాత్రం ఎప్పుడూ మూసి కనిపిస్తుంది. ఇంతకీ ఎవరూ పాడేది" అన్నాడు కాటమయ్య భార్య కామాక్షితో.

" ఎదురింట్లో కొత్తగా దిగారు. ఆ అమ్మాయే పాడుతుంది. ఎప్పుడూ బయటకు రాదు. నేను రెండుసార్లు మాట్లాడడానికి ప్రయత్నించాను. సమాధానం చెప్పి వెంటనే తలుపు మూసేస్తుంది" అంటూ కాఫీ కలపడంలో నిమగ్నమయింది. కాటమయ్య ముఖ ప్రక్షాళనం పూర్తి చేసి భార్య ఇచ్చిన కాఫీ కప్పు తీసుకుని డ్రాయింగ్ రూంలోకి వచ్చాడు. మధ్యాహ్న భోజనం తర్వాత ఒక కునుకు తియ్యడం రిటైరయిన రోజు నించీ అలవాటయ్యింది. ఆ నిద్ర సాయంత్రం వరకూ సాగేది. ఈ పదిహేను రోజుల్నుంచీ ఎదురింట్లో వినిపిస్తున్న పాట పుణ్యమా అని తొందరగా మెలకువ వచ్చేస్తోంది. ఎంత చక్కగా పాడుతోంది ఆ అమ్మాయి, ఒక గంధర్వ గానంలాగా, ఏదో తెలియని మార్ధవం ఆ స్వరంలో- "కూరగాయలు అయిపోయాయి" అన్న భార్య మాటలతో ఇహంలోకి వచ్చాడు. "నాకు చెపుతున్నావేంటి?" అనబోయి నాలిక్కరుచుకున్నాడు. కొడుకు, కోడలు ఊరెళ్ళిన విషయం గుర్తొచ్చి సంచితో బయటికి నడిచాడు. నడుస్తున్నా ఆపాట తన వెంటే వస్తున్నట్టనిపించింది కాటమయ్యకు. తనకు త్యాగరాజ కీర్తనలంటే చాలా ఇష్టం. సంగీతం నేర్చుకుందామని ఎన్నో ప్రయత్నాలు చేశాడు. ఎందుకో అవి ముందుకు సాగలేదు. సంగీతం నేర్చుకోకపోయినా వినడం ఇష్టమైన వ్యాపకంగా మారిపోయింది. పెళ్లయిన కొత్తలో భార్యను సంగీతం నేర్చుకోమని శతవిధాల పోరినా ఆమె సుతారాము ఒప్పుకోలేదు. ఆ తర్వాత కొడుకు పుట్టడంతో వాడితో సంగీత సాధన చేయద్దామనుకున్నా, వాడూ చదువులోనూ, ఆటల్లోనూ పడి సంగీతం అంటే ఇష్టపడలేదు. అలా తనకూ, తన వారసులకూ సంగీత జ్ఞానం కలగలేదు. ఎక్కడ త్యాగరాజకీర్తనలు వినిపించినా మనసు అటే వెళ్ళిపోతుంది. ఆ బజార్లో కూరగాయలు కొనుక్కుని

ఇంటికొచ్చి భోజనం కానిచ్చి నిద్రకు ఉపక్రమించినా అతనిడి ఆ పాటే వెంటాడింది. సన్నగా ఎవరో ఏడుస్తున్నట్టు, గట్టిగా అరుపులు వినిపించి ఠక్కున మెలకువ వచ్చేసింది కాటమయ్యకు. దిగ్గున లేచాడు. భార్య గాఢనిద్రలో ఉంది. గబగబా లేచి తలుపు తీసాడు. ఎదురింట్లోంచి ఆ ఏడుపు, కేకలు. వేగంగా ముందుకెళ్లి షాక్ కొట్టినట్లు ఆగిపోయాడు. 'ఔను మధ్యాహ్నం తనకు వినిపించిన ఆ సంగీత స్వరం ఇప్పుడు దు:ఖపడుతోంది... తేడా లేదు. అదే స్వరం. ఆ అమ్మాయి ఎందుకు ఏడుస్తోందో? అంత గట్టిగా భర్త ఎందుకు అరుస్తున్నాడో? పాపం ఆమెని కొడుతున్నట్లుగా శబ్దాలు... తలుపుకొట్టి అసలేమిటో కనుక్కుంటే... "గబగబా నడిచినా ఆ అడుగులు ముందుకు పడలేదు." ఇంత రాత్రిపూట తను వెళితే బావుంటుందా?! అసలింతవరకూ వారితో పరిచయమే లేదు. అయినా ఇతరుల విషయాల్లో జోక్యం చేసుకోవటం?! వెంటనే వెనక్కి తిరిగి తలుపు మూసేసి మంచం మీదకు చేరుకున్నాడు కాటమయ్య. ఆ రాత్రి అతనికి నిద్ర పట్టలేదు. కళ్లు మంటలు పెడుతున్నా లేవక తప్పదు కదా!. "ఈ వయసులో మార్నింగ్ వాక్ తప్పనిసరి" అనుకుంటూ నిద్ర నుంచి లేచి తన కార్యక్రమాలు పూర్తి చేసుకుని వేగంగా నడుస్తున్నవాడల్లా వెనక్కి తిరిగి చూసాడు. కొంచెం దూరంలో ఒకాయన పిలుస్తున్నాడు. తన వయసే! సన్నగా, పొడుగ్గా, బాగా తెల్లబడిన జుట్టు నున్నగా గీసిన గెడ్డం, తెల్లటి లాల్చీ పైజమా, చేతిలో హేండ్ స్టిక్. వెంటనే గుర్తు పట్టాడు కాటమయ్య. ఆ వ్యక్తి వాకింగ్ లో నెల క్రితం పరిచయమయిన మాధవస్వామి ."ఏంటీ, బాగా లేటయినట్టున్నారు?! మీకోసం చాలాసేపటి నుంచీ ఎదురు చూస్తున్నాను. ఇక వెళ్ళిపోదామను కుంటున్నాను...." చెప్పాడు మాధవస్వామి. "ఆలస్యంగా లేచాను. రాత్రి సరిగా నిద్రలేదు. మా పక్క ఫ్లాటులో ఏడుపులు, కేకలు. పగలు చక్కగా పాడిన ఆ స్వరం, రాత్రి హృదయ విదారకంగా వినిపించింది, ఆ అమ్మాయిని చూడకపోయినా తన పాటతో నన్ను కట్టి పడేసింది..." అన్నాడు కాటమయ్య.

" అసలు ఏమిటో సమస్య కనుక్కోలేకపోయారా ? " అన్నాడు మాధవస్వామి.

"ఎలా? మనం ఇతరుల అంతరంగిక విషయాల్లోకి తల దూర్చలేం కదా!?" అన్నాడు కాటమయ్య." అంతేనండీ ఈ సిగ్గు, బిడియం, సంకోచం వీటివల్లే జీవితంలో చాలా భాగం అంతర్ముఖంగా జీవిస్తున్నాం. ఎదుటివాడు ఎలా పోతే మనకెందుకు, తిన్నామా, పడుకున్నామా, తెల్లారిందా!?" కోపంగా అన్నాడు మాధవస్వామి. క్షణం సేపు కాటమయ్య ఏమీ మాట్లాడలేదు. మాధవస్వామి ఈ మధ్యనే పరిచయమయ్యాడు. మార్నింగ్ వాక్ కి ఈ పార్కుకి వస్తూంటే కలిసాడు. ఆర్మీలో మేనేజరుగా రిటైరయ్యాడట. పిల్లలు విదేశాల్లో వుంటారట. భార్య, అతను ఇద్దరే – తనూ స్టేట్మెంట్ గవర్నమెంట్‌లో ఇంజనీరింగ్ డిపార్టుమెంట్లో పని చేసి రిటైరయ్యానని చెప్పడంతో చాలా సంతోషించాడు. కారణం మాధవస్వామి తనలా ఇంజనీరింగ్ గ్రాడ్యుయేట్. ఇద్దరిదీ ఒకే సబ్జక్టు కావడంతో బాగా కలిసిపోయారు. ఆలోచనల్లో వున్న కాటమయ్య క్షణం తర్వాత – " అయితే నన్నేం చెయ్యమంటారు?!" అన్నాడు. "పగలు చక్కగా పాడిన అమ్మాయి రాత్రయితే ఎందుకు ఏడుస్తోందో, ఆమె భర్త ఎందుకు తిడుతున్నాడో తెలుసుకోండి. మనం

ఏదయినా పరిష్కారం చూడవచ్చునేమో..” అన్నాడు మాధవస్వామి. “అలాగే మీ సలహా పాటిస్తాను . . . బై ” అంటూ కాటమయ్య ఆ పార్కునించి తన ఇంటి వైపు నడక సాగించాడు.

ఇంటికొచ్చిన కాటమయ్య ఇంట్లోకి అడుగు పెడుతూ తమ ఎదురింటి గుమ్మంవైపు చూసాడు. తలుపు మూసి ఉంది. భార్యతో అన్నాడు “ఆ అమ్మాయి రాత్రి బాగా ఏడ్చింది. ఆవిడ భర్త అరుపులు వినిపించాయి. అసలేమిటో విషయం కనుక్కోరాదూ?” అన్నాడు. “అసలా అమ్మాయి కనిపిస్తే కదా?” అంది . “ ఆ అమ్మాయి భర్త బయటికి వెళ్ళినప్పుడు కనుక్కోరాదా?” అన్నాడు. “సరే... ఆ అమ్మాయి రోజూ మన అపార్టుమెంటు పక్కనున్న వినాయకుడి గుడి దగ్గర కనిపిస్తుంది. అక్కడ ప్రయత్నిస్తాను” అంది ఆవిడ . “బావుంది. ఆ పని చెయ్యి” అన్నాడు. ఆ రోజు మధ్యాహ్నం కాటమయ్యకు యథాప్రకారం ఎదురింట్లోంచి మధురంగా పాడే స్వరం. రాత్రి నిద్రపోయిన తర్వాత ఆ స్వరంలో అపశృతులు వినిపించాయి. ఉదయం తొందరగా నిద్ర లేచాడు. భార్య అప్పటికే తయారై గుడికి బయలుదేరింది. ఆవిడ వచ్చేవరకూ అతనిలో ఉత్కంఠ. టి.వి. పెట్టాడు. ఐదు నిమిషాలకే కట్టేసాడు. న్యూస్ పేపర్లో తలదూర్చాడు. మనసు నిలవలేదు. కళ్ళు మూసుకుని ధ్యానంలో కూర్చున్నాడు దృష్టి నిలపలేకపోయాడు. ఇక లాభం లేదని ఇంటికి తాళం వేసి బయటపడ్డాడు. అపార్టుమెంటు పక్కనున్న వినాయకుడి గుడికి చేరుకునేసరికి, పార్కు దగ్గర భార్య కనిపించింది. ఆవిడ పక్కన తెల్లటి కాంతిపుంజంలా ఒక అమ్మాయి తను రోజూ లేవగానే తను దండం పెట్టుకునే తులసిమొక్కలా అనిపించింది. ఆ అమ్మాయే తనను నిద్ర లేపుతున్న గానకోకిల అనుకున్నాడు. “ఈయన అంకుల్ గారు” అంటూ భార్య పరిచయం చేసింది. ఆ అమ్మాయి రెండు చేతులూ జోడించి వేగంగా అక్కడినించి కదిలింది. “ఊ... ఏం చెప్పింది ఆ అమ్మాయి ?” అన్నాడు

“కూర్చోండి... ముందు ఈ ప్రసాదం తినండి” అంటూ తను కొట్టిన కొబ్బరికాయను అతడి చేతిలో వుంచి చెప్పడం మొదలు పెట్టింది. ఐదు నిమిషాల్లో అతడికి మొత్తం కథంతా చెప్పింది. క్షణం సేపు అతనేమీ మాట్లాడలేకపోయాడు. వెంటనే తెప్పరిల్లి “ సరే నేను వాకింగ్ కి వెళ్ళి వస్తాను నువ్వు ఇంటికి వెళ్లు” అంటూ పార్కు వైపు నడక సాగించాడు. దారిలోనే మాధవస్వామి నవ్వుతూ ఎదురయ్యాడు. కాటమయ్య తనే సంభాషణ ప్రారంభించాడు “ నిన్న మీరు చెప్పిన సలహా ప్రకారం ఆ అమ్మాయి సమస్య ఏమిటో కనుక్కున్నాను. మన దేశానికి స్వాతంత్ర్యం వచ్చినా ఆ అమ్మాయికి ఇంకా రాలేదు. నలుగురిలోనూ నవ్వకూడదు, ఎవ్వరితోనూ మాట్లాడకూడదు. ఇంటికి ఎవరూ రాకూడదు. ఆఖరికి తల్లితండ్రులు కూడా. ఇక ఇంకో ముఖ్య విషయం, ఆ అమ్మాయికి సంగీతం అంటే ప్రాణం. విజయనగరం సంగీత కళాశాలలో సంగీతం నేర్చుకుంది. పుట్టింటినించి వీణ తెచ్చుకుంది. దాన్ని అటకెక్కించాడు . పెళ్ళయిన రెండేళ్ళనుంచీ ఇదే తంతు. ఆ అమ్మాయి జీవితం ఎంతో దుర్భరం, అయినా భరిస్తోంది”అన్నాడు కాటమయ్య.

“మరయితే అలాంటివాడిని ఎందుకు పెళ్ళి చేసుకుంది?” అన్నాడు మాధవస్వామి. “ఇద్దరిదీ ప్రేమ వివాహం. ఏదో టివి ఛానల్ వారు నిర్వహించే పాటల పోటీలో కలిశారు. అతడికీ

సంగీతం వచ్చు. ఇద్దరూ కలిసి పాడేవారు. అయితే అన్ని పోటీల్లోనూ ఆమే గెలిచేది. ఆ అమ్మాయి తల్లిదండ్రుల్ని ఒప్పించి, పెళ్ళి చేసుకున్నాడు. అతను ఇంజనీరింగ్ గ్రాడ్యుయేట. ఉద్యోగం ఉంది. అందుకే తల్లితండ్రులు ఒప్పుకున్నారు. అయితే పెళ్ళయిన ఆరు నెలల తర్వాత అతడి అసలు రంగు బయట పడింది. ఆమెను పాడడం ఆపెయ్యమన్నాడు. ఆమె మాటలతో ఆమె స్టేజీ మీద పాడకపోయినా ఇంట్లో పాడుకునేది. ఈ మధ్య ఇంట్లోనూ పాడొద్దు అన్నాడుట. అందుకే అతను లేనప్పుడు ఇంట్లో పాడుతోంది, అది తెలిసి ఆమెను తిట్టడం, కొట్టడం – ఆ అమ్మాయి జీవితం అలా నాశనం అయిపోయింది" అన్నాడు కాటమయ్య.

"బాబూ... నాకు పూర్తిగా అర్ధమయింది. మీకు సాయంగా నేనుంటాను..." అన్నాడు మాధవస్వామి. "అలాగే, అవసరం అయితే మిమ్మల్ని పిలుస్తాను" అన్నాడు కాటమయ్య. ఆ తర్వాత ఇద్దరూ తమ ఇళ్ళవైపు నడక సాగించారు. రాత్రి తొమ్మిది దాటింది. భోంచేసి అపార్ట్మెంట్ ముందున్న వరండాలో పచార్లు చేస్తున్నాడు కాటమయ్య. తన శ్రీమతి, కొడుకు, కోడలు టీవి సీరియల్ లో నిమగ్నమయ్యారు. ఇంతలో పెద్ద శబ్దం.... ఏవో కేకలు... ఏడుపులు. ఏభయ్యారు అపార్టుమెంట్ల ఆ సముదాయంలో ఎవరూ, ఆ కేకలకు స్పందించడం లేదు. "పాపం ఏమయ్యిందో..." అనుకుంటూ ఆ ఇంటికేసి చూసాడు. ఐదు నిమిషాల తర్వాత అంతా నిశ్శబ్ధం ఏడుపులూ, అరుపులూ, కేకలు ఆగిపోయాయి. ఆలోచనల్లో పడ్డాడు కాటమయ్య. నిన్న తను మాధవస్వామితో జరిపిన సంభాషణ గుర్తుకొచ్చింది. "ఔను... మాధవస్వామి చెప్పింది వాస్తవం వారి సమస్యకు పరిష్కారం ఉందేమో?! ఇక మరి ఆలోచించలేదు. గబగబా ఆ ఇంటి తలుపు తట్టాడు. చాలా సేపు కొట్టినా ఎవరూ తలుపు తీయలేదు. మెల్లగా తలుపు తోసాడు. అవతల తాళం పెట్టలేదు, గడియ పెట్టలేదు. వెంటనే తలుపులు తెరుచుకున్నాయి ముందు గదిలో అలికిడి లేదు. "ఏమండీ!?" అంటూ గట్టిగా పిలిచాడు. ఎవరూ పలకలేదు. మెల్లగా బెడ్ రూమ్ లోపలకు అడుగులేసాడు. అతగాడు నిద్రావస్థలో గురకలేస్తూ కనిపించాడు. మంచం మీద తాగేసిన సీసా గ్లాసులు. అస్తవ్యస్తంగా వున్న బట్టలు. వాటిమీదే అడ్డదిడ్డంగా పడుకుని కనిపించాడు. ఆ మంచం ముందు కనిపించిన దృశ్యం చూసి షాక్ తిన్నట్టు అయింది కాటమయ్యకు అక్కడ విరిగిన వీణ. తెగిన తంత్రులు. "అంటే?!... కాటమయ్య భృకుటి ముడిపడింది. మనసులో ఏదో బాధ. అతగాడు ఆ వీణను విరిచేసాడు. పాపం ఆ అమ్మాయి ఎలా రియాక్టయిందో!? గబగబా తరువాతి బెడ్ రూమ్ లోకి ప్రవేశించాడు. ఆ అమ్మాయి నిద్రపోతూ కనిపించింది. ఆమె పక్కనే ఏదో మాత్రలున్న సీసా, ఒక్కసారి ఒళ్ళు జలదరించింది కాటమయ్యకు. వెంటనే బుర్ర పని చేసింది. సెల్ ఫోన్ తీసి 108 కి ఫోన్ చేశాడు. పావుగంటలో అపార్టుమెంటు ముందు అంబులెన్సు. కొడుకు సాయంతో ఆ అమ్మాయిని అంబులెన్స్ లో ఆస్పత్రికి చేర్చాడు. ఆమెకు తోడుగా కోడలు, భార్య. గంట తర్వాత డాక్టర్లు ఇచ్చిన అత్యవసర చికిత్సతో ఆ అమ్మాయి బ్రతికి బట్టకట్టింది. జరిగిన విషయం ఏడుస్తూ చెప్పింది. తన బతుకు భగ్నమయినందుకు ఓర్చుకుంది. నాన్న తనకు ప్రేమగా కొనిచ్చిన ఆ వీణ తన భర్త కోపానికి బలయినందుకు భరించలేకపోయింది. అందుకే తన జీవితాన్నే బలి

తీసుకోవాలనుకుంది. అంత హడావిడి జరిగినా ఆ తాగుబోతు మొగుడు ఇంకా మత్తుగా నిద్రపోతూ కనిపించడం కాటమయ్యకు చాలా ఆందోళన కలిగించింది. ఆ ఆందోళన అతనికి రాత్రంతా నిద్ర లేకుండా చేసింది.

మార్నింగ్ వాక్ కి బయలుదేరిన కాటమయ్యకు దారిలోనే కనిపించాడు మాధవస్వామి. అతను అడగక మునుపే చెప్పడం మొదలుపెట్టాడు. " మీరు చెప్పినట్లు ఆ అమ్మాయి సమస్యకు ఒక పరిష్కారం చూసాము. ఆవిడో పరిష్కారం చూసుకోబోయింది. దాన్ని ఆపి ఇద్దర్ని రక్షించాము" అన్నాడు కాటమయ్య.

"ఇద్దర్నా?!" అన్నాడు మాధవస్వామి ఆశ్చర్యంగా. "ఔను ... ఆ అమ్మాయి గర్భవతి..." అన్నాడు కటమయ్య. "మైగాడ్..." తలపట్టుకున్నాడు మాధవస్వామి. కాటమయ్య చెప్పుకు పోతున్నాడు. "ఆ అమ్మాయికి జ్ఞానోదయం అయింది. తను ఒంటరిగా బ్రతకడానికి నిర్ణయించుకుంది. తను ఎమ్మే చదువుకుంది. దాంతో పాటూ సంగీతమూ వచ్చును. ఇద్దరు ప్రాణులు బ్రతకడానికి అది సరిపోదా? " అన్నాడు కాటమయ్య.

"ఇంత హఠాత్తుగా ఆ అమ్మాయి ఇలాంటి నిర్ణయం ఎందుకు తీసుకుంది?". "ఆమె వెనుక మేం ఉన్నాం అనే ధైర్యంవల్ల" అన్నాడు కాటమయ్య. "మంచి పనిచేసారు. ఇంతకీ ఆమె భర్త సంగతేమిటి? " అన్నాడు మాధవస్వామి. ఉదయం చూసేసరికి తలుపు తాళం వేసి వుంది . రాత్రే ఆమెను ఇంటికి తీసుకొచ్చేసాము. మా ఇంట్లో వుంచాము . ఆమె తల్లితండ్రులకు కబురు పెట్టాం. ఆమెకు ఇంకో ఇల్లు చూసేవరకూ మా ఇంట్లోనే ఉంటుంది." అన్నాడు కాటమయ్య. వెంటనే మాధవస్వామి, తన చేతిని కాటమయ్య చేతిలో కలిపాడు. ఇద్దరూ నడుస్తున్నారు. నడుస్తున్న మాధవస్వామి హఠాత్తుగా ఆగి చెప్పాడు . " నేనెక్కడో చదివాను, సృష్టిలో మానవుడొక్కడే సిగ్గుపడే జంతువ ... అట..!" అన్నాడు. ఆ మాటలకు కాటమయ్య "అంతేకాదు, మానవుడంటే సిగ్గుపడవలసిన జంతువు కూడా!"అన్నాడు.

ఆ మాటలు ఎవర్ని ఉద్దేశించి అన్నాడో మాధవస్వామికి పూర్తిగా అర్థమయ్యాయి. ఇద్దరూ నడుచుకుంటూ కాటమయ్య వుంటున్న అపార్టుమెంట్ కు చేరుకున్నారు. " సరే... నేను వుంటాను" అంటూ మాధవస్వామి కాటమయ్య చేతులు మరోసారి నొక్కి వదిలి – " ఇప్పటికైనా ఆ అమ్మాయి ఆలాంటి మొగుడ్ని వదిలేసి మంచి నిర్ణయం తీసుకుంది . . ."టుమారో ఈజ్ టూ లేట్!" అన్నాడు మాధవస్వామి. "ఔను రేపటికి మరీ ఆలస్యం కావచ్చు..." అంటూ అతడితో ఏకీభవించాడు కాటమయ్య. వెళుతున్న మాధవస్వామి వైపు చూస్తూ తమ అపార్టుమెంటు మెట్లు ఎక్కుతున్న కాటమయ్యకు – " సాధించెనే మనసా !" అనే త్యాగరాజ కీర్తన మృదుమధురంగా వినిపించింది. ఆ పాట ఎవరు పాడుతున్నారో అతడికి అర్థమయింది. ఆ పాటకు లయబద్ధంగా చేతులు ఆడిస్తూ ఉత్సాహంగా ముందుకు కదిలాడు.

★★★★★★★★★★

స్మృతి కథల పోటీలో ప్రథమ బహుమతి పొంది ఫిబ్రవరి 2014లో విశాఖ సంస్కృతిలో ప్రచురితమైన కథ.

నేటి సతీ సావిత్రి

అది ఆంధ్రప్రదేశ్ లో ఒక మారుమూల ప్రాంతం. బాగా వెనుకబడిన జిల్లా. ఆ జిల్లా లోని ఒక రూరల్ పోలీస్ స్టేషన్ లో ఉన్న ఇన్స్పెక్టర్ సెల్ ఫోన్ మోగింది.

“నమస్కారం రాజేష్ గారు” అంది ఒక ఆడగొంతు.

“చెప్పండి” అన్నాడు.

“మా ఊళ్లో ఒక పిచ్చి కుక్క అందరిని కరుస్తోంది. దాన్ని మీరు పట్టుకోవాలి” అంది.

“ఆ విషయం నాక్కాదు చెప్పాల్సింది మున్సిపాలిటీ వారికి” అన్నాడు రాజేష్ చిరాగ్గా.

“చెప్పేది వినండి. ఆ కుక్క పాతికేళ్లుగా కరుస్తోంది. దానికిపుడు అరవై ఏళ్లు దాని కాటుకు వారం క్రితం ఒకరు చనిపోయారు” అంది ఆవిడ.

“కుక్క మీకు కరిచింది ఏమో అని నా అనుమానం కుక్కలు అరవై ఏళ్ళు బ్రతుకుతాయా నాన్సెన్స్” కోపంగా అరిచాడు రాజేష్.

“నిజం, రేపు మీరు మా ఊరు వస్తే ఆ కుక్క ఆచూకీ చెప్తాను అంది” ఆవిడ.

రాజేష్ ఒకసారి ఆలోచనలో పడ్డాడు, ఆవిడ మాటల్లో ఏదో మర్మం ఉంది అనిపించింది.

“ఇంతకీ మీది ఏ ఊరు” అన్నాడు. “మాది సింగరాయ పల్లి” అంది. “మై గాడ్”...ఒకసారి షాక్ కొట్టినట్లయింది రాజేష్ కు “సరే రేపు సాయంత్రం మీ ఊరు వస్తాను” అంటూ ఫోన్ కట్ చేశాడు.

ఒక్కసారి కణతలు రుద్దుకున్నాడు. కాఫీ తాగాలని అనిపించింది, చెప్పాడు ఆఫీస్ బాయ్ తో, ఆలోచనలో పడ్డాడు.

వారం క్రితం ఆ సింగరాయ పల్లి లోని వాగులో ఒక అమ్మాయి ఆత్మహత్య చేసుకుంది, పోస్టుమార్టం లో తేలిన నిజం, అత్యాచారం జరిపి ఆమెను హత్య చేసి ఆ వాగులో పడేసారు. తను ఆ ఊరు వెళ్లి ఇన్వెస్టిగేషన్ జరిపినా ఎవరు ఆ పని చేశారో తెలియలేదు. వారం గడిచింది ఏ ఆచూకి లభ్యం కావడం లేదు. పై అధికారుల ఒత్తిడి ఎక్కువగా ఉంది, ఇపుడు ఈ ఫోన్ వచ్చిందంటే అదే ఊరి నుంచి ఏదో క్లూ దొరుకుతున్నట్టే.

'హమ్మయ్య' అని ఊపిరి పీల్చుకున్నాడు రాజేష్.

సర్ కాఫీ అంటూ తన ఎదురుగా ఆఫీసు బాయ్. కాఫీ తాగుతూ రేపు చేయబోయే ప్రయాణం, గురించి ప్లాన్ చేసుకున్నాడు.

★★★

తరువాతి రోజు సింగరాయపల్లి ప్రయాణం. తమ ఊరు నుంచి నూట యాభై కిలోమీటర్ల దూరం. హైవే దాటి అడ్డురోడ్డు గుండా వెళ్ళాలి. తాను రోజు ఉపయోగించే పోలీస్ వాహనం కాకుండా టాక్సీ బుక్ చేసుకున్నాడు. యూనిఫామ్ లో కాక కేజువల్ డ్రెస్ వేసుకున్నాడు. ప్రయాణం లో బోర్ కొట్టకుండా ఉండటం కోసం ఒక ఇంగ్లీష్ మ్యాగజైన్ తెచ్చుకున్నాడు. కారు ముందుకు దూసుకెళ్తోంది.

తాను తెచ్చుకున్న ఆ ఇంగ్లీష్ మ్యాగజైన్ లో ఆత్యాచారాల మీద సమగ్రమైన వ్యాసం రాసారు. చదవడం మొదలు పెట్టాడు.

మనదేశంలో ప్రతి పదిహేను నిమిషాలలో ఒక మహిళ లైంగిక దాడికి గురవుతోంది. ప్రతి రోజు 88 రేప్ కేసులు నమోదు అవుతున్నాయి. ఢిల్లీలోనే 789 రేప్ కేసులు 2018 లోనమోదయ్యాయి. అయితే 90 శాతం కేసులు ఎవరికి తెలియకుండానే అజ్ఞాతంగా ఉంటున్నాయి. ఆత్యాచారం హత్య కన్న మాములు నేరంగా జరుగుతోంది. నేషనల్ క్రైమ్ బ్యూరో రికార్డుల ప్రకారం 11,7,451 రేప్ కేసులు దేశం మొత్తానికి పెండింగ్ లో ఉన్నాయి.

28750 మాత్రమే ట్రయల్ కి వచ్చాయి.ఒక స్టడీ ప్రకారం 30 శాతం కేసులు హైకోర్టు కి వచ్చేసరికి వీగిపోతున్నాయి.162 మరణ శిక్ష విధింపబడితే దానిలో 23 మాత్రమే హైకోర్టులు దృవీకరిచాయి. సుప్రీంకోర్టు 12 మరణశిక్షలు 2018 లో విదిస్తే ఒక నిర్భయ కేసు ముద్దాయిలకు మాత్రమే మరణ శిక్షఖరారు అయ్యింది. కానీ ఏళ్ళు గడుస్తున్నా వారి మరణ శిక్ష నేటికి పోస్టుపోన్ అవుతూనే ఉంది.

చదివి నిట్టూర్చాడు రాజేష్. కారు హైవే దాటింది. ఇంకో యాభై కిలో మీటర్లు ప్రయాణం, వర్షాలకు పగిలి చీలికలైన కంకరరోడ్డు. మళ్ళీ తను చదువుతున్న ఆ పత్రిక లో ని వ్యాసం కేసి దృష్టి సారించాడు.

చాలా భయంకరమైన బీతవహమైన కేసు 1973 లో జరిగిన అరుణ్ షాన్ బాగ్ హత్యాచారం. ఆమెను ఆస్పత్రి వార్డుబాయ్ రేప్ చేయడమే కాదు, కుక్క గోలుసుతో ఆమె మెడను బిగించాడు.

ఆమె 42 ఏళ్లు అపస్మారక స్థితిలో శరీరం లో అవయవాలు చచ్చుబడిన స్థితిలో నరక యాతన అనుభవించి, 2015 లో చనిపోయింది. పాపం ఆ అభాగ్యురాలు ఏం పాపం చేసిందని అలా జీవచ్చవం లా అన్నేళ్ళు బ్రతికింది.

కళ్ళ వెంబడి నీళ్లు వచ్చాయి రాజేష్ కు మనసులో ఏదో బాధ, చదవడం ఆపి రోడ్డు వైపు చూస్తున్నాడు. నీడలా కదిలిపోతున్న చెట్లు , కరెంటు స్తంభాలు. వాస్తవానికి వెళుతుంది తనే...అవే కదులుతున్న భ్రమ, ఇలా భ్రమల్లోనే బతుకు గడిచిపోతుంది.ఎవరో వస్తారు, ఏదో చేస్తారు అనుకుంటారు, అభాగ్యులు దుర్భరులు.

ఎవరు ఏమి సహాయం చేయకుండానే జీవితాలు అర్ధాంతరంగా ముగిసిపోతాయి. కానీ ఏదో చెయ్యాలి, ఎం చెయ్యగలమో అంతా చెయ్యాలి.ఎవరు ఏమి చెయ్యడం లేదు అనుకోవడం కన్న ఎవరి పరిధిలో వాళ్ళు మార్పు తేవాలి.

అలా అనుకునే ఈ ఆగంతకులురాలు ఫోన్ చేస్తుందా..., 'ఔను అదే అయి ఉంటుంది.' అనుకున్నాడు.మళ్ళీ ఆ పత్రికలో వ్యాసం కేసి దృష్టి సారించారు.

ఒక పల్లెటూళ్ళో గత పాతికెళ్ళుగా ఆ ఊరి మోతుబరి, భూస్వామి కామదహనానికి బలవుతున్న కన్నెపిల్లలు. ఆ ఊళ్ళోనే దళిత వాడలో రజస్వల అయిన ఆడపిల్లలు, ఆ తరువాత రోజు నుంచే అతడికి తాత్కాలిక ప్రాతిపదిక మీద బార్యలవుతారు. తన డబ్బుతోనో అధికారం తోనో, స్థానబలం తోనో, లొంగదీసుకుంటాడు. ఇది మూడో కంటివాడికి తెలీకుండా జరుగుతోంది. ఇంతకీ ఆ ఊరు పేరేంటో తెలుసా..సింగరాయ పల్లి.

మళ్ళీ ఒంటిలో విద్యుత్తు ప్రవహించినట్లైంది రాజేష్ కు. వారం క్రితం అమ్మాయి ఆత్మహత్య చేసుకున్నది, ఈ సింగరాయపల్లి వాగు లో మరణించి. ఇపుడు తనకు ఫోన్ చేసింది, పిచ్చి కుక్క మనుషుల్ని కరుస్తోంది, అని చెప్పింది, ఆ ఊరి గురించి.

ఈ పత్రికలోనూ, ఆ ఊళ్ళో దమనకండ సాగించిన ఒక రాక్షసుడి గురించి రాసారు. ఔను మూడింటికి లింక్ ఉంది అనుకున్నాడు.అలా ఆలోచిస్తూ ఉండగానే ఊరొచ్చేసింది. కారు ని ఊరు మొదట్లో ఉన్న టీ కొట్టు దగ్గర ఆపి, కాఫీ కావాలని చెప్పాడు రాజేష్. అతడిచ్చిన వేడి కాఫీ తాగుతూ, చుట్టూ చూస్తుంటే "ఏ ఊరు బాబు మీది" ఈ ఊరికి కొత్త లాగా ఉన్నారు అన్నాడు ఆ కాఫీ కొట్టు మనిషి. "మాది పక్క ఊరే రియల్ ఎస్టేట్ వ్యాపారిని" అని అన్నాడు రాజేష్"అతికినట్టుగా.

ఆ వ్యక్తి ఇంకో ప్రశ్న వేయ బోయాంత లో వెంటనే అన్నాడు- "ఈ ఊళ్ళో పిచ్చి కుక్క కరుస్తుందంట, నిజమేనా నేను ఊర్లో తిరగాలి" అన్నాడు. "పిచ్చి కుక్కా...? అలాంటిదేమి లేదు మీకు ఎవరు చెప్పారు" ...? అన్నాడు. రాజేష్ వంక విస్తుబోతు చూస్తూ

రాజేష్ కి అర్థం అయ్యింది.

అతడి సమాధానం ఆశ్చర్యం కలిగించలేదు. ఆ ఆగంతకురాలు నర్మ గర్భంగా తనకి సమాచారం ఇచ్చిందని అనుకున్నాడు.

ఇంతలో సెల్ మోగింది, "ఊర్లోకి వచ్చాను అన్నాడు", శివాలయం దగ్గర ఆగి ఫోన్ చేయండి అంది ఆవిడ.

కాఫీ తాగడం పూర్తి చేసి కారు ముందుకు పోనియ్యమన్నాడు డ్రైవర్ తో, కారు ముందుకు కదిలింది.

ఆ ఊరు బావుంది. రోడ్డుకి ఇరువైపులా బారులు తీరి స్వాగతం పలుకుతున్నట్లు గా చెట్లు. ఊరికి దూరంగా విసిరెసినట్లుగా ప్రభుత్వం వారు వెనుకబడిన వారికి కట్టించిన అగ్గిపెట్టేలాంటి ఇళ్లు. అక్కడక్కడ డాబాలు, పెంకిటిళ్లు, ఊరికి అనుకుని ఆ వాగు.ఆ వాగు పక్కనే శివాలయం. శివాలయం కు వంద అడుగుల దూరంలో ఒక సంస్థానం లాంటి ఇల్లు. ఆ ఊరికి దర్పంగా కనిపిస్తూ.. చుట్టూ ప్రహరీ గోడ.

ఫోన్ లో ఆవిడ చెప్పిన శివాలయం ఇదే కాబోలు అనుకోని ఫోన్ చేసాడు.

"రండి మీరు పట్టుకోవాల్సిన పిచ్చికుక్క ఈ పెద్ద ఇంటిలో ఉంది వచ్చేయండి" అంది ఆవిడ.

అప్పటికే అర్థమైపోయింది రాజేష్ కి ఆ వాగు లో ఆత్మహత్య చేసుకున్న అమ్మాయి కేసే! ఈవిడ చెప్తుంది ఏదో అంతర్లీనం గా అనుకున్నాడు.

కారు ఆ భవనం గేట్ లోనుండి ముందుకు సాగింది, సెక్యూరిటీ గార్డు అడ్డు చెప్పలేదు, ఇంటికి ఎదురుగా ఉన్న పార్కింగ్ ప్లేస్ లో కార్ ఆపాడు డ్రైవర్.

బెల్ కొట్టాడు, 20 ఏళ్ళు అమ్మాయి తలుపు తీసింది.

బహుశా ఆ ఇంటి పనిమనిషి అనుకున్నాడు.

"కూర్చోండి అమ్మగారు వస్తారు" అని లోపలకి వెళ్ళింది.

గదిలో చాలా చల్లగా అనిపించింది

విశాలమైన ఆ గది లో పైన నగిషీలు చెక్కిన అందమైన శాండ్లియర్ గోడల మీద పాత కాలం నాటి రవివర్మ చిత్రాలు, తలుపు తీసిన అమ్మాయి ఒక ట్రే లో మంచి నీళ్ళు గ్లాసు, కాఫీ కప్పుతో వచ్చింది.కాఫీ తాగుతూ ఆ గది పరిశీలిస్తున్నాడు రాజేష్.

★★★

లోపల గది లో యాబయ్యేళ్ళు వయసున్న ఒక మహిళ మంచం మీద పడుకొని వుంది. ఆమె ఉద్వేగానికి, ఉద్రేకానికి లోనవుతుంది.

ఆమె కళ్ళ ముందు, ఒక్కక్కొటికిగా నీడలులా కదులుతున్న దృశ్యాలు. ఒక ఆడ పిల్ల యవ్వనం వికసించిన తొలి రోజులు. ఆ ఇంట్లో దేదీప్యమానంగా వెలిగిన దీపాలు ఆరిపోయాయి. ఆ పసి ప్రాయాన్ని ఒక పిచ్చి కుక్క కాటు వేసింది. దానికి సాక్ష్యభూతం తను. ఇది జరిగి పాతికేళ్ళు అయింది. ఆ రోజు నుంచి ప్రతిరోజూ అదే దృశ్యం. ఒక బస్తాడు బియ్యం, ఒక నూనె డబ్బా, ఒక కొత్త చీర, ఒక పచ్చకాగితం, ఇలా వీటి కోసం ఒక కుక్క కాటుకు బలి అవుతున్న ఆ ఊరి పేద, పీడిత, తాడిత ఆడ పిల్లలు. ఆ దృష్యం వారం క్రితం మారిపోయింది. ఆ పిచ్చికుక్క దాహానికి ఎదురు తిరిగిన ఒక ఆడ కూతురుకు జరగాల్సింది జరిగింది. అత్యాచారం 'హత్య' చారం అయింది. ప్రజలు పోలీసుల దృష్టిలో అది ఆత్మ హత్య గా మారింది. దానిని ఇప్పుడు తాను ప్రపంచం దృష్టికి తీసుకొని వెళ్తుంది. ఆ అరవయ్యేళ్ళ పిచ్చికుక్కను పట్టి ఇవ్వబోతుంది. 'దాన్ని ఇన్నాళ్లు తాను ఎలా భరించిందో, ఇందుకా అనుకొంది మెడలోని తన మంగళ సూత్రాన్ని పట్టుకొని. తను ఇన్నేళ్లు తప్పే చేసింది. దౌర్జన్యానికి రాక్షసత్వానికి దాసోహం అయింది. అది భయం భయంగానే... బతుకు పట్ల ఉన్న భయంతోనే. ఇప్పటికి కళ్ళు తెరిసింది. తన ముందు ఒక అమాయక జీవి ప్రాణాలు అనంత వాయువుల్లో కలిసినపుడు, ఆ ఆక్రందన తనకళ్ళు తెరిపించింది. అందుకే ఈ నిర్ణయం !

ఆమె తృప్తిగా మంచం మీద నుంచి లేచింది. తనకు ఫోన్ చేసి పిలిపించిన వారికి ఇవ్వడం కోసం రాసిన ఉత్తరం మరో సారి చూసుకొంది. గబా గబా ఆ గదిలోనుంచి హాల్ లోకి వచ్చింది.

ఇన్స్పెక్టర్ రాజేష్, వచ్చిన ఆ పెద్దావిడ వంక పరిశీలనగా చూసాడు. ఆమె ఐదున్నర అడుగుల పొడుగు వుంది. ముఖాన నిలువెత్తుబొట్టు. జరియంచు తెల్ల చీర వయసు మీరిన బలంగా కనిపించింది.

ఆమె నోరు విప్పింది. "ఇదిగో మీరు వెతుకుతున్న అరవయ్యేళ్ళ పిచ్చికుక్క ఆ గది లో బాగా తాగి పడిపోయి వున్నాడు. కొంచెం సేపట్లో తానే లేచి బయటకు వస్తాడు. అతనిని మీరు అరెస్ట్ చేయండి. అందుకు సాక్ష్యాలు" అంటూ ఆమె అతడికి ఒక కవరు అందించింది. వేగంగా ఆమె ఇచ్చిన కవరు విప్పి లోపల ఉంచిన ఉత్తరం తీసి చదవడం మొదలుపెట్టాడు.

పాతికేళ్ల తన భర్త కాముక జీవితం, ఇక వారం క్రితం ఒక అభాగ్యురాలిని హత్యాచారం చేసి హత్య చేసిన వైనం, అంతా చదివేసరికి అతడికి ఆ చల్లటి ఏ. సి. గదిలో చెమటలు పట్టాయి. ఆ సుదీర్ఘమైన రిపోర్ట్ క్రింద సంతకం లోని పేరు చూసి, అతడికి ఆశ్చర్యం కలిగింది. ఆమె పేరు సావిత్రి. ఆనాటి సావిత్రి తన భర్త ఐన సత్యవంతుడి ప్రాణాలను యముడు నుంచి కాపాడడం కోసం పోరాడింది, మరి ఈ సావిత్రి ఆసత్యవంతుడైన తన భర్త ను ఉరి కంభం ఎక్కించేందుకు నడుము కట్టింది. ఈమెకు రెండు చేతులు జోడించాడు. ఈమె కూడా "నేటి సతి సావిత్రి" అనుకొన్నాడు.

★★★★★

వాసాఫౌండేషన్ సాహితీ కిరణం సంయుక్త కథల పోటీ లో ద్వితీయ బహుమతి పొంది ఫిబ్రవరి 2021లో ప్రచురితమైన కథ

ముప్పై డాట్కామ్, రెండువేల ముప్పై

రాంబాబు కళ్ళు తెరిచాడు. చుట్టూ చూసాడు. తను ఎక్కడున్నాడు? కాసేపు అర్థం కాలేదు. గదిలో అంతా చీకటి. స్విచ్ కోసం వెదికాడు. చేతికి తగలలేదు. మంచం మీద నుంచి లేచాడు. వెంటనే లైట్లు వెలిగాయి.

"కరెంటు పోయి వచ్చిందా!?" అనుకున్నాడు. పక్క గదిలోకి నడిచాడు. అక్కడ మళ్ళీ చీకటిగా ఉంది. లోపలకు వెళ్ళగానే లైట్లు వెలిగాయి.

"ఏమిటీ?! అంతా మాయాబజార్లాగా ఉంది" అనుకున్నాడు. ఆ గదిలో ఒక బెడ్ మీద లావుగా, బొద్దుగా ఉన్న ఒక మధ్యవయస్కురాలు. పక్కనే ఇంకో బెడ్ మీద, పదిహేడు, పద్దెనిమిది సంవత్సరాలున్న ఇద్దరు పిల్లలు.

"ఎవరు వీళ్ళు?" అనుకున్నాడు. రాంబాబుకు భయం వేసింది. "ఇది కలా, నిజమా? తను ఏదో మాయాలోకంలోకి వచ్చాడా?" అనుకున్నాడు.

"ఎవరు మీరు?" అంటూ గట్టిగా అరిచాడు.

ఆ ఇద్దరు పిల్లలు, తల్లి, ఒక్కసారి లేచారు. కళ్ళు నులుముకుంటూ అతడి వంక చూసారు.

"డాడీ కోమాలోంచి బయటకొచ్చేసారు" అంటూ ఆ ఇద్దరు పిల్లలు చప్పట్లు కొడుతూ అరిచారు. ఆ పిల్లల తల్లి – "అమ్మయ్య, పదిహేనేళ్ళ నా నిరీక్షణ ఫలించింది." అంటూ గోడమీది దేవుడి ఫొటోకు నమస్కరించింది.

"ఇంతకీ ఎవరు మీరు?" అన్నాడు రాంబాబు వారిని ప్రశ్నార్థకంగా చూస్తూనే.

"బాబోయ్... మమ్మల్ని మర్చిపోయారా? నేనుమీ భార్యను, వీళ్ళిద్దరూ మన పిల్లలే." అంది.

"మా ఆవిడ సన్నగా మెరుపు తీగలా ఉంటుంది. నా పిల్లలు చిన్నవాళ్ళు. పెద్దవాడికి మూడేళ్ళు, చిన్నవాడికి సంవత్సరం." అన్నాడు వారివంక అనుమానంగా చూస్తూ అతడి మాటలకు ఆమె నవ్వుతూ "మీరు చెప్పింది నిజమే, ఒకసారి ఆ కేలండర్ చూడండి"అంది.

ఒకసారి గోడవైపు చూసాడు. గోడమీది కేలండర్లో 2030వ సంవత్సరం చూపిస్తోంది. మళ్ళీ ఇంకోసారి ఆ పిల్లల్ని చూసాడు. తన పోలికలు, భార్య పోలికలు కనిపించాయి. చూడగా చూడగా ఆవిడ తన భార్య భానుమతి అని అతడికి అర్థమయిపోయింది.

"నేను పదిహేనేళ్ళు కోమాలో ఉన్నానా?" అన్నాడు విస్మయంగా వారి వంకే చూస్తూ.

"ఔను..." అంది అతడి శ్రీమతి.

"మరయితే నేను కోమాలోకి ఎలా వెళ్ళాను?" అన్నాడు ఆశ్చర్యంగా.

"మర్చిపోయారా?" అంది అతడివంక పరిశీలనగా చూసి.

బుర్ర గోక్కున్నాడు రాంబాబు.

"మీకు ఇష్టమైనవి ఏమిటి?" అంది.

"పెరుగు గారెలు, ఆవకాయ, పాయసం, మిరపకాయబజ్జీలు...." ఇంకా పేర్లు చెప్పబోయాడు.

"అవికావు. వేరే విషయాలు." అంది భానుమతి.

"పద్యనాటకాలు చూడడం, మిత్రులతో సెకండ్ షో సినిమాకు వెళ్ళడం, శరీరానికి నువ్వులనూనె పట్టించి ఎండలో నించోవడం." అన్నాడు.

"ఇంకా?" అంది ఆమె నవ్వుతూ.

"స్కూటర్లో లాంగ్డ్రైవ్." అన్నాడు హుషారుగా.

"ఆ డ్రైవింగ్ లో మరీ ఇష్టమైనది." అంది అతడి కళ్ళల్లోకి చూస్తూ.

"ఎవరైనా నన్ను ఓవర్టేక్ చేస్తే సహించను, వారిని దాటుకుని ముందుకు వెళ్ళిపోతాను." అన్నాడు.

"అదీ. పాయింటుకొచ్చారు, అలా పంతాలకు పోయి ప్రాణం మీదకు తెచ్చుకున్నారు. నెత్తికి బాగా దెబ్బ తగిలి కోమాలోకి వెళ్లిపోయారు." అంది.

"ఇంతకీ నా ఉద్యోగం ఏమయ్యింది?" అన్నాడు ఆందోళనగా.

"మీ ఉద్యోగం అలాగే ఉంది అదే స్కూల్లో.

పడుక్కోండి. కొన్ని రోజులు విశ్రాంతి తీసుకుని తిరిగి డ్యూటీలో చేరుదురుగాని." అంది.

"అబ్బే, పదిహేనేళ్ళు తీసుకున్న విశ్రాంతి చాలు, రేపే ఉద్యోగంలో చేరతాను." అంటూ తన గదిలోకి వెళ్ళి పడుకున్నాడు. అతను మంచంమీద పడుకోగానే లైట్లు ఆరిపోయాయి. అతను స్విచ్ ఆపకపోయినా

అప్పుడు రాంబాబుకు అర్ధమయింది.

"ఓహో! ఈ లైట్లు సెన్సార్ల ద్వారా వెలుగుతున్నాయి. 2015లో తను కార్పోరేట్ ఆసుపత్రుల్లో ఈ రకమైన లైట్లు చూసాడు. ఇప్పుడు ఇళ్ళల్లోనూ స్విచ్చుల ప్రమేయం లేకుండా లైట్లు వాటంతట అవే వెలిగే సదుపాయం వచ్చిందన్నమాట. ఇంక రేపు తనకు ఏమేం వింతలు ఎదురవుతాయో" అనుకున్నాడు.

★★★

ఉదయం లేచి స్కూలుకు వెళ్ళడానికి తయారవుతున్న రాంబాబుకు, భార్య మూడు డబ్బాలు అందించింది.

"ఏమటవి?" అన్నాడు.

"మనిషికి కావలసిన ముఖ్యమైన మూడు అవసరాలు.... ఆహారం, నీరు, గాలి." అంది.

"అంటే ఒక డబ్బాలో భోజనం, రెండోదాంట్లో మంచినీళ్ళు, ఇక ఆఖరి డబ్బాలో "గాలి నింపావా? దాన్ని కూడా మోసుకెళ్ళాలా?" అన్నాడు ఆశ్చర్యంగా రాంబాబు.

"ఈ రెండువేల ముప్పయవ సంవత్సరంలో వాతావరణం పూర్తిగా కలుషితం అయిపోయింది. బయటకు వెళితే ఊపిరాడని పరిస్థితి, అందుకే అంతా టిఫిన్ బాక్సులతో పాటూ ఆక్సిజను సిలిండర్లు చిన్నవి పట్టుకెళుతున్నారు ఆఫీసులకు.

మీరు ఇంట్లోంచి బయటకు అడుగుపెట్టగానే ఆక్సిజన్ సిలిండరుకున్న ట్యూబును మీ ముక్కులోకి తొయ్యండి. లేకపోతే చాలా ఇబ్బంది పడతారు." అంది.

"సర్లే"అంటూ బయటకొచ్చాడు. చుట్టూ చూసాడు. తన ద్విచక్రవాహనం కనిపించలేదు.

"ఏమైంది నా బండి?" అంటూ గావుకేక పెట్టాడు.

భానుమతి బయటకొచ్చి "ఇప్పుడు కార్లు, మోటారు సైకిళ్ళు వినియోగం తగ్గిపోయింది. కారణం పెరిగిన ట్రాఫిక్కు, దాంతోపాటూ ప్రభుత్వం వాహనాలపై పార్కింగ్ పన్ను అంటూ కొత్తగా ఒక పన్ను వేస్తోంది. దీంతోపాటు కాలుష్యపన్ను అనేది చాలా ఎక్కువగా పెరిగింది. అందుకే అందరూ సైకిళ్లమీద ఆఫీసులకు వెళుతున్నారు. అలా వెళ్ళేవారికి ప్రభుత్వమే ఉచితంగా సైకిళ్ళు ఇస్తోంది. అలాగే రోడ్లమీదా సైకిళ్ళ కోసం ప్రత్యేకంగా లైన్లు వేసారు. మన పెద్దోడి సైకిలు అదిగో, దాన్ని తీసుకువెళ్ళండి." అంది.

రాంబాబుకు ఆ సైకిలు చూడగానే ఆనందం కలిగింది. చిన్నప్పటి రోజులు గుర్తుకొచ్చాయి. సైకిలెక్కి ఈల వేసుకుంటూ స్కూలు వైపుగా తొక్కడం మొదలెట్టాడు.

అరగంటలో స్కూలుకు చేరుకున్నాడు.

పదిహేనేళ్ళలో స్కూలు రూపురేఖలు మారిపోయాయి. అప్పుడు కూలిపోయే దశలో ఉన్న పెంకుటిల్లు. ఆ స్థానంలో రెండంతస్థుల భవనం. చుట్టూ ప్రహారీ గోడ, పెద్ద గేటు. స్కూలు హెడ్ మాస్టర్ను కలిసాడు. ఆయన పేరు రంగారావు. తనతో పనిచేసిన టీచరే. ప్రమోషన్ మీద హెడ్మాస్టర్ అయ్యాడు. రాంబాబును సాదరంగా ఆహ్వానించాడు.

"మిత్రమా, నువ్వు కోమాలోంచి బైటకు రావడం ఆనందంగా ఉంది. ఈ పదిహేను సంవత్సరాలు నువ్వు కోమాలో ఉన్న కాలాన్ని జీతపునష్టం సెలవుగా పరిగణించి నీకు మళ్ళీ ఉద్యోగం ఇమ్మనే ఉత్తర్వులు ఉన్నాయి, చక్కగా ఉద్యోగం చేసుకో అయితే నువ్వు ఇపుడు చెప్పాల్సింది, నైతిక విలువలు-వ్యక్తిత్వ వికాసం అనే సబ్జెక్టులు. ఈ మధ్య కాలంలో యువతరంలో నేరప్రవృత్తి, మానసిక ఆందోళన ఎక్కువయ్యాయి, అందుకే ప్రభుత్వం ఈ విషయం మీద ప్రత్యేకంగా సిలబస్లో చేర్చింది. నువ్వు బాగా అనుభవం ఉన్న టీచరువి కనుక ఈ సబ్జెక్టు గురించి పిల్లలకు బాగా చెప్పగలవు, ఆల్ ది బెస్ట్!" అన్నాడు.

రాంబాబు ఏడో తరగతి క్లాస్ రూములోకి వెళ్ళాడు. పిల్లలంతా గోలగోలగా అరుస్తున్నారు. 'సైలెన్స్' అంటూ అరిచి పాఠం చెప్పడం మొదలు పెట్టాడు.

"ఈ రోజు మీకు 'సహనం' గురించి చెపుతాను. సహనం అంటే ఓర్పు. మనం జీవితంలో పైకి ఎదగాలంటే సహనం ఉండాలి. ఎన్ని ఒడిదుడుకులు ఎదురైనా నిలబడగలగాలి, అంటే సహనం ముఖ్యం. సాలీడు మీకు తెలుసుకదా. దాన్ని ఎన్నిసార్లు మనం లాగేసినా, అది క్రిందపడి పోయినా సహనంతో తన గూడును కట్టుకుంటుంది. సాలీడును చూసే ఒక మహారాజుగారు

ఏడుసార్లు ఓడిపోయినా, ఎనిమిదో సారి దండయాత్ర చేసి తన రాజ్యాన్ని గెలుచుకున్నారు. అంచేత సహనానికి ప్రతీకగా నిలిచే సాలీడును చూసి నేర్చుకోండి" అన్నాడు. వెంటనే ఇద్దరు కుర్రాళ్ళు లేచి "అసలు సాలీడు అంటే ఏంటిసార్, ఎలా ఉంటుంది?" అన్నారు.

"సాలీడు తెలీదా? సాలెపురుగు ఇంగ్లీషులో స్పైడర్" అన్నాడు వివరంగా.

"మేం సాలీడును ఎప్పుడూ చూడలేదు సార్, అన్నారు ఆ ఇద్దరితో పాటూ మిగతా పిల్లలూ ముక్త కంఠంతో – రాంబాబుకు మళ్ళీ ఆశ్చర్యం.

"సాలె పురుగులు మన ఇళ్ళల్లో కనిపిస్తాయి, తలుపు సందుల్లో, గోడల మధ్యన – స్పైడర్మేన్ కార్టూన్ సీరియల్ మీరు చూడలేదా?" అన్నాడు రాంబాబు.

"స్పైడర్మేన్ తెలుసు, సాలీడు గురించి తెలీదుసార్" అన్నారు పిల్లలు మళ్ళీ.

"సరే... సాలీడు ఎక్కడైనా దొరికితే చూపిస్తాను." అంటూ తన పాఠం కొనసాగించాడు రాంబాబు.

ఇంతలో ఇద్దరు కుర్రాళ్ళు కొట్టుకోవడం చూసాడు. ఒక లావుపాటి విద్యార్థి, సన్నగా ఉన్న అబ్బాయిని కొడుతున్నాడు.

"ఒరేయ్, ఏంట్రా పిచ్చుక మీద బ్రహ్మాస్త్రం" అంటూ అరిచాడు.

"పిచ్చుక, అంటే ఏంటిసార్?" అన్నారు ఆ కుర్రాళ్ళిద్దరూ కొట్టుకోవడం ఆపు చేసి.

"పిచ్చుకలను చూడలేదా? చిన్నగా ఉంటాయి, కిచ కిచ మంటూ అరుస్తాయి" అన్నాడు.

"అబ్బే చూడలేదు సార్" అన్నారు ఆ కుర్రాళ్ళు. రాంబాబుకు అంతా అయోమయంగా ఉంది! "ఏమయ్యింది? వీళ్ళు నిజంగానే సాలీడుల్ని, పిచ్చుకలను చూడలేదా? లేక తనని ఏడిపిస్తున్నారా?!' అనుకున్నాడు.

ఇంతలో బెల్ మోగింది. పిల్లలు బిలబిలమంటూ బైటకు పరిగెత్తారు. కొంతమంది పిల్లలు ఇంకా కబుర్లు చెప్పుకుంటూ మెల్లగా అడుగులేస్తున్నారు.

"ఏంట్రా అబ్బాయిలు ఆ నత్తనడక, బొత్తిగా ఉత్సాహంలేదు, ఆటస్థలంకు ఎలా వెళ్ళాలి? హుషారుగా వెళ్ళాలి, ఏంటి? తాబేలులాగా మరీ మెల్లగా పిల్లి అడుగులు వేస్తున్నారు?!" అన్నాడు.

రాంబాబు కావాలనే అలా అన్నాడు. నత్త, తాబేలు, పిల్లి వీటి గురించి వీళ్ళకు తెలుసోలేదో తెలుసుకుందామని అలా అనేసరికి, అతను ఊహించినట్టుగానే ప్రశ్నల పరంపర –

"నత్త ఏంటి సార్? తాబేలు ఎలా ఉంటుంది? పిల్లిని ఎప్పుడూ చూడలేదుసార్" అన్నారు.

రాంబాబుకు పూర్తిగా అర్థమయిపోయింది. 'వీళ్ళు కావాలనే తనని ఏడిపిస్తున్నారు' అనుకున్నాడు. 'ఒకసారి హెడ్మాస్టరుతో మాట్లాడాలి, లేకపోతే శృతిమించి రాగాన పడుతుంది' అనుకున్నాడు. వెంటనే హెడ్మాస్టారు గదిలోకి వెళ్ళి –

"అయ్యా ఈ పిల్లలు చాలా ముదురుల్లా ఉన్నారు. సాలీడు అంటే తెలీదట, పిచుకలను చూడలేదట, నత్త, తాబేలు, పిల్లి వీటి గురించి వినే లేదట" అన్నాడు. ఆయన వెంటనే రాంబాబు ముఖంలోకి చూసాడు.

"ఔను వాళ్ళు చెప్పింది నిజమే, పాపం ఈ కాలపు పిల్లలకు వాటి గురించి తెలీదు, వారు మిమ్మల్ని ఏడిపించడంలేదు, అది వాస్తవం"అన్నాడు.

"మైగాడ్, అది ఎలా సాధ్యం?! వాటిని చూడకపోవడం ఏమిటి?!" అన్నాడు రాంబాబు ఆశ్చర్యపోతూ

"పాపం మీరు పదిహేనేళ్ళుగా కోమాలో ఉండి బైటకు రావడంతో ఈ మధ్య కాలంలో ఏం జరిగిందో మీకు తెలీదు" అన్నాడు.

"ఏం జరిగింది?" అన్నాడు రాంబాబు ఆసక్తిగా.

"సావధానంగా కూర్చోండి. ఏం జరిగిందో చెపుతాను, టీవీ టవర్ల ద్వారా వచ్చే రేడియో ధార్మికత వల్ల ఊరపిచ్చుకలు, తూనీగలు అంతరించిపోయాయి. లేండ్ మైనింగ్ వేడికి అడవుల్లోని చెట్లు మాడిపోయి మోడులవుతున్నాయి. వానపాముల్ని నత్తల్ని రొయ్యల చెరువుల్లో, చేపల చెరువుల్లో ఆహారంగా వేస్తున్నారు, దాంతో అవి అంతరించి పోయాయి. పరిశ్రమల నుంచి వచ్చే రసాయనిక పదార్థాలు, కాలవలల్లోను, నదుల్లోనూ కలవడం వల్ల తాబేళ్ళు, జలగలు చనిపోయాయి. ఈ రెండువేల ముప్పై ఆరంభంలోనే 182 రకాల పక్షి జాతులు అంతరించాయని శాస్త్రవేత్తల అంచనా – ఇప్పుడు పర్యావరణం పూర్తిగా దెబ్బతింది. మీరే చూస్తున్నారుగా ఆక్సిజను సిలిండరు లేకుండా బైటకు రాలేక పోతున్నాం..." అన్నాడు 'హెడ్మాస్టారు వివరంగా –

రాంబాబుకు ఆ మాటలకు తల తిరిగింది.

"పిల్లల్ని అనవసరంగా అపార్థం చేసుకున్నాను"అనుకున్నాడు. అంతలో భోజన విరామ సమయాన్ని సూచిస్తూ గంట మోగింది. అన్యమనస్కంగానే భోజనం ముగించాడు.

స్కూలు అయిన తర్వాత తిరిగి సైకిలు మీద బయలుదేరాడు. ఏవేవో ఆలోచనలు!

"జీవవైవిధ్యం గురించి 2015లో తను విన్నట్టు గుర్తు – మనుషులు, జంతువుల ఇతరప్రాణులు ఎవరి బ్రతుకు వాళ్ళు బతకడం ఒకరి ఆవరణలోనికి వేరేవాళ్ళు వెళ్ళక పోవడమే జీవవైవిధ్యం మనుషులకు. ఈ అతిచిన్న ప్రాణులు ఎంత సహాయం చేస్తున్నాయి! వానపాము తన జీవితకాలంలో ఒక పావు ఎకరం ఎరువును తయారు చేస్తుంది. పిచుకలు పంటచేలల్లో పురుగుల్ని ఎత్తుకుపోవడం ద్వారా పంటలను కాపాడతాయి. నత్త, తాబేలు, జలగలు నీటిలోని క్రిమి కీటకాదుల్ని తిని, నీటి ద్వారా జరిగే కాలుష్యాన్ని అరికడతాయి. అయితే మనిషి ఏం చేస్తున్నాడు?! ఈ ప్రాణుల్ని నాశనంచేసి తన ముప్పు తానే తెచ్చుకుంటున్నాడు. సృష్టిలోని మిగతా జీవుల్లాగానే మనిషి ఒక ప్రాణి – అంతే... ఏ ప్రాణికన్నా ఎక్కువ కాదు, అయినా మనిషికి ఏమిటి ఈ ఆధిపత్యం!?" ఆలోచనల్లో మునిగిన రాంబాబు ఎదురుగా ఉన్న ఎలక్ట్రిక్ స్థంభాన్ని గుద్దేసాడు. కళ్ళు బైర్లు కమ్మాయి. "అమ్మా అంటూ అరిచాడు. కళ్ళు మూతలు పడ్డాయి.

ఇంతలో ఎవరో నీళ్ళు ముఖం మీద కొట్టడంతో దిగ్గున లేచాడు.

ఎదురుగా సన్నగా ఉన్న పాతికేళ్ళ అమ్మాయి. ఆ అమ్మాయి పక్కను నుంచుని రాంబాబునే చూస్తున్న రెండు, మూడు సంవత్సరాలున్న ఇద్దరు పిల్లలు.

"ఎవరు మీరు?" అన్నాడు ముఖం మీద పడిన నీళ్ళు తుడుచుకుంటూ –

"ఏమయ్యింది కలగన్నారా? నేనుమీ భార్యను, వీళ్ళిద్దరూ మీ పిల్లలు" అంది ఆవిడ అతని వంక భయంగా చూస్తూ.

"కాదు! మీరెవరో! మా ఆవిడ బొద్దుగా ఉంటుంది. నా పిల్లలకు ఒకడికి పదిహేడు, ఇంకొకడికి పద్దెనిమిది సంవత్సరాలు. ఇది రెండు వేల ముప్పయ్యవ సంవత్సరం కదా" అన్నాడు.

"మీకు మతిపోయినట్టుంది, మీ తలతో, నా నుదుటి మీద గట్టిగా కొట్టారు చూసారా ఎలా వాచిపోయిందో. "అమ్మా!" అంటూ అరిచారు. అందుకే నీళ్ళు ముఖం మీద కొట్టాను" అంది ఇంకా అతడి ముఖంలోకి పరిశీలనగా చూస్తూ.

రాంబాబు తెల్లబోతూ గోడవైపు చూసాడు. గోడమీద కేలండర్లో 2015, జూన్ 14వ తారీఖు చూపిస్తోంది. మంచం మీద ఉన్న పుస్తకం చూసాడు –

"ముప్పు డాట్ కామ్, రెండువేల ముప్పై" – అతడికి పూర్తిగా అర్ధమయింది.

"జీవవైవిధ్యం కాపాడుకోకపోతే, రెండు వేల ముప్పై సంవత్సరంలో ఏం జరుగుతుందో ఆ పుస్తకంలో వివరంగా రాసారు. అది చదువుతూ నిద్రపోయాడు. అలా వచ్చిందే ఈ కల అనుకుంటూ బైటకు నడిచాడు.

పెరట్లో మొక్కలకేసి దృష్టి సారించాడు.

గబగబా చెంబుడు నీళ్ళు తీసుకొచ్చి పోసాడు.

గోడ మీద ఏవో పక్షులు వాలాయి. "భానుమతీ కాసిని బియ్యం వెయ్యి వీటికి" అన్నాడు. ఆ కేకకు వచ్చిన అతడి శ్రీమతి భర్తలో వచ్చిన ఈ హఠాత్ మార్పు వెనక గల దేవరహస్యం అర్ధంకాక అతడి వంక అయోమయంగా చూస్తూ ఉండిపోయింది.

★★★★★★★★

ఆంధ్రప్రదేశ్ మాసపత్రిక లో బహుమతి పొందిన కథ.

పోలేరమ్మ

పాడేరు నుంచి అరుకు వెళ్ళే దారిలో ఉంది ఆ గెస్ట్ హౌస్. చూడ్డానికి పాత డాబా ఇల్లులా అనిపించినా లోపల విశాలమైన హాలు, ఒక బెడ్ రూమ్, ఒక వంటగది ఉన్నాయి. అది రాత్రి ఏడు దాటిన సమయం. అక్కడ పార్టీ జరుగుతోంది. పార్టీని నిర్వహించే చక్రవర్తి అందరి మధ్యలో కూర్చున్నాడు. అతడి చుట్టూ నాలుగు కుర్చీల్లో మిత్ర బృందం. అందరి చేతుల్లో గ్లాసులున్నాయి. అతడి చేతిలో గ్లాసు ఉంది, గాని దానిలో ఉన్నది నిమ్మకాయ రసం. అతడు తాగడు. వారి మధ్య టీపాయ్ మీద మంచింగ్ కోసం పెట్టిన తినుబండారాలు.

అది వారాంతపు సెలవు దినం. అందరికీ ఆటవిడుపు. చక్రవర్తి గెస్ట్ హౌస్‌లో ఆ మిత్రులంతా కలుస్తారు. మిత్రులంటే ఈమధ్యే ఆరు నెలల క్రితం వారి స్నేహం కలిసింది, వారి వృత్తి రీత్యా. వారంతా కాంట్రాక్టర్లు. ఎప్పుడూ తమ కాంట్రాక్టరు పనులతో సతమతమవుతూ వారానికి ఒకసారి అలా కలుస్తారు. ఎప్పుడు కలిసినా చక్రవర్తి ఒక కథ అల్లి వారికి వినిపిస్తాడు. కారణం అతను ఒక రచయిత. విరివిగా పత్రికల్లో కథలు రాస్తాడు. సాహిత్య లోకంలో మంచి రచయితగా పేరు వుంది. మిగతా వారంతా శ్రోతలు. ఆరోజు మిగతా మిత్రులు “చక్రీ! కథ చెప్పు” అన్నారు. అతను చిన్నగా నవ్వి, “నేను కాదు, మీలో ఎవరన్నా ఒకరు కథ చెప్పండి” అన్నాడు. అతడి మాటలకు అందరూ ఆలోచనలో పడ్డారు. ఆరు నెలల నుంచి వాళ్ళంతా రోడ్డు, భవనాలు, వంతెనలు వంటి కాంట్రాక్టు పనుల సందర్భంగా సిండికేట్‌గా ఏర్పడ్డారు. చక్రవర్తితో పాటు ఆ పార్టీకి వచ్చిన మురళి మాత్రం అతని బాల్య స్నేహితుడు. ఇద్దరూ ఒకటవ తరగతి నుంచి కలసి చదువుకున్నారు. ఇద్దరూ ఇంజనీరింగ్ చేసి కొంత కాలం ప్రభుత్వరంగ సంస్థలో పనిచేసి ఈ మధ్యనే సంవత్సరం క్రితం కాంట్రాక్టర్లుగా అవతారం ఎత్తారు. మురళి నేను ఒక కథ చెప్తాను అంటూ ప్రారంభించాడు.

“నేను చదివిన ఒక పెద్ద రచయిత కథ చెప్తాను. అది ఒక బంగారపు గొలుసు కథ” అన్నాడు.

“చెప్పు... చెప్పు...” అంటూ చక్రవర్తి మిత్రుడి వంక నవ్వుతూ చూశాడు.

వాతావరణం చల్లగా ఉంది. కారణం అది మన్య ప్రాంతం. చుట్టూ కొండలు, ఎత్తయిన చెట్లు, కాఫీ తోటలు, నిరంతరం పలుచగా కురిసే వర్షం. ఇంతలో ఆ గెస్ట్ హౌస్ వాచ్‌మేన్ వేడిగా వేసిన మిరపకాయ బజ్జీలు తీసుకువచ్చాడు. వాటిని తింటూ అందరూ మురళి వంక ఆసక్తిగా చూశారు. మురళి చెప్పడం మొదలెట్టాడు మళ్లీ.

"అనగనగా ఒక ఇద్దరు స్నేహితురాళ్లు. ఒకావిడ ధనికురాలు, ఇంకో ఆవిడ మధ్యతరగతి మహిళ. ఒకసారి ఆ మధ్యతరగతి మహిళ ఆ ధనికురాలిని పెళ్లికి వెళతానని చెప్పి ఆవిడ గొలుసు అడిగింది. ప్రాణ స్నేహితురాలు కదా అని తను వేసుకునే వజ్రాల హారాన్ని స్నేహితురాలికి ఇచ్చింది"

మురళి చెప్పడం ఆపాడు. చక్రవర్తి కొనసాగించాడు. "ఆ వజ్రాల హారం పెళ్ళిలో పోగొట్టుకుందా ఆవిడ?" అన్నాడు చక్రవర్తి.

"నీకెలా తెలుసు?" అన్నాడు మురళీ.

"ఇది చెహోవ్ రాసిన నెక్లెస్ కథ" మిగతా కథ నేను చెప్పనా?"

"లేదు... లేదు... నేను చెప్తాను" అని కొనసాగించాడు మురళి.

గొలుసు పోగొట్టుకున్న ఆ మధ్యతరగతి ఆవిడ స్నేహితురాలికి మొహం ఎలా చూపించాలో తెలీక బాధపడి తన భర్తతో సంప్రదించి తన ఇల్లు అమ్మేసి ఇంకా అప్పులు చేసి ఆ వజ్రాల హారం వేరే కొని స్నేహితురాలికి ఇచ్చి తన భర్తతో ఆ ఊరు వదిలిపెట్టింది. చాలా కాలం తరువాత మళ్ళీ ఆ ఇద్దరు స్నేహితురాళ్లు కలుసుకున్నారు. ఆ మధ్యతరగతి మహిళ మరింత దైన్యస్థితిలో పేదరాలిగా మారిపోయింది.

"ఏమైంది? ఇలా అయిపోయావు" అంది ఆ ధనికురాలైన స్నేహితురాలు.

"ఏముంది? నీవిచ్చిన వజ్రాల హారం పోగొట్టుకున్నాను. దాన్ని నీకివ్వడంకోసం ఇలా అప్పులపాలయ్యాం" అంది.

దానికి ఆ స్నేహితురాలు ఆశ్చర్యపోతూ "అయ్యో! ఎంత పని చేశావు. నేను నీకిచ్చింది గిల్టు నగ. తిరిగి అదే ఇచ్చేశావనుకున్నాను" అంది.

ఆ మాటలకు కుప్పలా కూలింది ఆ పేద స్నేహితురాలు.

మురళి కథ చెప్పడం పూర్తి చేశాడు.

"మై గాడ్! గొప్ప కొసమెరుపు" అన్నారు ఆ పార్టీలోని మిత్రులందరూ.

"ఇలాంటి బంగారు గొలుసు కథ మా ఇంట్లోనూ జరిగింది. ఇది వేరే జోనర్. ఇది పోలేరమ్మ కథ" అంటూ చెప్పడం మొదలుపెట్టాడు చక్రవర్తి.

★★★

ఆ ఊళ్ళో ఇద్దరు పోలేరమ్మలు ఉన్నారు. ఒక పోలేరమ్మ గుళ్ళో వుంటే, ఇంకో పోలేరమ్మ ఒకరి ఇంట్లో పనిమనిషిగా ఉంటోంది. గుళ్ళో పోలేరమ్మను ఆ ఊళ్ళో వాళ్ళు ఏర్పరుచుకున్నారు. చాలా సంవత్సరాల క్రితం ఆ ఊళ్ళో పిల్లలకు జ్వరాలు రావడంతో "తల్లీ మా బిడ్డలకు జ్వరాలు తగ్గాలి. నీ మొక్కు తీరుస్తాం" అంటూ పోలేరమ్మను వేడుకునేవారు. ఆ మొక్కు, కోడిని కోయడం, మేకను బలి ఇవ్వడం, పేద మహిళలకు చీరల దానం ఇలా – ఇది గుళ్ళోని పోలేరమ్మ అమ్మవారి కథ! ఇక పనమ్మాయి పోలేరమ్మ కథలోకి వెళితే –

పోలేరమ్మ రుక్మిణి, శంకర్రావుల ఇంట్లో పనమ్మాయిగా చేరినపుడు ఆమె వయసు ముప్పయ్యేళ్ళు. ఇపుడు అరవయ్యేళ్ళ వయసులో ఆ ఇంట్లోంచి బైటకు వచ్చేసింది. ఆ ఇంట్లో

పనమ్మాయిగా ఎందుకు చేరవలసి వచ్చిందో తెలియాలంటే ముప్పయ్యేళ్ళు వెనక్కి వెళ్ళాలి. ఇక ఆ ఇంట్లోంచి ఎందుకు బైటకు వచ్చిందో తెలియాలంటే ముప్పయ్ రోజుల క్రితం జరిగిన సంగతి తెలియాలి.

ముందుగా ముప్పయి సంవత్సరాలు వెనక్కి వెళితే... ఆ ఊరు పల్లెటూరు. ఊరి జనాభా ఐదు వేలు. చాలామంది ఆ ఊళ్ళోని షుగర్ ఫ్యాక్టరీలో కార్మికులుగా పని చేస్తారు. అలాంటి కార్మికుడే పోలేరమ్మ భర్త. రోజూ ఉదయమే ఆరు గంటలకు సైకిల్ మీద బయలుదేరతాడు, కేరేజి కట్టుకుని. అలా ఆరోజు డ్యూటీకి బయలుదేరి ఊరు దాటి హైవే మీదుగా ఫ్యాక్టరీకి చేరుతున్న సమయంలో వేగంగా వస్తున్న ఒక లారీ అతడి సైకిల్‌ని గుద్దేసింది. ఫలితంగా అతను రోడ్డు మీద పడ్డాడు. తల పగిలింది. రక్తం ప్రవహించింది. టౌన్‌లోని ప్రభుత్వ ఆసుపత్రికి తీసుకువెళ్ళే దారిలోనే అతను చనిపోయాడు. అతని జీవితం అలా రోడ్డు మీద బలయ్యింది. భార్య, ఇద్దరు పిల్లల జీవితాలు రోడ్డు మీద కొచ్చాయి.

ఫ్యాక్టరీ వాళ్ళు పదివేలు చేతిలో పెట్టి చేతులు దులుపుకున్నారు. ఇక తనూ, తన బిడ్డలు బతకడంకోసం పనిమనిషి అవతారం ఎత్తింది. ఆ ఊరి స్కూల్లో కొత్తగా చేరారు రుక్మిణి, శంకర్రావు దంపతులు. తమ సంవత్సరం వయసున్న కూతురితో – ఆ పిల్లను చూడడంతో పాటూ, ఆ ఇంటిని చక్కబెట్టేందుకు జరిపిన అన్వేషణలో పోలేరమ్మ దొరికింది వారికి. అలా, నాలుగైదు ఇళ్ళల్లో పనికి కుదిరింది. వారు ఆ ఊళ్ళో ఐదేళ్ళు పని చేసిన తర్వాత వేరే ఊరికి బదిలీ అయినా, ఆ ఊళ్లో ఇల్లు కొనుక్కొని అక్కడి నుంచీ వేరే వూళ్ళకు తమ ఉద్యోగం నిమిత్తం తిరిగేవారు. అలా పోలేరమ్మకు తన పని నిలబడిపోయింది ఆ ఇంట్లో.

పోలేరమ్మ ఇద్దరు పిల్లల్లో కొడుక్కి నాలుగేళ్ళు, కూతురికి రెండేళ్ళు. రుక్మిణి, శంకర్రావు గార్ల పిల్ల కళ్యాణిని తన బిడ్డల కన్నా ఎక్కువ ప్రేమతో సాకేది. అలా కళ్యాణి పెరిగి పెద్దదయింది. ఆ ఊళ్ళో స్కూలు చదువు, పక్క ఊళ్ళో కాలేజీ చదువు పూర్తిచేసి ఇంజనీరింగ్ కాలేజీ చదువుకు హైదరాబాద్ వెళ్ళి, ఒక సాఫ్ట్ వేర్ కంపెనీలో కేంపస్ రిక్రూట్‌మెంట్‌లో ఉద్యోగం సంపాదించుకుంది. పోలేరమ్మ కొడుకు ఆమె ఆర్థిక స్థాయికి తగ్గట్టుగా ఐటిఐ చదివి, ఆ ఊరి షుగర్ ఫ్యాక్టరీలో మెకానిక్‌గా ఉద్యోగం సంపాదించుకున్నాడు.

పోలేరమ్మ సంపాదనకు తోడుగా ఆమెకు కోడిపిల్లలు సాయం చేసేవి. వాటిని కొని, పెంచి పోలేరమ్మ గుడ్లు అమ్మేది. అలా కోళ్ళ సహాయంతో పాటూ కొడుకూ అందిరావడంతో కూతురుకు తన తాహతకు తగ్గ సంబంధం తీసుకొచ్చి పెళ్ళి చేసింది. ఆమెకు సంతోషం కలిగించిన మరో విషయం, తన చేతుల్లో పెరిగిన కళ్యాణికి పెళ్ళయింది. ఆమెను అమెరికాలో ఉద్యోగం చేసే అబ్బాయితో పెళ్ళి జరిపించారు.

ఇలా ముప్పయ్యేళ్ళు ఒకరింట్లో పనిచేసి రెండో తరాన్నీ చూసిన పోలేరమ్మ అంత హఠాత్తుగా ఆ ఇంట్లోంచి ఎందుకు తప్పుకొంది?! ఇది తెలియాలంటే ముప్పయి రోజులు వెనక్కి వెళ్ళాలి. ఆ ఇంట్లో కళ్యాణికి ఒక సంవత్సరం వయసప్పుడు పోలేరమ్మ పనిమనిషిగా చేరితే, ఇపుడు అంతే వయసున్న కళ్యాణి కూతురు, ఆ ఇంట్లోకి రాగానే పోలేరమ్మకు ఆ ఇంట్లోంచి తాను బైటకు

వెళ్ళే పరిస్థితులు కలిగాయి. కళ్యాణికి పుట్టిన కూతురు మొదటి పుట్టినరోజు వేడుక కోసం ఆ ఇంట్లో సందడి మొదలయింది.

ఆ ఇంట్లో పనిమనిషిగా అలవాటయిన పోలేరమ్మ పుట్టినరోజు పండుగ చేసుకుంటున్న పాపాయికి నూనె రాసి, నలుగు పెట్టి, వేడినీళ్ళతో స్నానం చేయించింది. తనే పౌడరు రాసి కొత్త బట్టలు వేసింది. అలా కళ్యాణి కూతురు పుట్టినరోజు వేడుకలు ఘనంగా జరిగాయి. అందరూ ఆ చంటిదాన్ని ఆశీర్వదించి విలువైన బహుమతులు అందచేసారు. పోలేరమ్మ మాత్రం ఒక కోడిపిల్లను ఆ పుట్టినరోజు పాపాయికి కానుకగా తెచ్చింది. ఆరోజు గడిచింది. తెల్లవారింది. అప్పుడు కళ్యాణి అత్తగారికి గుర్తుకొచ్చింది. మనవరాలి మెడలో వేసిన గొలుసు మాయమయ్యిందని. తను ఉదయమే ఆ పిల్ల నిద్రపోతున్న సమయంలో మెడలో గొలుసు వేసింది. మరి సాయంత్రానికల్లా ఎలా మాయమయింది?! ఆ పిల్లకు స్నానం చేయించింది. బట్టలు తొడిగించింది. ఆకలేస్తే పాలు తాగించింది పోలేరమ్మ. ఇపుడు గొలుసు మాయమయ్యిందంటే ఎవరు బాధ్యులు?! అలా వచ్చిన బంధుజనం, అత్తగారు పోలేరమ్మను దొంగగా నిలబెట్టారు, అయితే వారు – ఆమె మీద పడిన నిందను, అపవాదునూ కాదనలేకపోయారు. పోలేరమ్మ గొల్లుమంటూ ఇంట్లోంచి బైటకు నడిచింది. తనకు ఏ పాపమూ తెలియదంటూ ఆక్రోశిస్తూ ఆ ఇంట్లోంచి భారంగా నడిచింది. అలా ఆ ఇంట్లో ఆమె చరిత్ర ముగిసింది.

ఆ ఇంట్లోంచి బైటకు వచ్చిన పోలేరమ్మ అన్నేళ్ళ తన నమ్మకం వమ్ము అయినందుకు దిగులుపడింది. ఆ దిగులు ఆమె గుండెల్లో గుబులు రేపింది. ఆ గుండెకు తగిలిన గాయం ఆమెను ఆస్పత్రి పాలు చేసింది.

రోజులు గడిచాయి. నెలలయ్యాయి. కళ్యాణి కూతురితో పుట్టింట్లోనే ఉండిపోయింది. ఆమె భర్త అమెరికా వెళ్ళిపోయాడు. కళ్యాణికి, ఆమె సంవత్సరం కూతురికి పాస్‌పోర్ట్, వీసా దొరికిన తర్వాత అతను తీసుకెళతాడు వారిని అమెరికాకు. పుట్టింట్లో ఉన్న కళ్యాణి కూతురికి ఒకరోజు జ్వరం వచ్చింది. దగ్గరలోని పిల్లల డాక్టరుకు చూపించినా తగ్గలేదు. ఈలోగా ఆ ఊళ్ళో గ్రామ దేవత “అమ్మవారు” ఉండడంతో ఆమెకు మొక్కుకుంది కళ్యాణి తల్లి. వారం తర్వాత పిల్లకు ఆరోగ్యం కుదుటబడింది. ఆ ఇంట్లో వారికి బెంగ తీరింది. ఇక అమ్మవారికి చెల్లించవలసిన మొక్కు మిగిలింది. ఆ కుటుంబం అంతా మొక్కు తీర్చుకోవడంకోసం ఆ ఊళ్ళోని “అమ్మవారి” గుడికి బయలుదేరారు. తమలో పోలేరమ్మ మనవరాలికి ఇచ్చిన కోడిని తీసుకువెళ్ళడం మాత్రం మరిచిపోలేదు. కారణం – అమ్మవారి మొక్కు అంటే, కోడిని కోసి అమ్మవారి గుళ్ళో వంట వండి, కొంత మంది పేదలకు భోజనం పెట్టడం.

అపుడు పోలేరమ్మ ఇచ్చిన కోడిపిల్ల ఈ మూడు నెలల్లో పెద్దదయింది. అమ్మవారి మొక్కుకు సిద్ధమయింది. గుళ్ళో పూజలు జరిగాయి. వారి ఇంటి కారు డ్రైవరు కోడిని తీసుకెళ్ళి చెట్టు చాటున కోసాడు. అపుడు బైట పడింది చరిత్ర అడుగున దాగిన నిజం. ఆ కోడి కడుపులోకి పోయిన బంగారు గొలుసు బైట పడింది. పిల్లకు స్నానం చేయించినపుడు అది పెరట్లో జారిపోయి వుంటుంది. ఆ మట్టిలో, గడ్డిలో వున్న ఆ గొలుసును ఆ కోడి గుటకాయ స్వాహా చేసి వుంటుంది. ఆ

నిజం దాని కడుపులో ఇన్ని రోజులు ఉండిపోయింది. అమ్మవారి మొక్కుతో బైట పడింది – కళ్యాణితో పాటూ ఆమె అమ్మ, నాన్న బాధకు లోనయ్యారు. అన్నేళ్ళుగా నమ్మకంగా ప్రేమగా పని చేసిన పోలేరమ్మ నిష్క్రమిస్తుంటే మౌనంగా ఉండిపోయినందుకు తమను తాము నిందించుకున్నారు. ఆమె మీద పడిన నిందను ఆమోదించినందుకు వారి మనసు విలవిలలాడింది. ఆ సమయంలో పోలేరమ్మ ప్రభుత్వ ఆసుపత్రిలో వుంది. బంధువులంతా ఒక్కొక్కరే చూసి వెళుతున్నారు. కళ్యాణి తన కూతురితో, తల్లితండ్రులతో ఆ ఆస్పత్రికి వచ్చింది.

మెలకువలోనే వున్న పోలేరమ్మ వచ్చిన అందరినీ చూస్తోంది. మాట్లాడలేకపోతోంది. కళ్యాణి కూతురితో పోలేరమ్మ ముందు నిలబడింది. కూతురి మెడలో పోయిన గొలుసు వేసి, దాన్ని చూపిస్తూ రెండు చేతులు జోడిస్తూ దుఃఖపడింది. మెల్లగా పోలేరమ్మ చెవిలో గొలుసు దొరికిన వైనం వివరించింది.

ఆ మాట విన్న పోలేరమ్మ మెల్లగా తనలో తాను గొణుక్కుంది. రెండు చేతులూ తనూ జోడించి పైకి చూసింది. అంతా ఆమె దేవుడికి నమస్కారం చేస్తున్నదనుకున్నారు. ఐతే ఆమె దేవుడికి నమస్కారం చేయలేదు. మరి ఎవరికి?! తన పోషణ కోసం ఆ అమాయకమైన ప్రాణి, ఆ కోడి సాయపడింది. ఒక నిజం బైటకు రావడంకోసం చనిపోయింది. అలా నీతిగా బతికిన పోలేరమ్మ చనిపోతూ దేవుడికి కాదు, తనను నీతిమంతురాలిగా బ్రతికించిన ఆ కోడికి నమస్కారం చేసింది. కోడి తల్లీ నీకు దణ్ణం అని గొణుక్కుంటున్న ఆమె మాటలు వారికీ స్పష్టంగా వినిపించాయి. అలా పోలేరమ్మ అమ్మవారిలో కలిసిపోయింది.

★★★

చక్రవర్తి కథ చెప్పడం పూర్తి చేశాడు. అందరూ చప్పట్లు కొట్టారు. “చాలా బాగుంది. నిజంగా జరిగిన సంఘటనేనా?” అడిగాడు ఎవరో.

“నిజంగా అక్షరం అక్షరం జరిగిందే” అన్నాడు చక్రవర్తి.

మురళీ మిత్రుడి మొహంలో సూటిగా చూసి ఏదో చెప్పబోయి ఆగిపోయాడు. అప్పటికి రాత్రి ఎనిమిది దాటింది. “సెలవు పుచ్చుకుందాం” అన్నారు అందరూ, పార్టీ పూర్తవడంతో.

“అవును. ఘాట్ రోడ్ కదా! ఈ చీకట్లో, వర్షంలో మనం మరీ ఆలస్యం చేయకూడదు. వెళ్ళిపోదాం” అంటూ మురళీ, చక్రవర్తి ఇద్దరూ లేచారు.

పార్టీకి వచ్చిన మిత్రులంతా వారి వారి వాహనాల్లో తమ గమ్యస్థానం వైపు కదిలారు. కారు డ్రైవింగ్ సీట్‌లో కూర్చున్న చక్రవర్తి తన మిత్రుడు మురళి ప్రక్కన కూర్చున్న తరువాత కారు స్టార్ట్ చేశాడు. కారు ముందుకు కదిలింది. వర్షపు చినుకులు వేగంగా పడుతున్నాయి. అంతవరకూ మౌనంగా ఉన్న మురళీ నోరు విప్పాడు.

'నాన్‌సెన్స్, కోడి గొలుసు మింగడం ఏమిటి? కోడి కడుపులో ఉండడమేమిటి? అది కొన్ని నెలల తరువాత బయట పడడం ఏమిటి? నమ్మశక్యంగా లేదు అన్నాడు.

“అవును. నువ్వు చెప్పింది నిజమే! కోడి గొలుసును మింగడం అబద్ధం. మా డ్రైవరే మా అక్కగారి కూతురి గొలుసు పడిపోతే జేబులో వేసుకున్నాడు. దాన్ని అమ్మడానికి ప్రయత్నించి

భయపడ్డాడు. ఆ తరువాత తనే కోడి కడుపులో దొరికిందని అబద్ధం చెప్పాడు. అదీ విషయం" అన్నాడు.

"ఓహ్! అదా సంగతి" అన్నాడు మురళీ చిన్నగా నవ్వి.

కారు ముందుకు సాగింది. లిక్కర్ ప్రభావంతో మురళి మత్తులోకి జారుకున్నాడు. చక్రవర్తి తాగలేదు. కాబట్టి అతడు కారు డ్రైవ్ చేసుకుంటూ సాగుతున్నాడు.

అయితే మనసులో ఆలోచనలు ముసురుకున్నాయి. మిత్రుడికి మళ్ళీ తను అబద్ధం చెప్పాడు. తమకు అప్పట్లో కారు ఉండడం, డ్రైవరు ఉండడం కూడా అబద్ధమే! ఆ విషయం మురళికి తెలీదు. అప్పట్లో చెడు స్నేహాలకి అలవాటుపడిన తనే ఆ గొలుసు కొట్టేశాడు. దాన్ని అమ్మడానికి భయపడి కోడి కడుపులో దొరికిందని ఇంట్లోవాళ్ళకి అబద్ధం చెప్పాడు. అలా తప్పు తెలుసుకుని సరిదిద్దుకున్నాడు. పాపం పోలేరమ్మ పై నింద కొంత కాలం అలా ఉండిపోయింది. మొత్తానికి అంతిమ క్షణాల్లో పోలేరమ్మ ఆత్మకు శాంతి కలిగించాడు. అలాగే అప్పటి తన తాగుడు వ్యసనాన్ని వదిలిపెట్టాడు.

కారు ముందుకు సాగుతోంది. చక్రవర్తి మనసు ప్రశాంతంగా లేదు.

'తప్పు చేసినప్పుడు వెంటనే ఒప్పుకుంటే శిక్ష పడవచ్చు, బాధ కలగవచ్చు. మరి ఆ తప్పు ఎప్పటికీ ఒప్పుకోకపోతే అది మరీ ఘోరమైన తప్పు. ఇలా తన తప్పును లోకానికి తెలియనివ్వలేదు. జీవితాంతం మోస్తూనే వున్నాడు. అపరాధ భావనతో'

అశాంతితో చక్రవర్తి తన వాహనాన్ని ముందుకు నడిపిస్తున్నాడు.

★★★★★★★★

2020నాటా వారి కథల పోటీ లో 15000బహుమతి పొందిన కథ

ఎందరో మహానుభావులు!

అది 2019 వ సంవత్సరం. ఫిబ్రవరి నెల. తమ అపార్ట్మెంట్ పక్కనే ఉన్న కూరగాయల దుకాణం ముందు నుంచున్నాడు ఆదినారాయణ. ఆరోజు ఉదయమే తీసుకొచ్చినట్టున్నాయి కూరలు. అయినా ఏదో సందేహం! ఆ కూరగాయలు అమ్మే వ్యక్తి మాత్రం చెమటలు కక్కుతున్నాడు. మనిషి స్నానం చేసినట్టు లేడు. కూరగాయలు తాజాగా ఉన్నా అతను తాజాగా లేడు. కొంచెం దూరంలో ఒక షాపింగ్ మాల్ వుంది. అక్కడ అంతా శుభ్రంగా వుంటుంది. మనుషులతో పాటు పరిసరాలు. అయినా టైము లేదు. భార్య కుముదవల్లి అతడిని అత్యవసరంగా కూరగాయలు తెమ్మని పంపింది. భార్య మాటలు గుర్తుకొచ్చి కూరగాయలు ఏరడం ప్రారంభించాడు. తనకు కావలసిన మూడు రకాలు బేరమాడి, అతను తూకం వేయడం అయిన తర్వాత తన సంచీలో వేసుకున్నాడు. మొత్తం ఎనభై రూపాయలు అయింది. అతను చిల్లర ఇవ్వబోతుంటే తీసుకోకుండా క్షణం సేపు ఆలోచనలో పడ్డాడు.

చెమటతో తడిసిన అతడి చేయి, మాసిన చొక్కా జేబు లోపలికి వెళ్ళి, చిల్లర నోట్లతో బైటకు వచ్చింది.

ఆ దృశ్యం చూసిన ఆదినారాయణ, "వద్దు. నువ్వే వుంచుకో" అన్నాడు.

ఆ షాపు వ్యక్తి ఆశ్చర్యపోతూ, "బేరం కూడా ఆడారుకదా సార్!" అన్నాడు.

"ఫరవాలేదు" అంటూ గబగబా అక్కడ నుంచి కదిలాడు.

"మహానుభావుడు" అంటూ ఆ కూరగాయల ఆసామి రెండు చేతులు జోడించాడు. అంతలో "మహానుభావుడవేరా" అనే పాట రింగ్ టోన్లా వినిపించింది. చుట్టూ చూసాడు. ఎవరూ లేరు. పాట మళ్ళీ వినబడలేదు. ముందుకు నడిచాడు. పాల పాకెట్లు అమ్మే చోటుకు వచ్చాడు. అక్కడ ఒక ముసలాయన. జుట్టు, గడ్డం బాగా పెరిగి వున్నాయి. దగ్గుతున్నాడు. రోజూ పాల పాకెట్లు అమ్మేది వేరే వ్యక్తి. "ఈయన ఎవరో!" అనుకుంటూ "రెండు పాల పాకెట్లు కావాలి" అన్నాడు. ఎదురుగా వున్న ట్రే చూపించి "తీసుకోండి" అన్నాడు ఆ పెద్దాయన. తీసుకుని సంచీలో వేసుకుని వంద రూపాయల నోటు ఇచ్చాడు. అతను చిల్లరకోసం తన పంచెకు కట్టిన గుడ్డసంచి తీసాడు. చుట్టలు, నలిగిన పాత నోట్లు, చిల్లర డబ్బులు ఉన్నాయి. అతను లెక్కబెట్టి ఇవ్వబోతుంటే, "వద్దు. నువ్వే వుంచుకో" అంటూ వెను తిరిగాడు.

"మహానుభావుడు" అంటూ అతను నమస్కారం చేసాడు.

మళ్ళీ 'మహానుభావుడవేరా!' అనే పాట చెవి దగ్గర జోరీగలా చికాకు పెట్టింది. చుట్టూ ఎవరూ లేరు.

'ఏమిటో తనకు భ్రమ. ఆ పాట ఎవరో తన కోసం వినిపిస్తున్నట్టు. ఇదీ ఏదైనా జబ్బా! ఆలోచిస్తూనే తమ అపార్ట్మెంట్ గేటు దాటి ముందుకు వెళుతుంటే, "హలో ఆదినారాయణగారూ బావున్నారా?!" అంటూ ఆ అపార్ట్మెంట్లో వుండే శంకరం పలకరిస్తూ షేక్ హేండ్ ఇవ్వబోతుంటే, రెండు చేతులూ జోడించాడు.

మళ్ళీ 'మహానుభావుడవేరా!' అనే పాట వినిపించింది లీలగా.

జుట్టు పీక్కోవాలనుకున్నాడు. లిఫ్ట్ ఎక్కి నాలుగో ఫ్లోరులో వున్న తన ఇంట్లోకి వచ్చి కూలబడ్డాడు.

భార్య వచ్చి చేతిలోని సంచీ అందుకుంది. "డాడీ" అంటూ ఐదేళ్ళ కూతురు పరిగెత్తుకుంటూ వచ్చి అతడి ఒళ్ళో కూర్చోబోయింది. "ఆగు" బైట తిరిగొచ్చాను అనుకుంటూ, బాత్రూమ్లోకి వెళ్ళాడు. కాళ్ళు, చేతులు శుభ్రంగా కడుక్కుని వచ్చాడు. "బాగా తలపోటుగా వుంది. కాఫీ ఇవ్వు" అన్నాడు. ఆమె కాఫీ కలుపుతుంటే తను తెచ్చిన కూరగాయలను గిన్నెలో వేసి కడగడం ప్రారంభించాడు.

"నేను కడుగుతాను" అన్న ఆమె మాటలు నోటి వరకూ వచ్చి ఆగిపోయాయి. కారణం తను కడిగినా, అతనికి సంతృప్తి వుండదు. మళ్ళీ మళ్ళీ కడుగుతాడు. అందుకే ఆమె మౌనం అయింది. ఆదినారాయణ బాల్కనీలోని ట్యాప్ దగ్గరకు వెళ్ళి మళ్ళీ కాళ్ళు, చేతులు రెండోసారి కడుక్కుంటుంటే పాట వినిపించింది. అదే అదే... పదే పదే! "నో" అంటూ గట్టిగా అరిచాడు. ఇంకా ఆ పాట వినిపిస్తూనే వుంది. అతను అరిచిన అరుపు విని ముందు అపార్ట్మెంట్ బాల్కనీలో పిల్లలు పారిపోయారు. పాట వేసింది వారే! అతను కనబడగానే ఆ పాట వినిపిస్తారు. అలా వినీ వినీ ఆ పాట చెవిలో రింగుటోన్ అయిపోయింది ఆదినారాయణకు –

భర్త అరిచిన అరుపుకు పరిగెత్తుకుంటూ వచ్చింది. అతని వంక జాలిగా చూసింది. అతడికి అబ్సెస్సివ్ కంపల్సివ్ డిజార్డర్ వుంది. దాన్నే ఓసిడి అంటారు. ఆ మానసిక రోగం వున్నవారు రకరకాల చేష్టలు చేస్తారు. ఐతే ఆదినారాయణ మాత్రం అతి శుభ్రత పాటిస్తాడు. కడిగినవే కడుగుతాడు. చేతులైనా, పరిసరాలైనా –

అరగంట క్రితం అతను చిల్లర తీసుకోకుండా వచ్చినపుడు ఆ కూరగాయలవాడూ, పాల పాకెట్ల పెద్దాయన అతడిని మహానుభావుడవేరా! అని పొగిడారు. వారి దృష్టిలో అతను అంతే! ఐతే ఆదినారాయణ దృష్టిలో నువ్ ఓసిడి గాడివి. మా మురికి చేతులతో చిల్లర తీసుకోలేక దానం ఇచ్చావ్ అనుకుంటారేమో అనే భావన అతడిది.

ఐనా ఓసిడి వారిని మహానుభావుడవేరా అంటూ వెటకారంగా అనడం ఏమిటో, ఆ పేరున్న సినిమా వచ్చిన తర్వాత అనుకున్నాడు.

ఆలోచనల్లోంచి బైటకొచ్చి నాకు "మెంటల్ అంటావా" అన్నాడు ఆదినారాయణ.

"ఛ ఛ... ఇదేం పెద్ద మానసిక రోగం కాదు. మనం డాక్టర్ని కలిసాం కదా! ఆయన కౌన్సిలింగ్ చేసారు. ఇంకా మందులు వాడమన్నారు. ఓసిడిలో ప్రమాదకరమైన దశలున్నాయి.

మీకు అవేమీ లేవు. అతి శుభ్రత తప్ప. మెల్లగా అదే తగ్గుతుంది. ప్రశాంతంగా ఉండండి" అంది కుముదవల్లి.

అలాగే అంటూ తన గదిలోకి వెళ్ళాడు ఆదినారాయణ.

ఏదో శబ్దం అవడంతో ఆ గది కిటికీ దగ్గరకు వెళ్ళాడు ఆదినారాయణ. కూతురు బైట బొమ్మతో ఆడుకుంటోంది.

"పాపా నీ పేరేంటి?!" కూతురు మాట్లాడలేదు. పక్కింటి కుర్రాడు అడుగుతున్నాడు.

"పంజరంలో పసిపాప" ఇంకో కుర్రాడు చెప్పాడు.

"అదేం పేరు?!"

పక్కింటి కుర్రాడప్పుడు "అంతే, ఈ పాప తండ్రిగారు ఈమెను అలాగే పెంచుతున్నారు అపురూపంగా, బైట తిరిగితే రోగాలు అంటుకుంటాయని"

"నిజమా!!" ఇంకో కుర్రాడు ఆశ్చర్యపోయాడు.

"బట్టలు ఉతకడం మనం చేస్తాం, ఈయన పచ్చనోట్లు ఉతుకుతాడు. పదిమందినీ దాటుకుని వస్తాయని"

ఆ మాటలకు తన గదిలో టేబుల్ మీద కడిగిన పచ్చనోట్లపై, ఆరడానికి పేపర్ వెయిట్లు పెట్టిన దృశ్యం కనిపించింది ఆదినారాయణకి.

"ఇంకో విషయం, ఆయన ఇంటిముందు తొట్టె చూసారా?! దాంట్లో సబ్బు, ఏంటిసెప్టిక్ లోషన్ కలిపిన నీళ్ళు. ఆ ఇంట్లోకి వెళ్ళాంటే, ఆ తొట్లో కాళ్ళు కడుక్కుని వెళ్ళాలి, కోళ్ళ ఫారాలోకి వెళ్ళినట్లు" చెపుతూ కిసుక్కున నవ్వాడు పక్కింటి కుర్రాడు.

ఆ మాటలకు తల కొట్టినట్టయింది ఆదినారాయణకు.

"ఇంతకీ ఆ మహానుభావుడి పేరేంటో!!" ఇంకో అబ్బాయి ప్రశ్నించాడు.

"భలే చెప్పారు, అదే పేరు."

'మళ్ళీ మహానుభావుడవేరా' అనే రింగ్టోన్ వినిపించింది. ఆదినారాయణ 'దేవుడా'అనుకుంటూ బాధతో కుమిలిపోయాడు.

★★★

సరిగ్గా సంవత్సరం తర్వాత ఫిబ్రవరి నెల 2020 వ సంవత్సరం. ఆరోజు రాత్రి తొమ్మిది గంటలకు టీవీలో వార్తలు వస్తున్నాయి. "రాష్ట్రంలో కరోనా కేసులు మొదలైనాయి. ప్రజలు అప్రమత్తంగా ఉండాలి. వ్యక్తిగత పరిశుభ్రత ముఖ్యం. ప్రతీ అరగంటకు సబ్బుతో చేతులు కడుక్కోవాలి. విధిగా శానిటైజర్ ఉపయోగించాలి. తుమ్మినపుడు, దగ్గినపుడు చేతుల్ని అడ్డంగా వుంచుకోవాలి." ఆ సమాచారం విన్న ఆదినారాయణ చిన్నగా నవ్వుకొన్నాడు. ఇప్పుడు తానొక్కడే మహానుభావుడు కాదు, ప్రపంచమంతా మహానుభావులే. 'ఎందరో మహానుభావులు' అన్న త్యాగరాజ స్వామి కీర్తన గుర్తుకొచ్చింది.

★★★★★★★★★★

హాస్యానందం బహుమతి కథ

ప్రాణదీపం

మైథిలి తన స్కూటీని 'సిటీ స్విమ్మింగ్ పూల్' అనే బోర్డున్న ఆ రెండంతస్తుల బిల్డింగ్ ముందు ఆపింది. సెక్యూరిటీ ఆమె వంక ప్రశ్నార్థకంగా చూసేసరికి "స్విమ్మింగ్ నేర్చుకోవడానికి వచ్చాను" అంది.

అతను గేటు తీసి లోపలికి పంపాడు.

బైటకు చూస్తే చిన్న బిల్డింగ్ లా ఉన్న ఆ ప్రదేశం వెనుక అంత విశాలమైన స్విమ్మింగ్ పూల్ ఉండడం ఆమెకు ఆశ్చర్యం కలిగించింది.

ఆమెను చూసిన ఆ కోచ్ 'రండి' అంటూ పిలిచాడు. ఆ స్విమ్మింగ్ పూల్ లో ఈత నేర్చుకుంటున్న ఆడవాళ్ళు, ఇంకా మగవారు, చిన్నపిల్లలు. వారి వంక పరిశీలనగా చూసింది.

"ఆ పక్కన వాష్ రూమ్ లోకి వెళ్ళి డ్రెస్ మార్చుకోండి" అన్నాడు కోచ్.

వాష్ రూమ్ లోకి వెళ్ళి డ్రెస్ మార్చుకుంది. అద్దంలో తన ప్రతిబింబం చూసి కాస్త సిగ్గు కలిగింది మైథిలికి. 'నో... ఇది డ్రెస్ కోడ్... ఇలాగే ఈత కొట్టడానికి సౌకర్యం' అనుకుని సమాధానపడిరది. బైటకొచ్చిన ఆమెను చూసిన కోచ్ "ఇంతకు ముందు ఈత కొట్టిన అనుభవం ఉందా?" అన్నాడు.

"లేదు సార్" అంది మైథిలి.

"ఐతే నాలుగైదు స్టెప్పులలో మీకు ఈత నేర్పిస్తాము" అంటూ స్విమ్మింగ్ పూల్ మెట్ల దగ్గర ఆమెను ఒక్కసారి మునగమన్నాడు.

ఒక్కసారి మునిగి పైకి లేచింది.

"ఇది షార్ట్ డిప్. ఎక్కువ సేపు ఉండడం లాంగ్ డిప్. మళ్ళీ మునగండి" అంటూ అంకెలు లెక్కపెట్టడం మొదలుపెట్టాడు. ఆమె ముప్పయి అంకెలు దాటి మరి ఉండలేకపోయింది.

"పరవాలేదు. ఇది బిగిన్నర్స్ కు మామూలే. ప్రాక్టీసు మీద ఇది అలవాటవుతుంది. ఇలా కొంతసేపు చేయండి" అన్నాడు.

ఆ తర్వాత పావుగంటకు ఇక అలవాటయిపోయింది. మునగడం, లేవడం.

"ఇక ఫ్లోటింగ్ మొదలెడదాం" అంటూ ఆమెను స్విమ్మింగ్ పూల్ లోపల గోడను పట్టుకొని తల పైకెత్తి కాళ్ళు చేతులు ఆడిరచమన్నాడు. మైథిలి సునాయాసంగా చేసేసింది.

"గుడ్... ఇక మెల్లగా స్విమ్మింగ్ పూల్ లోపలికి వచ్చేయండి" అన్నాడు.

తల పెకెత్తి కాళ్ళు చేతులు ఆడిస్తూ లోపలికి కదిలింది. కొంత లోతుకు వెళ్ళేసరికి నోట్లోకి, ముక్కులోకి నీళ్ళు వెళ్ళి ఊపిరి ఆడనట్టనిపించింది మైథిలికి. ఒక్కసారిగా భయం. అదీ చావు భయం కలిగింది. 'హెల్ప్' అంటూ అరిచింది చేయి పైకి లేపి.

''కంగారు పడకండి. మీ నడుం పట్టుకున్నాను'' కోచ్ వెంటనే చెప్పాడు.

''ఓహ్... థాంక్యూ సార్. గమనించలేదు'' అంది, అతని సాయంతో ఒడ్డుకు వచ్చిన మైథిలి.

''ఇక ఈరోజు ఈ ప్రాక్టీస్ చాలు'' అన్నాడతను.

ఇంటికి హుషారుగా వెళ్ళిన మైథిలికి అప్పుడే హైదరాబాద్ నుంచి వచ్చిన అత్తయ్య కనిపించింది. తను బ్యాంకులో పని చేస్తుంది. పదిహేను రోజుల ట్రైనింగ్ కోసం వైజాగ్ వచ్చింది. అత్తయ్యను చూసి

''స్విమ్మింగ్ నేర్చుకోవడానికి వెళుతున్నాను. ఈరోజు మొదటి క్లాసు. ఒక ఆడపిల్ల ఈత నేర్చుకోవడం ఒక సాహసం అనిపించింది. స్విమ్మింగ్ డ్రెస్ వేసుకోవడం దగ్గర నుంచి అది మొదలవుతుంది. ఐతే నాకు ఈరోజు ఒక విచిత్రమైన అనుభవం... తొలిసారి చావు భయం కలిగింది. వెంటనే సర్దుకున్న తర్వాత ఆత్మవిశ్వాసము పెరిగింది'' అంది, హుషారుగా మైథిలి.

'సూపర్' అంటూ మేనకోడలి వంక మెచ్చుకోలుగా చూసింది ఆమె.

★★★

ఒక పది రోజుల పాటు స్విమ్మింగ్ క్లాసులకు వెళ్ళి, ''ఇక నేను ఫ్రీగానే చేయగలుగుతున్నాను. ఈత... ఇక భయం లేదు... గోదాట్లోనో, సముద్రంలోనో చేసేయగలను'' అంది ఆత్మవిశ్వాసంతో మైథిలి.

''శభాష్...'' అంది అత్త, ఆమె నాన్నగారు అమ్మ సంతోషించారు.

★★★

రెండు రోజుల తర్వాత ఆదివారం రోజు అత్తయ్య బీచ్‌కు వెళదాం అంది. మైథిలి తండ్రిగారు క్యాంప్‌కు వెళ్ళారు. తల్లి, అత్తయ్యతో కలిసి బీచ్‌కు బయలుదేరింది ఆటోలో. సాయంత్రం నాలుగు అయినా ఇంకా ఎండ వేడి తగ్గలేదు. ఆదివారం కావడంతో సందర్శకుల తాకిడితో రష్‌గానే వుంది. రామకృష్ణా బీచ్ ఎదురుగా ఉన్న కాళీ మాత టెంపుల్‌కు వెళ్ళి అమ్మవారి దర్శనం చేసుకున్నారు. మెల్లిగా నడుచుకుంటూ బీచ్ వైపు అడుగులు వేసారు. అత్తయ్య తనను ఫోటోలు తీయమంటే వివిధ లొకేషన్లలో ఆమెకు ఫోటోలు తీసింది మైథిలి. అలా ఇసుకలో నడుస్తూ, ఆ బీచ్‌లోని బండి మీద అమ్ముతున్న వేడి వేడి మొక్కజొన్నపొత్తులు కొనుక్కుని నడుచుకుంటూ వెళ్ళి బీచ్‌లోని ఇసుకలో కూలబడ్డారు. పెద్దవాళ్ళిద్దరూ కబుర్లలో ఉంటే, మైథిలి మాత్రం పడుతూ లేస్తున్న కెరటాలను, ఒడ్డున ఉండి కేరింతలు కొడుతున్న పిల్లల్ని, దూరంగా ఎక్కడో మసక మసకగా కనిపిస్తున్న మత్స్యకారుల మర పడవలని, ఇంకొంచెం దూరంలో కబుర్లు చెప్పుకొంటున్న ప్రేమ జంటల్ని చూస్తూ ఆ ఇసుకలో నడుస్తోంది.

ఇంతలో చిన్న కలకలం. ఎవరో అమ్మాయి పరిగెత్తుకొంటూ వచ్చింది. ఆమెను వెంటతరుముతున్న ఒక కుర్రాడు. అప్పటికే సాయం సంధ్య వీడి చీకటి తెరలు కమ్ముకుంటున్నాయి. దూరంగా ఒక ఓడకున్న చుక్కానిలా లైట్ హౌస్ వెలుగుతోంది. బీచ్‌లో సందర్శకుల సందడి తగ్గింది. మైథిలి ఆ హడావిడికి అటువైపు తిరిగింది. అమ్మాయిని తరుముకుంటూ వస్తున్న ఆ కుర్రాడికి జుట్టు మెడ వరకూ ఉంది. జీన్ పాంటు, టీ షర్టు. ఇంకా పలచగా పెరిగిన గడ్డం. వయసు ఇరవై దాటి ఉంటుంది అనుకుంది మైథిలి. అతడి చేతిలో ఏదో బాటిల్. బహుశా ఏసిడ్ బాటిలేమో! అనుకుంటూ భయానికి లోనయ్యింది మైథిలి. సముద్రం వైపు అడుగులేస్తున్న ఆమెను భయపెడుతున్న అతడిని చూసి ఆమెకు అంతటి చలిలోనూ చెమటలు పట్టాయి.

ఆ కుర్రాడు అరవడం మొదలుపెట్టాడు.

"ఇంత కాలం నీ వెంట పడినా నాకు ప్రపోజ్ చేయకుండా వేరే వాడితో పెళ్ళితో ఫిక్స్ చేసుకుంటావా? నీకు అందమైన ముఖం ఉందనే కదా ఈ గర్వం... దాన్ని వికారం చేస్తాను చూడు..." అంటూ ఆమె ముందుకు వస్తున్నాడు. ఆమె చికురుటాకులా వణికిపోతూ వెనక్కి నడుస్తోంది. ముందు చూస్తే నుయ్యి, వెనక చూస్తే గొయ్యిలాగా. ఆమె ముందు ఆ రాక్షసుడు, వెనక పరవళ్ళు తొక్కుతూ పడుతూ లేస్తున్న సముద్రం తన కెరటాలతో భయంకరమైన కోరలు చాచినట్టు ఒక రక్కసిలాగానే భయం కలిగిస్తోంది.

బీచ్ ఒడ్డున ఇసుక మీద ఉన్న వారంతా చోద్యంగా చూస్తున్నారు తప్ప ఎవరూ ఆ అమ్మాయిని రక్షించే ప్రయత్నం చేయడంలేదు.

మైథిలి ముందుకు నడిచింది. తన సెల్ ఫోన్‌లోని లైటు ఆ అమ్మాయి వైపు ఫోకస్ చేసింది. ఆ అమ్మాయి ముఖం అమాయకంగా ఉంది. పాలు కారే చెక్కిళ్ళు. వేసుకున్న జడలో ఒక గులాబి. చేతులకు గోరింటాకు. కళ్ళకు కాటుక. బహుశా ఆమె వంక చూస్తుంటే పెళ్ళి నిశ్చితార్థం అయిన అమ్మాయిలా ఉంది.

మైథిలి ముందుకు కదిలింది. బీచ్‌లోని ఇసుక మీద అడుగులు వేగంగా పడడంలేదు.

"రక్షించండి!... ప్లీజ్ హెల్ప్..." అంటూ అరుస్తోంది. అలా అరుస్తూనే వెనక్కి వెళుతోంది. ఆమె మోకాళ్ళు లోతు నీళ్ళలో వుంది. వాడు ఆమెను సమీపించబోతున్నాడు. మైథిలి గబగబా నీళ్ళలో నడిచింది. వాడు తన చేతిలోని సీసా ఆమె వైపు చూపిస్తూ, "రావద్దు. ఇది ఏసిడ్... నీ ముఖం మీద పోస్తా..." అంటూ అరిచాడు.

అయినా మైథిలి అతడి మాటలు లెక్క చెయ్యలేదు. అప్పటికే ఆ రౌడీ అబ్బాయి ఆ ఏసిడ్ సీసా మూత విప్పి ఆ అమ్మాయి ముఖం మీదకు విసరబోయేంతలో రెప్పపాటులో అతడిని వెనక్కు చాలా బలంగా తన కాలితో తన్నింది. ఊహించని ఆ దెబ్బకు అతను వెనకగా ఆ ఇసుకలో పడ్డాడు.

అప్పటికే భయంతో వెనక్కు తూలిన ఆ అమ్మాయి నీళ్ళలో పడిపోయింది. ఒక కెరటం పైకి లేచింది బలంగా. క్షణం సేపు ఆ అమ్మాయి కనిపించలేదు. ఇక మైథిలి ఆలోచించలేదు. కొంచెం దూరంలో నల్లగా ఆ అమ్మాయి జుట్టు కనిపించింది. సహాయం కోసం అర్థిస్తున్నట్టుగా చేతులు పైకి

లేపుతోంది. సివంగిలా బలంగా చేతులు క్రిందకు, పైకి ఆడిస్తూ ఈత కొట్టడం ప్రారంభించింది. నాలుగైదు అడుగులకే. ఆమె కాళ్ళకు చల్లగా తగిలింది. జుట్టు పట్టుకొని ఒక చేత్తో ఈత కొడుతూనే ఆమెను ఒడ్డుకు లాక్కొచ్చింది. ఇసుకలో పడిన ఆ కుర్రాడిని అక్కడి జనం పట్టుకొని బీచ్ పహారాకు వచ్చిన పోలీసులకు అప్పగించారు.

అతడు అంతవరకు అందరినీ భయభ్రాంతులకు గురిచేసిన ఏసిడ్ బాటిల్ ఆ కెరటాల తాకిడికి సముద్ర గర్భంలో కలిసిపోయింది. ఒడ్డున తీసుకొచ్చిన అమ్మాయికి తాగిన నీళ్ళు కక్కించింది. తనకు తెలిసిన ప్రాథమిక చికిత్స చేసింది. ఆమె కళ్ళు తెరిచింది. ఈ లోకంలో పడిరది. రెండు చేతులు జోడిరచింది.

"మిమ్మల్ని ఇంటి దగ్గర దించుతారు. ఇల్లెక్కడ?" అంది.

ఆమె అడ్రస్ చెప్పింది. ఆమెను నడిపించుకొంటూ తీసుకొచ్చి బీచ్ దాటి, రోడ్డు మీదకొచ్చారు ఆ

నలుగురు. ఆ తర్వాత వచ్చిన ఆటోలో బీచ్ రోడ్డు దాటి కె.జి. హెచ్. హాస్పిటల్ పక్కనున్న సందులోకి వెళ్ళిన ఆటోను ఒక అపార్ట్‌మెంట్ ముందు ఆపమంది ఆ అమ్మాయి.

ఆమె ఆటో దిగుతూ అంది, "మీ మేలు ఎప్పటికీ మరచిపోలేను. నన్నే కాదు, మా కుటుంబం మొత్తం కాపాడేరు. ఏదైనా జరిగితే మా అమ్మ, నాన్న తట్టుకోలేరు. ఆ కుర్రాడికి నాకు పరిచయం లేదు. సంవత్సర కాలంగా వెంట పడుతున్నాడు. ఎన్నిసార్లు వద్దని చెప్పినా వినలేదు. పోలీస్ కంప్లయింట్ కూడా ఇచ్చాము. ఇక నా పెళ్ళి ఫిక్స్ అయిందని తెలిసి... ఇలా నా వెంట పడ్డాడు. మీరు లేకపోతే నేను ఏమైపోయి ఉండేదాన్నో" అంది ఆ అమ్మాయి ఏడుస్తూ.

అయ్యో, ఏడవకు! అంతా శుభమే జరుగుతుంది" అంది మైథిలి.

"నా పెళ్ళికి రావాలి... మీ అడ్రస్ ఇవ్వండి. పెళ్ళికార్డు పంపుతాను" అంది ఆ అమ్మాయి.

మైథిలి తన అడ్రస్ రాసిన కాగితం ఆమెకు అందించింది. ఆటో కలిదింది.

"భలే సాహసం చేసావ్. భయం వేయలేదా?..." అంది అత్త, మైథిలి వంక మురిపెంగా చూస్తూ.

చిన్నగా నవ్వి ఊరుకొంది మైథిలి. ఆమె తల్లి మైథిలిని ముద్దు పెట్టుకుంది.

★★★

రెండు రోజుల తర్వాత మైథిలి ఇంట్లో కాలింగ్ బెల్ మోగింది. తలుపు తెరిచిన ఆమెకు బైట కనిపించిన అమ్మాయిని చూసి ఆశ్చర్యం కలిగింది. బీచ్‌లో తను రక్షించిన అమ్మాయి. ఆమె వెనక నుంచున్న ఇంకో వ్యక్తిని చూసి ఆమె మరింత ఆశ్చర్యపోయింది. ఆమె డాక్టర్ మృణాళిని. నగరంలో ప్రముఖ సైకియాట్రిస్ట్.

"రండి మేడమ్" అంటూ మైథిలి వారిని నవ్వుతూ లోపలకు ఆహ్వానించింది. తను లోపలకు వస్తున్న మైథిలి తనను చూసి ఎలా ఆశ్చర్యపోయిందో, డాక్టరు మృణాళినికి మైథిలిని చూడగానే అంతే ఆశ్చర్యం కలిగింది. ఆరు నెలల క్రితం జరిగిన విషయం గుర్తుకొచ్చింది.

★★★

'డాక్టర్ మృణాళిని. సైకియాట్రిస్ట్' అనే బోర్డున్న ఆ క్లినిక్ లోనికి ఒక అమ్మాయి వెళ్ళింది, తన తల్లితో పాటూ.

''చెప్పండి ఏమిటి మీ సమస్య?'' అంది డాక్టరుగారు.

ఆమె తల్లి చెప్పడం ప్రారంభించింది. ''నా కూతురు పేరు మైథిలి. ఇంజనీరింగ్ చదువుతోంది. ఈ మధ్యన ఈమె క్లాస్‌మేట్ ఆత్మహత్య చేసుకుంది. అప్పటినుంచీ డిప్రెషన్‌లోకి వెళ్ళిపోతోంది. సరిగ్గా తిండి తినదు, నిద్ర పోదు'' అంది దిగులుగా.

''ఆ అమ్మాయి ఎందుకు ఆత్మహత్య చేసుకుంది?'' అడిగింది డాక్టర్ మృణాళిని.

''నా క్లాస్‌మేట్‌ని ఒక దుర్మార్గుడు బాగా వేధించేవాడు. తట్టుకోలేక ఈ లోకం నుంచి తప్పుకొంది. ఆ అమ్మాయి నాకు ప్రాణ స్నేహితురాలు. అప్పటి నుంచీ నాకు సూయిసైడివ్ టెండెన్సీ వస్తోంది. బతకాలని లేదు. చావాలనే కోరిక బలపడుతోంది, రోజురోజుకీ...'' అంది మైథిలి ఏడుస్తూ.

''అయ్యో, ఏడవకు. నీ సమస్యకు పరిష్కారం ఉంది. నీకు నిద్ర పట్టడానికి మందులు రాస్తాను. నువ్ కాలేజీకి వెళుతూనే ఒక క్రీడ అంటే ఆట మీద దృష్టి పెట్టు. ఆ ఆట కాస్త సాహసం కలిగించేదిగా ఉండాలి. ఉదాహరణకు, స్విమ్మింగ్ లాంటిది. నీలాంటి రుగ్మత ఉన్నవాళ్ళకు బ్రతుకు మీద తీపి ఉండదు. అలాగే ప్రాణ భయం ఉండదు. అయితే మనిషి అనేవాడికి అన్ని రకాల భావోద్వేగాలు ఉండాలి. బ్రతుకు పట్ల మమకారంతో పాటు భయము కూడా ఉండాలి. అలాగే ఆ భయాన్ని అధిగమించే ధైర్యం, ఆత్మవిశ్వాసం కావాలి...'' అంది డాక్టరు.

''థాంక్యూ మేడమ్...'' అంది మైథిలి ఆ సలహాకు.

★★★

ఆ విషయం ఆ సమయంలో డాక్టర్ మృణాళినితో పాటు, మైథిలికి గుర్తుకొచ్చింది.

వెంటనే అంది ''ఔను మేడమ్. మీరు చెప్పినట్లు ఈత నేర్చుకున్నాను. నేర్చుకునే ఆ ప్రయాణమే నాకు భయంతో పాటు ఆత్మవిశ్వాసం నేర్పింది. ఆ క్రమంలో మీ అమ్మాయిని రక్షించాను. ఇక ఇంకో విషయం ఆరోజు మీరు చెప్పారు, ''ప్రాణం ఎంతో విలువైనది. అది ఒక దీపం లాంటిది. అది వెలిగే వరకూ వెలగనివ్వాలి. పది మందికి వెలుగులు పంచాలి. ఇది నాకే కాదు, నాలా దిగులు నిండిన మనసులకు స్ఫూర్తినిచ్చే ఒక మహా మంత్రం'' ఉద్వేగంగా చెప్పింది మైథిలి.

ఎపోకలిప్టిక్ 666

సరిగ్గా సంవత్సరం తర్వాత ఆఫీసుకు వెళుతోంది రాగిణి. అంతవరకూ వర్క్ ఫ్రమ్ హోమ్. కరోనా కరుణించడంతో ఆఫీసులు మొదలైనాయి. రాగిణికి డ్యూటీకి వెళ్ళాలనిపించడంలేదు. కారణం కరోనా వైరస్ గురించిన భయం కాదు, అంతకన్నా భయంకరమైన వైరస్ ఆమెకు తన ఆఫీసులో ఎదురుపడిరది. తను ఆ ఆఫీసులో చేరి సంవత్సరం అయింది. ఏనిమేషన్ గ్రాఫిక్ వర్క్ తయారుచేసే మల్టీనేషనల్ సాఫ్ట్‌వేర్ కంపెనీ అది.

అమెరికాలోనూ వారికి బ్రాంచీలు ఉన్నాయి. హైదరాబాద్ తర్వాత విశాఖపట్నంలో సంవత్సరం క్రితమే వారి ఆఫీసు తెరిచారు. ఆ బ్రాంచిలో చేరిన మొదట బ్యాచ్ సాఫ్ట్‌వేర్ నిపుణులలో తను ఒకరు. ఆ కంపెనీ ఛైర్మన్, ఏదో ప్రభుత్వరంగ సంస్థలో ఉన్నతోద్యోగిగా పనిచేసి రిటైరైన తర్వాత ఈ కంపెనీ మొదలుపెట్టాడు. వయసు యాభైకి ఎక్కువ, అరవైకి తక్కువ అన్నట్టుంటాడు. తలకు రంగేసి సూటూ, టైతో ఒంటికి స్ప్రే జల్లుకుని గుభాళిస్తూ ఉంటాడు. తను ఇంటర్వ్యూకు వెళ్లినపుడు చూసింది. ఆయన చూపులు అదోలా ఉన్నాయి. ఆ తర్వాత తను ఉద్యోగంలో చేరినపుడు ఆ చూపులకు అర్థం తెలిసింది.

ఉదయం ఆయనకు గుడ్ మార్నింగ్ చెప్పాలి. ఆ టైములో అతను చేయి చాపి షేక్ హేండ్ ఇస్తాడు. అలా పట్టుకున్న చేయి నొక్కి వదులుతాడు. అరగంట వరకూ ఆ నొప్పి అలాగే ఉంటుంది. అది శారీరకమైన నొప్పి కాదు. మానసికం! చిన్నపుడు స్కూలుకి వెళ్లే ముందు అమ్మ హెచ్చరించిన బ్యాడ్ టచ్! తను వ్యక్తురాలైన తరువాత శరీరంలో భౌతిక మార్పులు చేరినపుడు తన ముందున్న ప్రపంచం పాతదైనా తనో కొత్త పాత్రలోకి పరికాయప్రవేశం చేస్తోన్నదని తెలిసినపుడు తనకు అలాంటి అనుభవాలే ఎదురైనాయి. కంప్యూటర్ ముందు బిజీగా ఉన్న సమయంలో హఠాత్తుగా భుజం మీద చెయ్యి వేస్తాడు. ఉలిక్కిపడి తల తిప్పేలోగా పని ఎంతవరకూ వచ్చిందని నవ్వుతూ అడుగుతాడు. ఇలా ఆయన చేయడం కంపెనీలోని ఆడపిల్లలకు మగపిల్లలకూ కామన్. అందుకే ఎవ్వరికీ ఆయన మీద అనుమానం రావడంలేదు. తన చెవిన పడిన ఇంకో విషయం, కాస్త నదరుగా కనబడిన అమ్మాయిని వదలడట! నయానో భయానో లొంగదీసుకుని కోరిక తీర్చుకుంటాడట... ''తుచ్ఛుడు'' అని మనసులో అనుకోబోయే పైకి అనేసింది.

''ఏంటమ్మా నీలో నువ్వే గొణుక్కుంటున్నావ్ లేచి తయారవ్వు... ఆఫీసుకు లేటవుతుంది'' చెప్పింది తల్లి మార్గరేట్.

''నేనీ ఉద్యోగం చేయలేనమ్మా'' అంది.

ఒక్కసారి తల్లి ముఖం పాలిపోయినట్లు కనిపించింది.

''ఇదేం చోద్యం... బంగారంలా నెలకి యాభై వేలు జీతం. ఉన్న ఊళ్ళో ఉద్యోగం. రేపు పెళ్ళయితే అల్లుడిగారిని ఇక్కడకు రప్పించుకోవచ్చు, లేదా నువ్వు హైదరాబాద్ బదిలీ చేసుకోవచ్చు. ఈరోజుల్లో భార్యా భర్త లిద్దరికీ ఉద్యోగాలు ఉండాలి. మావి చిన్న ఉద్యోగాలైనా నిన్ను ఇంజనీరింగ్ చదివించి, తమ్ముడిని మెడిసిన్ చదివించుకుంటున్నామంటే ఇద్దరం సంపాదించబట్టే!''

ఆ మాటలకు ఒక్కసారి ఆలోచనల్లో పడిరది రాగిణి.

ఔను... నాన్నది ప్రభుత్వ ఆసుపత్రిలో కాంపౌండర్ ఉద్యోగం. అమ్మ నర్స్. తనది కేరళ. నాన్నది ఆంధ్ర, ఇద్దరికీ ఆసుపత్రిలో పని చేస్తున్నప్పుడు స్నేహం కలిగి అది ప్రేమగా మారి పెళ్ళయ్యింది. ఐతే తమది ముచ్చటైన కుటుంబం. తనకు పెళ్ళి వయసు వచ్చిన తర్వాత వారి మతాలు అడ్డంకిగా మారాయి. వారికి బెంగ ఎక్కువయ్యింది. ఐతే తను ఉద్యోగంలో చేరినపుడు తమ కంపెనీలో హైదరాబాద్ బ్రాంచ్‌లో పనిచేసే అవినాష్‌తో తనకు సాన్నిహిత్యం ఏర్పడిరది. తాము ఇద్దరూ పెళ్ళి చేసుకోవాలనుకున్నారు. అవినాష్ పెద్దవాళ్ళు ముందు కాస్త బెట్టు చేసినా తరువాత ఒప్పుకున్నారు. ఇరు కుటుంబాల వారూ ఒక నిర్ణయానికి వచ్చారు. రెండు మతాచారాల ప్రకారం పెళ్ళికి ఒప్పుకున్నారు. అమ్మతో తను చర్చికి వెళుతుంది. నాన్నతో శనివారం గుళ్ళోకి వెళ్ళి కొబ్బరికాయ కొడుతుంది. ఇప్పుడు తన పెళ్ళి కూడా అలా చర్చిలోనూ, గుళ్ళోనూ జరగబోతోంది. ఇక అంతా శుభమే!

ఆలోచనల్లోంచి బైటకొచ్చి, హాయిగా నవ్వుకుంటూ పనులు గబగబా పూర్తి చేసుకొని ఇంట్లోంచి బైట పడిరది.

★★★

తన వాహనం ఆ విశాల ప్రాంగణం గేటు దాటి లోపలకు వెళ్ళేసరికి పార్కింగ్ ప్లేస్‌లో ఆ పడవలాంటి కారు వెనుక నెం. 666. భయం వేసింది. ఆ కారు యజమానిని తనిప్పుడు ఎదుర్కోవాలి. ఆయన లక్కీ నెంబర్ 666 అట. అతడి కేబిన్ మీద అదే నెంబరు. కాస్త గుండెలు దడదడలాడాయి. ఈ ఆఫీసు మనుషులు సంచరించే ప్రాంతం. అయినా తను భయపడుతోంది. అయితే అది జనావాసం అయినా అక్కడో మృగరాజు. అడవిలోని మృగంతో పోల్చి కించపరుస్తున్నాను ఆ మృగాన్ని. అది ఆకలి వేస్తున్నప్పుడే వేటాడుతుంది. వీడు నిరంతరం వేటలోనే ఉంటాడు. ఎప్పుడూ ఆకలి చూపులే!

ఆలోచనల్లోనే తను చేరవలసిన ఐదో అంతస్తు చేరుకుంది లిఫ్ట్‌లో. అక్కడ అటెండెన్సు కోసం బయోమెట్రిక్‌లో తన బొటనవ్రేలు ఉంచింది. గ్రీన్ బల్బ్ వెలిగింది. రెడ్ బల్బ్ ఉంటే ఉద్యోగం నుంచి తీసేసినట్టు. వెంటనే ఛైర్మన్ గారిని కలవాలి. ఆయన వీడ్కోలు చెపుతూ ఒక కవర్ ఇస్తాడు. దాంట్లో ఆఖరి నెల జీతం, కంపెనీ నించి ముట్టే ఫైనల్ పేమెంట్. లోపల ఆ విశాలమైన సెమినార్ హాల్‌లో ఉద్యోగులంతా చేరి వున్నారు.

మృగరాజు గోధుమ రంగు సూటు, నల్ల చుక్కల నెక్ టై, కాళ్ళకు పాయింటెడ్ షూ వేసుకున్నాడు. ఆ హాలంతా విదేశీ అత్తరు పరిమళం. అందరికీ షేక్ హేండ్ ఇస్తూ ఒక చాక్లెట్ చేతిలో పెడుతున్నాడు. తన వంతు వచ్చేసరికి, రెండు చేతులు జోడిరచింది. గట్టిగా నవ్వాడు.

తను బ్రతుకు జీవుడా! అనుకుంటూ తన క్యాబిన్‌లోకి వెళ్ళింది.

మధ్యాహ్నం వరకు ఊపిరి సలపని పని. డైనింగ్ హాల్‌లో అంతా అప్పటికే లంచ్ బాక్స్‌లు విప్పారు. భోజనం ముగించి వాష్ రూమ్ దగ్గరకొచ్చింది. అక్కడ ఒక అమ్మాయి వాష్ రూమ్ పక్కన కేరేజి విప్పి భోజనం చేస్తోంది. పద్దెనిమిదేళ్ళు ఉంటాయేమో! చామనఛాయ రంగులో వున్న ఆకర్షణీయమైన ముఖం. చక్కగా మంచి డిజైన్ ఉన్న చుడీదార్, పైజమా వేసుకుంది.

''ఏంటీ ఇక్కడ భోంచేస్తున్నారు?'' అంది ఆశ్చర్యంగా రాగిణి.

''నన్ను ఇక్కడే భోంచేయమన్నారమ్మ'' అంది.

''ఎందుకు డైనింగ్ హాల్‌లో తినండి'' అంటూ ఆమె వంక చూసింది.

''నేను ఫుల్ టైమ్ స్వీపర్‌ని'' అంది, ఆ అమ్మాయి భోజనం తింటూనే.

''ఓహ్... ఇంతకు ముందు పనిచేసే మరియమ్మ ఏమయ్యింది?'' అంది.

''ఆవిడ మా అమ్మ. కరోనా వచ్చి చనిపోయింది. నాన్న ఆటో నడుపుతాడు. బాగా తాగుతాడు. ఇల్లు గురించి పట్టించుకోడు. నేను పదవ తరగతి చదివి ఆపేసాను. తమ్ముడు, చెల్లెలు ఉన్నారు'' అంది.

''అయ్యో... తెలీదు ఈ విషయం. సంవత్సర కాలంగా ఏం జరుగుతోందో తెలీడంలేదు. చూడమ్మా... నీ పేరు ఎస్తేరు కదా! మరీ అంత వాష్ రూమ్ దగ్గరగా కూర్చోవడం ఎందుకు? డైనింగ్ హాల్‌లో కుర్చీల మీద కూర్చోవడం ఇబ్బంది ఐతే వేరే స్టూలు వేసుకొని భోంచెయ్యి'' అంది, ఆమె మెడలోని టోకెన్ మీద పేరు చూసి.

''లేదమ్మా... ఛైర్మన్ గారే చెప్పారట, ఇక్కడ కూర్చోమని. లేకపోతే గొడవ అవుద్ది. ఈ పెద్ద కంపెనీలో ఉద్యోగం వచ్చింది. నా కుటుంబం నా మీద ఆధారపడ్డారు'' అంది, వాష్ రూమ్‌లోకి వెళుతూ.

ఆమె మాటలు ఒక్కసారిగా రాగిణి మనసులో విస్ఫోటనం కలిగించాయి. ఆమె పట్ల అశౌచం. వాస్తవానికి ఆమెదీ తన సామాజికవర్గమే! ఆమె తల్లి మరియమ్మ తనకు తెలుసు. తను ఇంజనీరింగ్ చదివి ఈ ఆఫీసులో మంచి స్థాయి గల ఉద్యోగిని ఐతే, తన చెల్లెలు లాంటి ఈమె చదువు మధ్యలో వదిలేసి స్వీపర్‌గా చేరింది. కణతలు రుద్దుకొంది. మనసు భారమైపోయింది. పనిలో పడిపోయింది. చూస్తుండగానే సాయంత్రం ఆరయ్యింది. తన క్యాబిన్‌లో తప్ప మిగతా చోట్ల లైట్లు ఆరిపోయాయి. సెక్యూరిటీ వచ్చి బైట నుంచున్నాడు. బ్యాగ్ సర్దుకుని బైటకొచ్చింది. లిఫ్ట్ ఎక్కింది. మూడో ఫ్లోర్‌లో ఎస్తేరు ఎక్కింది. జుట్టంతా రేగిపోయి కనిపించింది. చెమటలు కక్కుతోంది. ఉదయం తాజాగా కనిపించిన ఆమె ఇలా ఉందేమిటి?!

''ఏమయ్యింది అలా ఉన్నావ్?!''

''ఏమీ లేదమ్మ... ఏమీ లేదు'' కంగారుగా చెప్పింది.

'సమ్‌థింగ్ రాంగ్' మూడో ఫ్లోర్‌లో లిఫ్ట్ ఎక్కింది. తనది ఐదో ఫ్లోర్. మూడో ఫ్లోర్ మొత్తం ఛైర్మన్ గారి క్యాబిన్. ఆ ఫ్లోర్‌లోకి వెళ్ళడానికి ఎవరికీ అనుమతి ఉండదు. బహుశా ఈ అమ్మాయి వాష్ రూమ్ కడగడానికి వెళ్ళిందా... మనసులో ఏవో ప్రశ్నలు. ఆమె మౌనంగా ఉంది. కాని ఏదో తొట్రుపాటు. ఇక మరీ ప్రశ్నిస్తే బాగుండదని తనూ మౌన ముద్ర దాల్చింది. లిఫ్ట్ గ్రౌండ్ ఫ్లోర్‌కు చేరగానే ఆ అమ్మాయి హడావుడిగా పరిగెడుతోంది.

''నేను దింపుతానులేమ్మా... నాదీ మీ ఏరియాయే. ఒకసారి మీ అమ్మను దింపాను. ఆ రోడ్డు దాటుకుని మేం ఉండే వుడా కాలనీకి వెళ్ళాలి'' అంది.

ఆమె ఎక్కింది. స్కూటీ స్టార్ట్ చేసింది. పావుగంటలో ఎస్తేరు ఉండే లేబర్ కాలనీ దగ్గర ఆమెను దింపి, తను కదిలింది. ఆ రోడ్డు దాటి, మరో పావుగంట ప్రయాణం. తర్వాత తను అపార్ట్‌మెంట్ చేరుకుంది. అప్పటికే చీకటి పడిరది. అపార్ట్‌మెంట్ క్రింది చిన్న వేదిక మీద

భాగవతార్ గారు గజ్జె కట్టి పాడుతున్నారు.

''వెర్రివానికైన, వేషధారికైన రోగికైన,
పరమయోగికైన స్త్రీల చూచినపుడె
చిత్తంబు రంజిల్లు
విశ్వదాభిరామ వినుర వేమ! పురాణ కాలం నుంచి పరమాణు యుగం వరకు స్త్రీని చూసి చలించేది చిత్తకార్తి కుక్కలే, వావి వరుసలు లేవు. వయస్సుతో పని లేదు. ఆనాటి విరటుడి కాలంలో సైరంధ్రిని వేధించాడు కీచకుడు. రామాయణ కాలంలో సీతమ్మవారిని ఎత్తుకెళ్ళిపోయాడు రావణుడు. ఈ కలియుగంలో ఊరికో రావణుడు. వీధికో కీచకుడు... జగమంతా గాంధారి సంతానం. కామాతురాణాం న లజ్జా న భయం... ఇదొక వైరస్. ఔను వైరస్సే... సమస్త ప్రపంచాన్ని భయకంపితుల్ని చేస్తున్న మహమ్మారిని మించిన వైరస్.''

ఆయన చెపుతుంటే మంత్రముగ్ధలా వింటూ ఉండిపోయింది. ఇంతలో తల్లి క్రిందకు దిగింది.

''రామ్మా. వచ్చావా? నైట్ సర్వీస్ టైమ్ అవుతోంది. నీ పెళ్ళి ప్రకటన ఇవ్వాలి చర్చిలో. రెండు నెలల టైముంది. పెళ్ళిళ్ళ సీజను కదా... మనం ముందే ఇచ్చేయాలి'' అంది.

''ఓహ్. వచ్చేస్తున్నాను... ఇంట్లోకొచ్చి గబగబా తయారయ్యింది. తండ్రి తయారై ఉన్నాడు. ముగ్గురూ రెండు బళ్ళ మీద చర్చికి చేరారు. అప్పటికే ఫాదర్ తన ప్రసంగం మొదలుపెట్టేరు.

''భూమిలో నుండి మరియొక మృగం పైకి వచ్చుట చూచితిని. దానికి రెండు కొమ్ములుండెను. అది ఘటసర్పము వలె మాటలాడుచుండెను. ఆ మృగం యొక్క సంఖ్య ఎపోకలిప్టిక్ '666.'' రాగిణి ఒక్కసారి ఉలిక్కిపడిరది. ఆ ప్రసంగ పాఠం అలజడి రేపింది.

ఇంతలో ఫోన్‌లో ఏదో మెసేజ్... 'మన ఆఫీస్‌లో కొత్తగా చేరిన స్వీపర్ స్లీపింగ్ పిల్స్ వేసుకుందట. సీరియస్ అయింది. ప్రస్తుతం గవర్నమెంట్ ఆస్పత్రిలో ఉంది. వాళ్ళ తమ్ముడు ఫోన్ చేసాడు.''

'ఏమయ్యిందో, ఎందుకు స్లీపింగ్ పిల్స్ వేసుకొంది? సాయంత్రం ఆఫీసు నుంచి వస్తూ

కనిపించినపుడు చాలా డల్‌గా అనిపించింది. అయ్యో... ఆ మృగం ఏదైనా చేసిందా?' చర్చిలోంచి బైటకొచ్చింది. తనకు తెలిసిన క్యాజువాలిటీ డాక్టరుగారికి ఫోన్ చేసింది.

''సార్... నేను రాగిణి. మార్గరెట్ గారి కుతుర్ని. నాన్న పరశురామ్. కాంపౌండర్. మా ఆఫీసు అమ్మాయి ఎలా ఉంది?! పేరు ఎస్తేరు'' చెప్పింది.

''ఫరవాలేదు. బాగానే వుంది. రికవరీ అవుతుంది. ఐతే ఇంకా మత్తుగా ఉంది. ట్రీట్‌మెంట్ జరుగుతోంది'' చెప్పి ఫోన్ పెట్టేసాడాయన.

హమ్మయ్య అనుకుంది. చర్చి లోపలకు వచ్చినా మనసంతా ఎస్తేరు మీదే ఉంది.

★★★

తరువాతి రోజు ఉదయమే ఆసుపత్రికి వెళ్ళింది. తను వెళ్ళేసరికి పడుకునే ఉంది. పక్కన తమ్ముడు, చెల్లెలు. తాగిన మత్తులో ఇంకా ఊగుతున్న తండ్రి. తనను చూసి ఆమె ఏడుస్తూ, భుజం మీద వాలింది. ఆ ఎక్కిళ్ళ మధ్య అసలు విషయం చెప్పింది. తను ఊహించిందే! ఆ మృగం ఆమెపై దాడి చేసింది. అరచి గోల చేసింది. ఛైర్మన్ గది బైట రెడ్ బల్బ్ వెలుగుతోంది. ఆమె అరుపులకు వచ్చిన సెక్యూరిటీ రెడ్ బల్బ్ చూసి భయపడి లోపలకు వెళ్ళలేదు.

ఆ పశుబలం ముందు ఓడిపోయింది. ఎవరికైనా చెపితే ఇంతే సంగతులు! ఉద్యోగం ఉండదు. బతుకు రోడ్డుమీదే... అంది ఆ మృగం.

ఇక ఎవరికీ చెప్పుకోలేక ఓడిపోయానని నిద్రమాత్రలు మ్రింగింది. ఐతే చావు ఆమె చేతిలో ఓడిరది. చిన్నపిల్లలైన తమ్ముడు, చెల్లెళ్ళ కోసం పాపం, చావు ఆమెను గెలిపించింది.

''బాధపడకు. జీవితం ఐపోయిందనుకోకు. చావు అంటే భయపడనిదానివి. ఆ మృగాన్ని ఎదిరించడానికి ఎందుకు భయపడతావ్...? ` అరగంట కౌన్సిలింగ్‌తో ఎస్తేరు ఒప్పుకుంది. తనకు జరిగిన అన్యాయాన్ని ప్రతిఘటించడానికి సిద్ధపడిరది. తను కంప్లైంట్ రాసింది. ఎస్తేరు సంతకం పెట్టింది. పోలీస్ స్టేషన్‌లో అందచేసింది తనే.

తను ఆఫీసుకొచ్చింది. అందరూ తాపీగా పనులు చేసుకుంటున్నారు. కంప్యూటర్ మీద సహచరుల వ్రేళ్ళు చకచకా సాగుతున్నాయి. ప్రింటర్‌లు కదులుతున్నాయి. వేడి వేడి కాఫీలతో సేదతీరుతున్నారు.

ఆకాశం విరిగి పడలేదు, సముద్రం పొంగలేదు.

ఒక ఆడపిల్ల కలలు కన్న కనులకు నీటి చెమ్మ తగిలింది. చీకటి ముసిరింది రెప్పపాటులో ఆమె బతుకులో!

అశౌచం అంటూ దూరంగా పెట్టిన ఆ ఆడకూతురు ఆ కాముకుడి కోరికల దగ్గర మాత్రం అంటరానిది కాకుండా పోయింది. అక్కడ కులం కనబడలేదు. కోరిక పడగ విప్పింది. ఆ కోరిక ఇప్పుడు శాసిస్తున్న వైరస్‌కు భయపడలేదు. తనే పెద్ద వైరస్ కనుక.

తన మనసులోని ఈ ఆవేశం గురించి ఫేస్‌బుక్‌లోనూ, వాట్సాప్‌లలోనూ సందేశాలుగా పంపింది. ఇక ఫలితం ఏమవుతుందో అనుకుంటూ ఆమె ప్రశాంతంగా తన పని చేసుకుంది.

★★★

రెండో రోజు ఆఫీసు దగ్గరకు వచ్చి బయోమెట్రిక్ సిస్టమ్‌లో బొటనవ్రేలు ఉంచింది, అటెండెన్సు కోసం. రెడ్ బల్బ్ వెలిగింది. అంటే తన ఉద్యోగానికి ఉద్వాసన... భయం కలగలేదు. తన సీటుకొచ్చింది. హెచ్‌ఆర్ డిపార్ట్‌మెంట్ అధికారి వచ్చారు.

''మీరు విధుల నుంచి తొలగించబడ్డారు. ఛైర్మన్ గారిని కలవండి'' అంటూ వెళ్ళిపోయాడు.

మూడో ఫ్లోర్‌లో ఛైర్మన్ గారి ఛాంబర్ ముందు నిలబడిరది.

నిమిషాలు గడిచాయి. గంటలు దొర్లాయి. ఆయన నుంచి పిలుపు రాలేదు. ఆయన ప్రక్కన ఉన్న సెక్రటేరియట్ వారు తనని లోపలకు వెళ్ళనివ్వలేదు.

''ఆయన మూడ్ బాగోలేదు. వెయిట్ చెయ్యండి.''

అలా ఎదురుచూస్తూనే ఉంది. సాయంత్రం ఆరు దాటింది. అంతా వెళ్ళిపోయారు. లైట్లు ఆరిపోయాయి. సెక్యూరిటీ తలుపులు వేయడానికి వచ్చాడు. ఛైర్మన్ గారి గది ముందు రెడ్ బల్బ్ వెలుగుతోంది. సెక్యూరిటీ చెప్పాడు, ''అమ్మా! మీరు దిగండి. ఛైర్మన్ గారు ఇంక కలవరు'' అంటూ వెళ్ళిపోయాడు.

ఇక ధైర్యంచేసి లోపలకు వెళ్ళింది. ఆయన కంప్యూటర్ సిస్టమ్‌లో ఏవో మెసేజిలు గబగబా చదివింది. అతగాడిని తిడుతూ పంపిన వర్తమానాలు.

ఇంతకీ ఆయన ఏడి?! చుట్టూ చూసింది. ప్రక్కనే సోఫా మీద మెలికలు తిరుగుతూ 'హెల్ప్' అంటూ పిలుస్తున్నాడు. దగ్గరకు వెళ్ళింది. వేలు పెట్టి చూపిస్తూ అంటున్నాడు. టాబ్లెట్ అని. గబగబా వెతికింది. టేబుల్ డెస్క్‌లో తనకు పరిచయమైన టాబ్లెట్. అది ఇచ్చి నీళ్ళసీసా అందించింది. ఆ టాబ్లెట్ నాలిక మీద ఉంచాడు. ఛాతీ మీద గబగబా రాసింది. సెల్‌ఫోన్ ఇచ్చాడు. వెంటనే అంబులెన్స్‌కు ఫోన్ చేసింది. ఈలోగా సెక్యూరిటీ పరిగెత్తుకొచ్చాడు. అతడి సహాయంతో భుజం మీద మోస్తూ ఛైర్మన్‌ని లిఫ్ట్‌లోకి, ఆ తర్వాత అంబులెన్స్‌లోకి పడుకోబెట్టి తర్వాత తాను ఇంటి దారి పట్టింది.

★★★

రెండు రోజుల తర్వాత...

''ఊళ్ళోని గొడవలన్నీ నీ మీద వేసుకున్నావ్. ఇప్పుడు ఉద్యోగం పోయింది. ఇక పెళ్ళి జరుగుతుందంటావా?!'' తల్లి నిట్టూర్పులు. నాన్న మౌనంగా కోప్పడుతున్నాడు. తను మూగదానిలా ఐపోయింది. తనకేమీ భయం లేదు. బాధ లేదు. ఒక నిజం ప్రపంచానికి చెప్పాలనుకుంది. అంతే!

ఆరోజు మధ్యాహ్నం ఇంటి ముందు కారు ఆగింది. తన కంపెనీ హెచ్‌ఆర్ మేనేజర్‌తో పాటు ఒక అమ్మాయి, పొడుగ్గా తెల్లగా. అర్థమైపోయింది. ఆవిడ బాస్ గారి అమ్మాయి. అమెరికాలో ఉంటుంది. ఆవిడ ఫోటోలు చూసింది. తల్లి హడావుడిగా కుర్చీలు వేసింది.

ఆ అమ్మాయి కూర్చోలేదు. ''థేంక్స్ అమ్మా... నాన్నను కాపాడేరు. సమయానికి మీరు చూడకపోతే చాలా రిస్క్ జరిగేది. ఆఫీస్‌లో అంతా వెళ్ళిపోయారు'' ఆ అమ్మాయి చెప్పింది.

చిన్నగా నవ్వింది.

ఆవిడ వెంటనే అంది "నాన్న మీద కేసు పెట్టారు కదా... అంత కోపం ఉన్నవారు ఆయన ప్రాణాలు ఎందుకు కాపాడారు?"

ఒక్క క్షణం ఆలోచించి చెప్పింది రాగిణి. "నొప్పి శరీరానికి వుంటుంది. శవానికి కాదు. నొప్పి కలిగించేవాడికి ఆ నొప్పి గురించి తెలియాలి."

ఆ అమ్మాయికి ఆ మాటలు అర్థం అయినట్టున్నాయి. రాగిణి వంక భయంగా చూసింది. కొంచెం బాధగా కూడా చూసింది. బైటికి వెళ్ళడానికి ఆ గదిలోంచి కదిలింది. వెళుతూ వెళుతూ రాగిణి చేయి పట్టి నొక్కింది. ఆ స్పర్శ స్నేహపూర్వక స్పర్శలా అనిపించింది రాగిణికి.

"ఔను... తనూ ఆడపిల్లే కదా!" అనుకుంది, వెళ్ళిపోతున్న ఆమె వంకే చూస్తూ.

ఆ కారు వెనక 666 అనే నెంబరు చూసి చర్చిలో ఫాదర్ చెప్పిన ఎపోకలిప్టిక్ 666 మృగం గుర్తుకొచ్చింది. భయం కలిగింది. అయితే వెళ్లిపోతున్న అమ్మాయి కారులోంచి చెయ్యి ఊపడంతో రాగిణి మనసు స్థిమితపడిరది.

★★★★★★★★★

ఇది స్రృజన ప్రియ కథల పోటీ లో ప్రథమ బహుమతి పొందిన కథ

గోడ మీద బొమ్మ!

ఇంటర్ చదువుతున్న కొడుకు వేసిన ప్రశ్నకు నిరుత్తరాలు అయింది కృపాబాల. రక్తం తోడేసినట్టు ముఖం పాలిపోయింది. ఆ సమయంలో ఆమె తన ఇంటి బాల్కనీ లోని మొక్కలకు నీళ్ళు పోస్తోంది.

కొడుకు ఆమెను అలాంటి ప్రశ్నలు చిన్నప్పటి నుంచీ అడుగుతూనే ఉన్నాడు. ఊహ తెలిసిన తర్వాత అతడు వేసిన మొదటి ప్రశ్న "అమ్మా, నాన్న ఏడి?!" ఆ ప్రశ్న వేసినపుడు కొడుకు వయసు ఐదేళ్ళు. ఎల్‌కేజి చదువుతున్నాడు. వాడిని తన క్లాస్‌మేట్ అడిగాడు. "ఒరేయ్ మీ డాడీ స్కూలుకి రాలేదేం నిన్ను తీసుకువెళ్ళడానికి?!" అని. వాడికి తండ్రిని గురించి జ్ఞానోదయం కలిగింది. అప్పుడు ఆమె డ్రాయింగ్ రూమ్‌లోని గోడ వైపు చూపించింది. ఆ బొమ్మకు ఒక దండ.

"ఆయనే మీ నాన్న" అంది.

వెంటనే కొడుకు అన్నాడు "ఏమయ్యారమ్మా డాడీ..." అని.

వెంటనే తల్లి చెప్పింది "ఆయన చనిపోయారు" అని.

కొడుకు ముఖం దిగులుతో ముడుచుకుపోయింది. కొడుకును దగ్గరకు తీసుకుంది. అప్పటికి అర్థం అయింది ఆ పసి మనసుకు. తనకు అమ్మా ప్లస్ నాన్నా రెండూ అమ్మే అని `అలా అప్పటి నుంచీ కొడుకు ఆమెను ఆ ప్రశ్న వేయలేదు.

కొడుకు వేసిన ఆ ప్రశ్నను ఎవరూ వేయలేదు. కారణం ఒక ప్రభుత్వరంగ అధికారిగా ఆమె ఒక మహా నగరంలో అడుగు పెట్టింది, నెలల వయసున్న కొడుకుతో. తన కొడుకును సంరక్షించే తల్లి తండ్రులు తనకు తోడుగా వచ్చారు. పక్కవారి ఊసు పట్టించుకోని ఆ నగరంలో పదిహేనేళ్ళు గడిచిపోయాయి. తిరిగి ఆ నగరం నుంచి ఒక చిన్న పట్టణానికి ఆమె ఒక బ్రాంచి అధికారిగా పదోన్నతిపై బదిలీ అయి వచ్చింది. అది తన సొంత ఊరికి దగ్గర. వృద్ధులైన తల్లితండ్రులు తమ ఊరు వెళ్ళారు చూడడానికి. ఇపుడు తనూ, కొడుకూ ఇద్దరే కొత్తగా తాము దిగిన ఆ అపార్ట్‌మెంట్‌లో.

కొడుకును ఆ ఊళ్ళోని ఒక కార్పొరేట్ కాలేజీలో ఇంటర్‌లో చేర్పించింది. ఇంకా వెళ్ళి నెల కాలేదు. వీడు ఇలాంటి ప్రశ్నతో వచ్చాడేమిటి? అంటూ ఆమె ఆశ్చర్యపోయింది. "ఎవరు వేసారు నాన్నా నిన్ను ఈ ప్రశ్న?!" అని అడిగింది.

"నేను, నా స్నేహితుడు మా కాలేజీ పక్క నున్న గుడికి వెళ్ళాము. లోపల పూజారిగారు పూజ చేస్తూ, "మీ గోత్రం ఏమిటి బాబూ?" అని అడిగారు.

ఆ ప్రశ్నకు ఏం సమాధానం చెప్పాలో ఆమెకు అర్థం కాలేదు. తనకు ఈ ప్రశ్న కొత్త కాదు. చాన్నాళ్ళ తర్వాత కొడుకు నోట్లోంచి ఆ ప్రశ్న రావడం ఆమెను అలజడికి గురి చేసింది. తన జీవితంతో ముడిపడిన ఆ ప్రశ్న అంటే ఆమెకు భయమే!

తల్లి మౌనంగా ఉండడం చూసి తనే సిస్టమ్ ముందు కూర్చుని గూగుల్‌లో వెతకడం మొదలుపెట్టాడు. ఐదు నిమిషాల తర్వాత అరిచాడు.

''అమ్మా గోత్రం అంటే తెలిసింది. పూర్వకాలం ఎవరికైనా ఎంత ధనం ఉందో, వారికి ఉన్న గోవులను చూసి లెక్క కట్టేవారట. అలా గోవులన్నిటినీ సామూహికంగా మేతకు తీసుకుని వెళ్ళేవారు. ఒకరి గోవు, ఇంకొకరి మందలో కలిసిపోతే, అవి ఫలానా వారివి అంటూ గుర్తు కోసం ఆ ఇంటి పెద్దాయన పేరో, వారి వీధి పేరో చెప్పేవారు. అలా గోవులను బట్టి గోత్రాలు ఏర్పడినాయని ఒక థియరీ.

ఇక ఇంకో సిద్ధాంతం. గోత్రాలు ఋషుల నుంచి ఏర్పడినాయనేది. దానినే ఋషి మూలం అంటారు. అలా సప్త ఋషులకు చెందివ వారి మూలాల నుంచి గోత్రాలు ఏర్పడినాయి. అంటే తండ్రి నుంచి కొడుకుకు, పెళ్ళవక ముందు కూతురికి, తండ్రి నుంచి. ` పెళ్ళయిన తర్వాత భర్త నుంచి భార్యకు!'' చెప్పడం ఆపి తల్లి వంక ప్రశ్నార్థకంగా చూసాడు.

కొడుకు చూపులలోని ప్రశ్నార్థకం ఆమెకు అర్థమయింది.

'మనకూ గోత్రం ఉంది. పెళ్ళయిన తర్వాత భర్త గోత్రమే భార్యకు కదా... అలా నాన్న గోత్రం నాకు' అన్నట్టున్నాయి తన కొడుకు ఆలోచనలు అనుకుంటూ గబగబా తన బెడ్ రూమ్‌లోకి వెళ్ళింది.

భళ్ళుమని తలుపు మూసుకున్న శబ్దం. తల్లికి గోత్రం గురించిన చర్చ జరపడం ఇష్టం లేదేమో! అనుకున్నాడు ఆ అబ్బాయి. తన దృష్టిని దారి మళ్ళించడానికి తన తరగతి పుస్తకం తెరిచాడు.

★★★

వారం రోజుల తర్వాత కృపాబాల ఇంటికి ఆఫీసులోని ఇద్దరు సహచరులు వచ్చారు. ఆ ఇద్దరిలో ఒక అమ్మాయి ముఖం ఉబ్బిపోయి కనిపించింది. కళ్ళు ఏడ్చినట్టుగా ఎర్రగా మారాయి. ఆ అమ్మాయి పేరు మార్గరెట్. ఆ అమ్మాయితో వచ్చిన ఇంకో అమ్మాయి పేరు దుర్గ.

ఆ ఇద్దరికీ మంచినీళ్ళు, కాఫీలు ఇస్తూ ''ఏమయ్యింది?!'' అంది కృపాబాల.

దుర్గ రెండు నిమిషాల్లో చెప్పడం ముగించింది.

అది పాత కథే! మార్గరెట్ ఫేస్‌బుక్‌లో పరిచయమైన అబ్బాయితో ప్రేమలో పడిరది. అతనిది వేరే కులం. ఆ పరిచయం చాలా దూరం వెళ్ళింది. అతనితో కలిసి తిరిగింది. పెళ్ళి చేసుకుంటానని నమ్మించాడు. తన కోరికలు తీరిన తర్వాత ముఖం చాటేసాడు. ఆ అబ్బాయి ఇంటికి వెళ్ళింది. ఆ ఇంట్లోవాళ్ళు తిట్టి పంపేసారు. ఆ అబ్బాయి కాంటాక్ట్‌లోకి రావడం లేదు. మరోసారి మా అబ్బాయిని ప్రేమించాను. పెళ్ళి చేసుకుంటాను అంటే చంపేస్తాం అంటూ బెదిరించారట!

అదంతా విని 'ఓహ్... పరువు హత్య చేసేస్తారేమో!' అంది కృపాబాల భయంగా.

"ఈమెకు సామాజిక న్యాయం జరగాలి" అంది దుర్గ, కృపాబాలకు చేతులు జోడిస్తూ.

"నాకు సామాజిక న్యాయం అంటే ఏంటో తెలీదు" అంది కృపాబాల.

"అదేమిటి, బాగా చదువుకున్నారు. పెద్ద ఉద్యోగంలో ఉన్నారు. సామాజిక న్యాయం అంటే తెలీదా మేడమ్?" అంది దుర్గ ఆశ్చర్యపోతూ.

"సామాజిక న్యాయం నాకు జరగలేదు కాబట్టి నాకు దాని గురించి తెలీదు. నాకు జరిగింది సామాజిక (అ)న్యాయం. దాని గురించి తెలుసు" అంది క్లుప్తంగా.

అంతవరకూ ఆ పరిసరాలను గమనించని ఆ ఇద్దరూ గోడ మీద దండ వేసిన ఫోటో వంక చూసి "అయ్యో! సారీ మేడమ్. మీ వారు పోయారా... ఎప్పుడు? మాకు తెలీదు ఆ విషయం" అన్నారు బాధపడుతూ.

"అదంతా ఒక పెద్ద కథ..." అంటూ చెప్పడం మొదలెట్టింది. ఆమె జరిగిపోయిన గతం ఒక దృశ్యంలా వారి ముందు ప్రత్యక్షపరిచింది.

★★★

పొలంలో కలుపు తీస్తున్న కృపాబాల గట్టు మీద నుంచుని, స్నేహితురాళ్ళు వేసిన కేకతో తలెత్తింది.

"కంగ్రాచ్యులేషన్స్, మన ఇంటర్ పరీక్ష ఫలితాలు వచ్చాయి. నువ్ ఫస్ట్ క్లాస్‌లో పాసయ్యావు."

సంతోషంతో ఆ చేల మీద నుంచి గెంతుకుంటూ వెళ్ళి స్నేహితురాళ్ళను కలిసింది. అందరూ పాసయ్యారనే ఆనందంతో స్నేహితురాళ్ళతో సినిమాకు బయలుదేరింది. సినిమాకు ముందు గుడికి వెళదామన్నారు అంతా. సినిమా హాలుకు దగ్గర్లోని కోవెలకు బయలుదేరారు. స్నేహితురాళ్ళతో గర్భగుడిలోకి వెళ్ళింది. పూజారి తన స్నేహితురాళ్ళ నెత్తి మీద శఠగోపం పెట్టి వారి పేర్లు అడుగుతున్నారు. ఇంతలో తన వంతు వచ్చింది.

"తల్లీ నీ గోత్రం పేరు చెప్పమ్మా?" అనడిగాడు పూజారి.

ఆమె తెల్ల ముఖం వేసింది.

"గోత్రాలు తెలీకుండా, లేకుండా గుళ్ళోకి ఎందుకు వస్తారో..." అంటూ పూజారి విసుక్కున్నాడు.

"ఈమె ముఖాన బొట్టు లేదు. గోత్రం లేదేమో! స్తోత్రమే..." అంటూ ఒక భక్తుడు అరిచాడు. అక్కడున్న వారంతా నవ్వారు.

కృపాబాలకు తల కొట్టేసినట్టయింది. ఆ గుడి లోంచి వేగంగా బైటకు పరిగెత్తింది. ఇంక సినిమాకు వెళ్ళాలనిపించలేదు. అలా ఇంటికి వెళ్ళిపోయింది. ఇంటి బయట గేదెకు దాణా పెడుతోంది తల్లి. కాసేపటికి పాలు పితుకుతుంది. కాలనీ వాళ్ళంతా పాల కోసం వస్తారు. అలా హడావుడిగా ఉన్న తల్లిని అడిగింది, "అమ్మా! గోత్రం అంటే ఏమిటి?! మనది ఏం గోత్రం?!"

"నాకేటి తెల్సు. మీ అయ్యని అడుగు. గోత్రం... గోంగూర..." విసుక్కుంది తల్లి.

పొలం గట్టు వైపు పరిగెత్తింది. అప్పటికే పొలం పని చేసి అలసిపోయిన తండ్రి చుట్ట కాలుస్తూ సేద తీరుతున్నాడు. గొడ్లను కాసే బుడ్డోళ్ళంతా పశువులను స్వేచ్ఛగా మేతకు వదిలి, చెట్టు నీడలో కూర్చుని చద్దెన్నం కేరేజీలు విప్పారు. తండ్రిని అడిగింది. 'మన గోత్రం ఏమిటి నాన్నా?' అని... అతను బుర్ర గోక్కున్నాడు, ఆ ప్రశ్నకు సమాధానం తెలీక. అక్కడే ఉన్న పశువుల కాపర్లను అడిగింది. వాళ్ళూ తెల్ల ముఖం వేసారు. అలా ఆ ప్రశ్న ఆమెకు మొదటిసారి బాణంలా సూటిగా తగిలింది. గుండెను తాకింది. గాయం చేసింది. ఆ గాయం మానడం కోసం తన దృష్టి, చదువు మీదే ఉంచింది. ఇంజనీరింగ్ కాలేజీలో చేరి శ్రద్ధగా చదివింది. అప్పుడు పరిచయం అయ్యాడు పండరినాథ్.

అతనిది తమ జిల్లా కాదు. చాలా స్నేహంగా ఉండేవాడు. కాలేజీలో తమను 'లవ్ బర్డ్స్' అనేవారు. అలా నాలుగేళ్ళు ఒకరి కోసం ఒకరు అన్నట్టు బతికారు. ఆఖరి సంవత్సరం పరీక్షలు ముగిసి, ఇంకా అంతా ఎవరి ఇళ్ళకు వాళ్ళు వెళ్ళిపోతారనగా, అతడితో కలిసి ఒక జాలీ ట్రిప్ వేసింది. తనను పెళ్ళి చేసుకుంటానని ప్రామిస్ చేయడంతో అతడితో సరదాగా గడిపింది. మానసికంగా దగ్గరయ్యాము కదా అంటూ, శారీరకంగానూ దగ్గరయింది. ముందు మా వాళ్ళకు చెప్పి ఒప్పించి, నిన్ను పెళ్ళి చేసుకుంటాను అని చెప్పి పండరినాథ్ తన ఊరికి వెళ్ళే రైలెక్కాడు.

★★★

చెప్పడం ఆపింది కృపాబాల.

''అలా రైల్లో వెళ్ళిన ఆయన తరువాత వచ్చి మిమ్మల్ని పెళ్ళి చేసుకున్నాడా మేడమ్?!'' అడిగారు ఆ ఇద్దరూ.

''లేదు.... అలా ఊరెళ్ళిన పండరినాథ్ తిరిగి రాలేదు. కళ్ళు కాయలు కాసేలా రెండు నెలలు ఎదురుచూసాను. ఇక తప్పదని ఆ ఊళ్ళో పండరినాథ్ ఇంటి ఎడ్రస్ పట్టుకొని వెళ్ళాను. ఇంట్లోవాళ్ళు కూర్చోబెట్టి కుశలప్రశ్నలు అడిగారు. పండరినాథ్ మాత్రం కనిపించలేదు. నేను అడగ్గా అడగ్గా పండరినాథ్ తండ్రిగారు గోడ మీద పండరినాథ్ ఫోటో చూపించారు. అప్పటికే ఆ ఫోటోకు వేళ్ళాడుతోన్న తాజా పూలదండ.''

ఆమె చెప్పడం పూర్తి కాక మునుపే ఆ గదిలోని ఆ ఇద్దరు అమ్మాయిల కళ్ళల్లో నీళ్ళు నిలిచాయి.

కృపాబాల మళ్ళీ చెప్పడం మొదలుపెట్టింది. ''సరే నేను వెళతానండీ... నా ఖర్మ ఇలా రాసి పెట్టి వుంది'' అంటూ భోరుమని ఏడ్చాను. వాళ్ళు నా వంక జాలిగా చూసారు. అంతకంటే ఏం చెయ్యగలరు? అనిపించింది. ఆ దుఃఖంలో నా గొంతు పూడుకుపోయింది. పండరినాథ్ ఎలా పోయాడు? ఎప్పుడు పోయాడు? అని అడగాలనిపించలేదు. వారిని ఒక కోరిక కోరాను. ఆ గోడ మీద పండరినాథ్ ఫోటో అడిగాను. వెంటనే ఆయన నాకు ఆ ఫోటోను కాగితంలో చుట్టి ఇచ్చేసారు. ఇంటికొచ్చిన తర్వాత, బ్రతుకు శూన్యం అనిపించింది. చచ్చిపోదామనుకున్నాను. కానీ నాతో పాటూ పండరినాథ్ మిగిల్చిన తీపి జ్ఞాపకాన్ని చంపేయడం ఇష్టం లేదు. చనిపోయిన పండరినాథ్ నా మెడలో తాళి కట్టకపోయినా భర్తగానే భావించాను. అలాగే జీవితం

కొనసాగించడానికి నిశ్చయించుకున్నాను. ఇదీ నా కథ'' అంటూ చెప్పడం ముగించింది కృపాబాల.

''మీకు సామాజిక అన్యాయం ఏం జరిగింది?! ప్రేమించిన వ్యక్తి పెళ్ళి చేసుకుందామనుకునేసరికి మీకు అందనంత దూరాలకు వెళ్ళిపోయాడు కదా!!'' అంది దుర్గ.

''ఔను. అందనంత దూరం వెళ్ళిపోయాడు. సుదీర తీరాలకు చేరుకున్నాడు. 13,595 కిలోమీటర్ల దూరంలో అమెరికాలోని ఒక నగరంలో సంవత్సరానికి లక్ష డాలర్లు సంపాదించే ఒక సాఫ్ట్‌వేర్ ఉద్యోగి ఆయన'' అంది కృపాబాల ముక్తాయింపుగా.

చివరికి ఆమె చెప్పిన ఆ అనుకోని ముగింపు విని ఆ ఇద్దరు అమ్మాయిలు ఉలిక్కిపడ్డారు. ఇంకా ప్రశ్నార్ధకంగానే చూస్తూ ఉన్నారు.

''నన్ను వదిలించుకోవడానికి పండరినాథ్ నాన్నగారు కొడుకు ఫోటోకు దండ వేసేసారు. ఆ అబద్ధాన్ని నేను కొనసాగిస్తున్నాను. ఇన్నేళ్ళుగా నన్ను 'వదిలి' పోయిన అతగాడిని నేను 'పోయిన'వాడిగానే గుర్తు పెట్టుకుంటున్నాను'' అంది కృపాబాల.

ఆ ఇద్దరి అమ్మాయిలకీ కృపాబాల జీవిత కథ షాక్ కలిగించింది. తనలాగా మోసపోయిన కృపాబాల జీవితమే ఒక సందేశం అనుకొంది మార్గరెట్.

ఆ గోడ మీది ఫోటోను చూస్తూనే ఆ ఇద్దరు అమ్మాయిలు ఆ గదిలోంచి బైటకు నడిచారు.

★★★★★★★★★★★

గోడ మీద బొమ్మ అక్షరాలుతోవ కథల పోటీ లో బహుమతి పొందిన కథ.

అంతర్ధానం!

మూడు వేల ఇరవై ఒకటో సంవత్సరం. భారత సంయుక్త రాష్ట్రాలుగా భారతదేశం ఆవిర్భవించి అప్పటికి ఏడెనిమిది వందల సంవత్సరాలయింది. ఉత్తర ఆంధ్ర రాష్ట్ర రాజధాని విశాఖపట్నంలోని ఒక హోటల్‌లోని సమావేశమందిరంలో జరుగుతోంది ఆ సెమినార్. 'అంతరిస్తోన్న జీవ జాతి' అనే విషయం మీద చర్చించడానికి ఆ విశాలమైన హాల్‌లో ఐదొందల మంది సమావేశమయ్యారు.

వేదిక మీదకు ఎక్కింది ఒక అమ్మాయి. పింక్ రంగు కోటు వేసుకుంది. దాని మీద నల్ల రంగు పేంటు. ఆమె శరీరం కూడా పింక్ రంగులోనే ఉంది. జుట్టు బంగారు రంగులో మెరిసిపోతోంది. కళ్ళకు కాంటాక్ట్ లెన్స్ అమర్చుకోవడంతో ఆ కళ్ళు పిల్లి కళ్ళులా మెరుస్తున్నాయి.

ఆమె చెప్పడం మొదలుపెట్టింది.

"మిత్రులారా! మనం అందరం ఇక్కడ ఇలా కలవడానికి కారణం మనం ఎదుర్కోబోతున్న ఒక విపత్తు గురించి. మన సహచర ప్రాణులు కొన్ని కోట్ల సంవత్సరాల నుంచీ అంతరిస్తున్నాయి. ఇంటర్నేషన్ యూనియన్ ఫర్ కన్జర్వేషన్ ఆఫ్ నేచర్ వారి పరిశోధన ప్రకారం ఇప్పటికి ఐదు మహా అంతర్ధానాలు జరిగాయి. గడచిన ఇరవై ఎనిమిది లక్షల సంవత్సరాల కాలంలో ఐదు అంతర్ధానాలు."

ఆమె మాటలకు అక్కడ గడ్డ కట్టిన నిశ్శబ్దం. ఆమె వెనుక ఉన్న స్క్రీన్ మీద కొన్ని దృశ్యాలు కనిపించాయి. ఒక గంభీరమైన స్వరంతో ఒకరి ఉపన్యాసం మొదలైంది. "నలభై నాలుగు కోట్ల సంవత్సరాల క్రితం పగడాలు, సముద్ర జీవులు మంచు గడ్డ కట్టడంతో అంతరించిపోయాయి. ఇది మొదటి అంతర్ధానం. తరువాత ముప్ఫయ్ ఆరు కోట్ల సంవత్సరాల క్రితం పెద్ద ఎత్తున ఆల్గే పుట్టుకొచ్చి సముద్ర ప్రాణులకు ఆక్సిజన్ అందకపోవడంతో డబ్బై ఐదు శాతం జీవులు అంతరించాయి. ఇక మూడో అంతర్ధానం 25.3 కోట్ల క్రితం అగ్నిపర్వతాలు పేలడంతో తొంబై ఆరు శాతం సముద్ర జీవులు, డబ్బై శాతం నేల మీది ప్రాణులు అంతరించాయి.

నాలుగో అంతర్ధానానికి కారణం వాతావరణంలో కార్బన్‌డైయాక్సైడ్ పెరగడంతో ఎనభై శాతం జీవులు అంతరించాయి. ఐదో అంతర్ధానం గురించి మనకందరకూ తెలిసిందే! భూమిని భారీ శకలం ఢీ కొట్టడంతో సూర్యరశ్మి అందక చెట్లు ఎండిపోయాయి. అతి పెద్ద డైనోసార్లు అదృశ్యమైపోయాయి. ఈ ఐదు అంతర్ధానాలు మనిషి లేనప్పుడు జరిగాయి.

మరి మనిషి పుట్టిన తర్వాత పారిశ్రామిక విప్లవం మొదలైన తర్వాత, గ్రీన్ హౌజ్ వాయువుల దుష్ఫలితాలు, ఓజోన్ పొర తగ్గడం, అడవులను నాశనం చేయడం, ప్లాస్టిక్ వ్యర్థాలు,

వీటితో గత వెయ్యేళ్ళుగా వెన్నెముక గల ప్రాణులు అరవై ఎనిమిది శాతం తగ్గిపోయాయి. యాభై వేల జీవ జాతులు అంతరించే దశలో ఉన్నాయి. అయితే ఇక ఆరో అంతర్ధానం జరగబోతోంది. అది ఇంచుమించు సగం పూర్తయింది. ఆ అంతర్ధానం జరిగేది మనిషితోనే! ఆ మనిషి ఆడమనిషి. ఒక స్త్రీ మూర్తి. అంతే...''

స్క్రీన్ మీది గంభీర స్వరం ఆగిపోయింది.

వేదిక మీదున్న అమ్మాయి చెప్పడం మొదలుపెట్టింది.

''ఔను. ఆరో అంతర్ధానం స్త్రీ. ఈ వెయ్యేళ్ళల్లో శీఘ్రగతిన అంతరిస్తున్న జీవ జాతి, ఎన్‌డేంజర్డ్ స్పిసీస్ స్త్రీ. భ్రూణ హత్యలు, వరకట్నపు చావులు, యాసిడ్ దాడులు, రేప్‌లు, ఒకటేమిటి అన్ని రకాలుగా అన్ని విధాలుగా స్త్రీ హింస పరాకాష్ఠకు చేరింది. స్త్రీ వంటింటి కుందేలుగా, పిల్లల్ని కనే యంత్రంగా మారిపోయింది. మీరు ఈ భూమ్మీద ఎవరినైనా అమ్మాయిలను చూసారా?! ఈ మూడు వేల సంవత్సరంలో.''

సభ అంతా నిశ్శబ్దం.

''ఔను. అమ్మాయిలు ఈ భూమ్మీద లేరు. చూడండి'' అనగానే మళ్ళీ స్క్రీన్ మీద కొన్ని దృశ్యాలు కనిపించాయి.

''అమ్మ, అక్క, చెల్లి, భార్య, కూతురు ` వీళ్ళంతా ఒకప్పుడు ఉండేవారు. ఇప్పుడు మ్యూజియంలో బొమ్మలు. అలా ఆడ జాతి అంతరించిపోకూడదనే ఒక గ్రహంలో వారిని ఒక భద్రతా వలయంలో ఉంచారు. ఈ మూడు వేల సంవత్సరంలో అది ప్రపంచానికి సంభవించిన అద్భుత పరిణామం అయినా, అది విషాదకరం. ఈ భూ ప్రపంచం మీద ఆడ పురుగు లేదు. అందరూ మగ పురుగులే. ఈ మీటింగ్ హాల్‌లో ఆడ, మగ ఉన్నారు. మగవారు మాత్రం మనుషులు. ఆడవారంతా మనుషులు కారు, రోబోలు. ఔను రోబోలే! నేను కూడా...'' అంటూ ఆమె చిన్నగా నవ్వింది. ఆ సభలోని మిగతా రోబోలు ఆమె నవ్వుతో శృతి కలిపాయి.

మళ్ళీ ఆమె చెప్పడం మొదలుపెట్టింది. ''రెండు వేల ఐదు వందల సంవత్సరంలో అర్థమైపోయింది. ఆడ సంతతి పుట్టడం తగ్గింది. ఈ ప్రమాదాన్ని పసిగట్టిన ఐక్యరాజ్య సమితి, ఒక అనుబంధ సంస్థను ఏర్పరిచింది. అదే వరల్ట్ ఉమన్ ప్రొటెక్షన్ కౌన్సిల్ అంటే ప్రపంచ మహిళా పరిరక్షణ సంస్థ. ఎవరికీ తెలియని ఒక గ్రహంలో వారికి అన్ని సదుపాయాలను కల్పిస్తూ రహస్యంగా వారిని కాపాడుతోంది. ఇప్పుడు ఈ భూ గ్రహం మీద ఒక్క ఆడ నలుసు లేదు. ఎన్ని పాత్రలు పోషించినా అమ్మగా కనిపించే మమ్మీ నేడు మ్యూజియంలో ఒక ఈజిప్టియన్ మమ్మీగా చూడాల్సి వస్తోంది.''

ఆ రోబో ఆ మాటలు చెప్పగానే మళ్ళీ సభలో మౌనం.

''స్త్రీలను గౌరవిస్తే దేవతలు నడయాడతారని విశ్వసించిన మన పుణ్యభూమిపై స్త్రీమూర్తిని ఒక దేవతగా కొలిచే ఈ గడ్డపై నేడు స్త్రీకి చోటు లేకపోవడం దారుణం. మృగాళ్ళకు, హింసలకు, దాడులకు భయపడి స్త్రీ ఎక్కడో తల దాచుకోవడం, ఈ నాగరిక ప్రపంచానికే అవమానం. ఆందోళన కలిగించే విషయం. దానికి కారణం ఏమిటో మన అందరికీ తెలుసు. తొమ్మిది నెలల

పసికందు నుంచి తొంభయ్యేళ్ళ ముసలి అవ్వనూ వదలని మృగాళ్ళ పైసాచిక చర్య. స్త్రీ ఒక ఆట బొమ్మగా, వాణిజ్యపు ముడిసరుకుగా అయిపోయింది.

మాదకద్రవ్యాలు, అతి రహస్యంగా వుండే వెబ్‌సైట్లు నేడు పబ్లిక్‌లోకి వచ్చాయి. పసి మనసులు, కసి మనసులుగా, కాముకులుగా మార్చే ఆన్‌లైన్ వీడియోలు తమ చేతుల్లోకి, అక్కడ నుంచి చేతల్లోకి మారుతున్నాయి. స్త్రీలపై వందలాది ఏళ్ళగా పెరిగిన లైంగిక హింస, ఆడపిల్లల అక్రమ రవాణా, కొడుకులను కూతుర్లనూ సమానంగా చూడని తల్లితండ్రుల పక్షపాత ధోరణి, వీటికి విసిగి వేసారిన మహిళలంతా అజ్ఞాతంలోకి వెళ్ళిపోయారు. వెయ్యేళ్ళ క్రితం వచ్చిన పాస్కో చట్టాలు కఠినతరం చేసినా, మహిళా సాధికారత కోసం ప్రభుత్వాలు ఎన్నో పథకాలు పెట్టినా, అంతరిక్షంలోకి ఎగిరినా అతివ రెక్కలు విరిగి నిస్సహాయంగా మిగిలింది. అలా ఈ మరో మహా అంతర్ధానంలో స్త్రీమూర్తి కనుమరుగైంది.

ఇపుడు కృత్రిమ మేథ రాజ్యమేలుతోంది. దాంతో ఇళ్ళల్లో పనులు జరుగుతున్నాయి. క్లీనింగ్ రోబోలు, ఎంటర్‌టైన్‌మెంట్ రోబోలు, సౌరశక్తిని విద్యుచ్ఛక్తిగా మార్చుకునే సౌర రహదారులు, అంగారక గ్రహం మీదకు షికార్లు. ఇవన్నీ నాగరికత వికసిస్తోందనడానికి సంకేతాలయితే... కొండలు, అడవులు, సమస్త జీవరాసుల మనిషి కాంక్షకు బలవుతున్నాయి. ఆ క్రమంలోనే స్త్రీ. చాలా వందల ఏళ్ళ క్రితం ఒకప్పుడు ఉత్తరాఖండ్, ఉత్తర కాశీలో నూట ముప్పై రెండు గ్రామాలలో రెండు నెలలలో రెండు వందల పదహారు మంది పిల్లలు పుట్టారు. ఆ పిల్లలంతా మగవారే! కారణం ఆడబిడ్డల్ని కడుపులోనే నులిమేస్తున్నారు.

ఇలాంటి సంఘటనలు ఈ వెయ్యేళ్ళలో అనేకం జరిగాయి. ఇది ఇలాగే కొనసాగితే ఆడపిల్లలే కాదు. అసలు మనిషే ఉండడు!''

మళ్ళీ ఆ సమావేశ మందిరంలో మౌనం రాజ్యమేలింది.

''ఔను... ఇది నిజం. పిల్లల్ని కనే అమ్మే కనుమరుగైతే ఇంక ఎక్కడ మనుషులు... ఇక జరగబోయే మహా అంతర్ధానం మనిషే!!! మనిషే... మనిషే!!!''

★★★

తన లేప్‌టాప్‌లో ఆ 'మ్యూజియంలో మమ్మీ' కథ రాయడం పూర్తి చేసిన ప్రియంవద కాస్త ఊపిరి పీల్చుకొంది. వెయ్యేళ్ళ భవిష్యత్తులోకి వెళ్ళి తిరిగి 2021వ సంవత్సరంలోకి రావడంతో ఆమెకు కాస్త ఉక్కిరిబిక్కిరిగా అనిపించింది. మరోసారి తను ఆ స్క్రీన్ మీద టైప్ చేసిన కథను చదువుకుంది. ఏ అక్షరదోషాలు లేవు. అది ఎన్నోసార్లు తిరగరాసిన కథ లాంటి గల్పిక... లేదా స్కెచ్. తన మనసులో ఎన్నో వందల సార్లు ఆ కథను పరిచి చూసుకొంది. ఒక ఆన్‌లైన్ సాహిత్య పత్రికవారు ఫ్యూచర్ షాక్ గురించి రాయమన్న కథ అది. మూడు వేల సంవత్సరంలో ఏయే పరిణామాలు సంభవిస్తాయో రాయమంటే తను ఈ కథ రాసింది.

ఇక్కడ ఇంకో సౌకర్యం. తను ఆ ఆన్‌లైన్ వైబ్‌సైట్‌లో ఈ కథ పోస్ట్ అయిన వెంటనే వందలాదిగా పాఠకులు కథ చదువుతారు. వారి అభిప్రాయం తనకు వెంటనే తెలుస్తుంది. వారు గ్రేడిరగ్ ఇస్తారు. దాని ప్రకారం బహుమతి. తనకు ఆ బహుమతి మీద ఆశ లేదు. ఎందుకో ఆ కథ

రాయడం తనకు రిలీఫ్‌గా అనిపించింది. అది తన హృదయవేదన. మనసు మూగ రోదన ` అది ఎంతోమంది చదువుతారు. అయితే తన టార్కెట్ మాత్రం ఒక ముఖ్య పాఠకుడు. అతను చదివితే చాలు అనుకుంది. వెంటనే కథను ఆ వెబ్‌సైట్‌లో అప్‌లోడ్ చేసింది. తన వివరాలు రాసింది. 'హమ్మయ్య' అనుకుంటూ హాయిగా ఊపిరి పీల్చుకొంది ప్రియంవద.

అలసటగా వెనక్కి వాలింది. పావుగంట సేపు ప్రశాంతంగా కళ్ళు మూసుకొంది. అలసట తీరినట్టనిపించింది. కళ్ళు తెరిచింది. ఫ్రిజ్ మీద తన పెళ్ళినాటి ఫోటో ఫ్రేమ్. సూట్‌లో కమల్. లెహంగాలో తను. సరిగ్గా పదకొండు నెలలయింది. ఇంకా మొదటి వార్షికోత్సవం పూర్తి కాలేదు. అప్పుడే తన కడుపులో ఒక బిడ్డ. ఈ భూమ్మీదకు రాబోతోంది కొన్ని నెలల్లో.

ఇంతలో పక్షి రెక్కలు టపటపమని ఆడిరచిన చప్పుడు. ఫోన్‌లో మెసేజ్ వచ్చినట్టుంది. గబగబా లేచి చూసింది. అపుడే తన కథ మీద ఎవరిదో కామెంటు.

''బాబోయ్ కథ చదువుతుంటే భయమేసింది. ఈ ఇతివృత్తం ఎలా పుట్టింది? యునైటెడ్ నేషన్స్ ఆర్గనైజేషన్ వారి మిస్సింగ్ డాటర్స్ డాక్యుమెంట్ చదివారా, లేక మీ స్వానుభవమా, మీ జీవితంలో ఎదుర్కొన్నారా?!''

ఆ మెసేజ్ చదివి మౌనంగా ఊరుకొంది. ఏదో అలజడి. ఫోన్ ఆఫ్ చేసి గోడగడియారం వంక చూసింది. రాత్రి పదకొండు దాటింది. ఎవరింట్లోనుంచో పాపాయి ఏడుపు లీలగా. ఆ పాప తల్లి పాడుతూన్న జోలపాట మధురంగా ఉంది. బయట నిశ్శబ్దాన్ని ఛేదిస్తూ తమ ఇంటి ముందు వెళుతున్న వాహనాల హారన్ శబ్దం. కొంచెం దూరంగా శివాలయంలో ఎవరో బైరాగి పాడుతున్న పాట.

''ఏమి జన్మము ఏమి జీవనము
ఏమి సఖ్యత, ఏమి సౌఖ్యము
ఏమి నా ప్రారబ్ధ కర్మము
స్వామి నన్నిటు చేసి విడిచెను
అండమై గర్భంబు నిండెను
ఆ పిండకోసం నిండు దినములు గండమే''

ఆ పాట తన కడుపులో పేగును కదిలించింది. ఒక్కసారి కడుపును తడిమి చూసుకుంది. నిద్ర రావడంలేదు. నెల క్రితం భర్తతో జరిపిన సంభాషణ గుర్తుకొచ్చింది. తనకి నిద్ర పట్టక లేప్‌టాప్ తెరిచి కథ రాసుకుంటోంది. భర్త కూడా ఆఫీస్ పని చేసుకుంటున్నాడు.

''నిద్రపోవచ్చుగా!'' అన్నాడు భర్త.

''పరవాలేదు. నిద్ర వస్తే కలలు కంటాను. నిద్ర రాకపోతే కథలు కంటాను'' అంది నవ్వుతూ.

''అంతేగానీ మగపిల్లలను కనవనమాట! మనం పొరపాటు చేసాము. ఆడపిల్లలు గర్భంలో పడకుండా 'ప్రీనాటల్ సెక్స్ సెలక్షన్' అనే అడ్వాన్స్‌డ్ మెథడ్‌తో మగశిశువే కడుపులే పడేలా చూసుకోవచ్చునట!

ఆ మాటలకు తను హతాశురాలయింది. ఎంత కుట్ర జరుగుతోంది. తన ప్రమేయం లేకుండానే తనలో పెరుగుతున్నది ఆడశిశువు అని తెలుసుకున్నాడు భర్త. ఎప్పుడు జరిగింది ఇది?!

తను కన్సీవ్ అయ్యానని తెలిసిన నాలుగో నెలలో గర్భంలో ఫీటస్ బాగుందో లేదో తెలియడం కోసం తనకు స్కేనింగ్ చేయించాడు. అది సెక్స్ డిటర్మినేషన్ కోసమా! ఆరోజు తను మూగగా ఏడ్చింది. మెల్లమెల్లగా ఆ ఇంట్లోవారి కథ అర్థమయింది. ఇది ప్రతి ఇంతి కథ. కూతురి బతుకు బాగుండాలని కలిగిన ఇంటికి పంపుతారు. కాళ్ళు కడిగి కన్యాదానం చేస్తారు. అలా తను ఈ జమీందార్ల ఇంట్లోకి వచ్చి పడిరది. వీరు వరుసకు బంధువులే అయినా అంతస్థులో, ఆస్థిలో తమ కన్నా ఎన్నో రెట్లు గొప్పవారు. తనను ఒక పెళ్ళిలో చూసి కమల్ ముచ్చటపడడంతో తమ తాహతుకు మించిన ఇంటివారి కోడలయింది తను.

ఆ ఇంట్లో అంతా బాగుంటుంది. విలువైన చీరలు, నగలు. బాగా చూసుకొంటారు. మగవాళ్ళంతా వ్యాపారాల్లో మునిగి తేలుతారు. ఐతే కోడళ్ళు ఇద్దరు. తను రెండో కోడలు. పెద్దావిడకు ఒక కొడుకు. అయితే తమ ఇంట్లో ఆడపిల్లలు కాదు, మగవాళ్ళే వుండాలనేదే ఒక శిలాశాసనం అయింది. తను కన్సీవ్ అయింతర్వాత అది రూఢీ అయింది. తన కడుపులో ఆడ నలుసు పడిరదని తెలియగానే ఇంట్లో టెన్షన్ మొదలయింది. తను అబార్షన్ చేయించుకొనేందుకు వారే నిర్ణయం తీసుకొన్నారు. తనకు వేదన కలిగింది. ఆ వేదనలోంచే ఈ కథ 'మ్యూజియంలో మమ్మీ' కథ.

అలా... భర్త గురించి ఆలోచిస్తూ అతను ఆఫీసు నుంచి రాకపోవడంతో నిద్రలోకి జారుకుంది.

★★★

వారం రోజులు తర్వాత బావగారి అబ్బాయి మొదటి పుట్టినరోజు వేడుకలు. భర్త తన కథ చదివిన రోజు నుంచీ తనతో ముభావంగా ఉంటున్నాడు. సరే... అనుకుంది. ఆరోజు పుట్టినరోజు కోసం ఇంట్లోనే ఆరుబయట వేసిన షామియానా, ఇంటికి వచ్చిన అతిథులతో నిండిపోయింది. భవనం అంతా రంగుల విద్యుత్ దీపాలతో అలంకరించారు. ఇంకా సంగీత కళాకారులు పాటలు పాడుతున్నారు. వంశోద్ధారకుడు జన్మించినందుకు ఇంటిల్లపాదికీ కలిగే సంతోషం ఆ వాతావరణంలో కనిపిస్తోంది.

ప్రియంవద ఏర్పాట్లను పరిశీలిస్తోంది. ఆమె చేయవలసింది ఏమీ లేదు. అతిథులను ఆహ్వానించటమే! తను, భర్త ఇద్దరే క్రిందకు దిగారు. కుటుంబంలోని వారంతా ముస్తాబు కావడంలో వున్నారు. ఇంతలో ఒక పెద్దావిడ వచ్చేసింది. రాగానే ప్రియంవద భుజం చరిచింది. ''చాలా బాగుందమ్మ నువ్వు రాసిన కథ. మా కోడలు చూపిస్తే చదివాను. జరుగుతున్న కథే! మొన్నామధ్య పుట్టిన నెల రోజుల పసికందును ముగ్గురు ఆడవాళ్ళు చంపేసారు. ఎవరో తెలుసా?'' అంది ఆవిడ.

భర్త, తనూ ప్రశ్నార్థకంగా చూసారు.

'ఆ పిల్ల తల్లి, అమ్మమ్మ, ఇంకా ముత్తమామ్మ.''

ఆ మాటలు విన్న భర్త, ''మై గాడ్, చాలా పాశవికం'' అన్నాడు.

''పాశవికం ఏంటి బాబూ. వాళ్ల కడుపులోనించి బైటకొచ్చిన తర్వాత చంపారు. చాలామంది కడుపులోనే చంపేస్తున్నారు. దానికీ దీనికీ తేడా ఏముంది?!'' అంది అతడి వంక చూస్తూ.

భర్త తల వంచుకున్నాడు, ఆవిడ వేసిన బాణం మనసును తాకిందేమో!

ఇంతలో తోటికోడలు, బావగారు, మావగారు మనవడిని ఎత్తుకొని అత్తగారూ వచ్చేసారు.

అతిథులంతా చప్పట్లు కొట్టేరు. మతాబులు వెలుగుతో ఆ ప్రాంగణం అంతా ప్రకాశవంతం అయింది. బైట తారాజువ్వలు, టపాసులు పేలాయి. తోటికోడలు బాగా తెలుపు. అయితే ఇంకా బాగా తెల్లగా కనిపించింది. మేకప్ వేసారా అనుకుంది ప్రియంవద. బాగా సన్నం. వంటి మీద నగల భారం. నడుముకు వడ్డాణం. ఎందుకో ఆమె నీరసంగా ఉన్నట్టనిపించింది. తన కథ గురించి మాట్లాడిన పెద్దావిడ గుసగుసగా ''ఏంటి మీ తోటికోడలు అలా ఉంది, పిండి బొమ్మలా?'' అంది.

తను మాత్రం అయ్యో! ఒక ఈజిప్టియన్ మమ్మీలా కనిపిస్తోంది. తప్పు అలా అనుకోకూడదు అని మనసులోనే లెంపలు వేసుకొంది.

''ఔను... తోడికోడలికి రెండో మూడో అబార్షన్ల తర్వాత అట కదా ఈ పిల్లాడు. అందుకే శరీరం అలా పాలిపోయింది, రక్తం లేక...'' అంది.

బాబోయ్ ఈవిడకు అన్నీ తెలిసి తన భర్త ముందే సెటైర్ వేసింది. ఆవిడ వంక అనుమానంగా చూసింది.

'ఆవిడ చెప్పింది నిజమే. రెండు అబార్షన్లు జరిగాయి. ఇద్దరు ఆడపిల్లలు గతించారు కడుపులో. ఆ తర్వాత ఈ పిల్లవాడు ఏతెంచాడు. స్వర్గంలో వారు ఏడుస్తారో, నవ్వుతారో. బహుశా ఆనందపడతారేమో ఈ కుర్రాడి ఇద్దరు అక్కలు, ఈ పాపపంకిల, స్వార్థపూరిత పురుషాధిక్య ప్రపంచంలో పడలేనందుకు!'

ఇలా అనుకుంటున్న ఆమె కడుపులో పేగు కదిలినట్టయింది. ఎదురుగా వున్న తన తోటికోడల్ని చూసి ఆమెకు జాలి కలిగింది.

కేక్ కటింగ్ మొదలయింది. కొడుకును ఎత్తుకొని కేండిల్ ఆర్పడానికి ఆమె ముందుకు వంగింది. అంతే. అలా ముందుకు వంగిన ఆమె అలా కింద వాలిపోయింది. ఏం జరిగిందో ఏమో!

అక్కడ ఉన్న అందరిలోనూ అయోమయం. పడిపోయిన ఆమె మరి లేవలేదు. తన కొడుకును పడిపోకుండా పట్టుకొనే ఆ కన్నతల్లి నేల మీదకు వాలింది. గబగబా ఆమెను ఆస్పత్రికి తీసుకుని వెళ్ళారు.

★★★

వారం రోజుల తర్వాత

తోటికోడలి ఒంట్లో రక్తం లేక ఏనీమిక్‌గా అయిపోయి కళ్ళు తిరిగి అలా పడిపోయింది. వెంటనే రక్తం ఎక్కించారు. ఊపిరి ఆడక అవస్థలు పడిన ఆ ముప్పయ్యేళ్ళ అమ్మాయిని వెంటిలేటర్ మీద ఉంచారు. అలా మొత్తానికి గండం గడిచింది. ఆమె సురక్షితంగా ఇంటికి తిరిగొచ్చింది.

ఆరోజు రాత్రి ప్రియంవద ఒంటరిగా కూర్చుని ఆలోచనలో పడిరది. కొన్ని రోజుల క్రితం భర్త చెప్పిన మాటలు ఆమె గుర్తు చేసుకుంటోంది. ''డేట్ దగ్గర పడిరది. ఇంకో వారం లోపు అబార్షన్ చేయించుకోకపోతే బిడ్డకు, తల్లికి కష్టమేనట!''

ఆ మాటలు గుర్తుకొచ్చి భయం వేసింది ప్రియంవదకు. అందుకే ఒక నిర్ణయానికి వచ్చేసింది. తన బట్టలు సర్దుకొని సిద్ధంగా ఉంది. ఏదో క్షణంలో తను ఏడడుగులు నడిచిన భర్తను వదిలి వెళ్ళిపోవడానికి నిశ్చయించుకొంది. తన తోటికోడల్ని అలాంటి దీనమైన స్థితిలో చూసిన తర్వాత ఆమె ఆ నిర్ణయానికి వచ్చేసింది.

ఇంతలో అడుగుల చప్పుడు... వచ్చిన భర్త వంక భయపడుతూ చూసింది.

చిన్నగా నవ్వేడతను.

''నీ కథలో చెప్పింది నిజమే. ఆడపిల్లలను కడుపులో అంతం చేస్తే ఇంక సృష్టి ఏముంది?... ఇంత చిన్న లాజిక్ ఎదుకు మిస్సవుతున్నామో!'' అలా అంటూ ఆమెను అపురూపంగా హత్తుకున్నాడు.

ఆమె కళ్ళ నించి రెండు కన్నీటి బొట్లు రాలాయి.

''ఇంట్లో ఇంత అనర్థం జరిగాక ఇంట్లోవాళ్ళకు అర్థమయింది. ఒక ఆడబిడ్డ అంతర్ధానం కాకుండా ఆగింది. వారిలో రాక్షసక్రీడకు అంతర్ధానం జరిగింది.

ఆ క్షణంలో ఆమె తన కడుపు తడిమింది. లోపలి బిడ్డ తనను ''థేంక్స్ మమ్మీ'' అన్నట్టనిపించింది.

★★★★★★★★★★

పాలపిట్ట కథల పోటీ లో ప్రోత్సాహక బహుమతి పొందిన కథ.

చట్టం ధర్మం

ఆ పెద్దాయన జడ్జి గారి ముందు దోషిలా నిలబడ్డాడు. వయసు అరవై దాటినా మనిషి బలంగా, దృఢంగా కనిపిస్తున్నాడు. ఆయనను చూస్తూ చెప్పారు జడ్జి.

''ఈ వయసులో మీరు ఇంత వేగంగా వాహనం నడపడం అవసరమా! పైగా రెడ్ సిగ్నల్ ఉండగానే దాటేసారు. అయినా ఇంత చిన్న కేసును కోర్టుకు తీసుకువచ్చారెందుకు?! ఎవరికీ దెబ్బలు తగలలేదు కదా! గ్రేవియస్ ఇంజ్యూరీస్ లేవు. ఫైన్ కట్టించి ఆయనను పంపేయండి'' అన్నాడు ఎదురుగా ఉన్న కానిస్టేబుల్ వైపు తల త్రిప్పి.

''నేనూ అదే అన్నానండి. ఆవిడ ఒప్పుకోలేదు'' అన్నాడు ఆ పెద్దాయనను తీసుకువచ్చిన కానిస్టేబుల్.

''ఎవరు ఆవిడ?!'' అంటూ చుట్టూ చూసారు జడ్జి గారు.

ఒక నలభై యేళ్ళ మహిళ రెండు చేతులు జోడిరచి ఆయన ఎదురుగా వచ్చి నిలుచుంది.

''అమ్మా, మీరు చెప్పదలచుకున్నది ఇక్కడ చెప్పుకోవచ్చు'' అన్నారు జడ్జి.

ఆమె ఖరీదైన పట్టుచీర కట్టుకుంది. మెడ నిండా నగలతో చాలా ధనికురాలిగా కనిపించింది.

''అయ్యా! నేను బస్‌స్టాప్‌లో టాక్సీ కోసం ఎదురుచూస్తున్నాను. నా కారు ఆగిపోయింది. పెళ్ళికి వెళ్ళాలి. ఈ పెద్దాయన వేగంగా కారు నడపడంతో రోడ్డు మీద బురద నా ఖరీదైన చీర మీద పడడంతో పాడయ్యింది. ఆ సమయంలో భోరుమని ఏడ్చాను. నా గుండె పగిలింది. ఈయనకు తగిన శిక్ష వేయండి. ఎంత పొగరుగా కారు డ్రైవ్ చేసాడు, ఈ ముసలాయన'' అంది కోపంగా.

''ఆమెకు జరిగిన అన్యాయం గ్రేవియస్ ఇంజ్యూరియా, సెక్షన్ 336 క్రిందకు వస్తుందా?'' అన్నారు జడ్జి గారు చిన్నగా నవ్వి.

వెంటనే ముసలాయన ''క్షమించండి! ఆ సమయంలో కారు కుడివైపు త్రిప్పితే అక్కడే ఉన్న ట్రాఫిక్ కానిస్టేబుల్‌కు ప్రమాదం జరిగేది. అందుకే ఈ ఇబ్బంది కలిగింది ఆవిడకు...'' అన్నాడు.

''చూసారా... ఎంత అన్యాయమో! ఆ సమయంలో ఈయన కారులో ఒక ఆడమనిషి ఏడుస్తూ కేకలు పెడుతోంది. అంటే ఈయనొక సాడిస్ట్. తగిన శిక్ష వేయండి'' అంది కోపంగా.

జడ్జి గారు ఆశ్చర్యపడుతూ ఆ పెద్దాయన వంక చూసి, ''ఎవరు ఆవిడ, కారులో ఎందుకు ఏడుస్తోంది?'' అన్నాడు.

ఆ మాటలకు ఆ పెద్దాయన ''క్షమించండి. ఆ విషయం ఇక్కడ అప్రస్తుతం. నాకు వేయవలసిన ఫైన్ వేస్తే నేను వెళ్ళిపోతాను'' అన్నాడు తలొంచుకొని.

వెంటనే ఆ మహిళ, ''చూసారా ఈయన విషయం దాటవేస్తున్నారు. అసలేం జరిగిందో కనుక్కోండి'' అంది కోపంగానే.

''చెప్పండి, అసలేం జరిగింది?'' రెట్టించారు జడ్జి గారు.

ఆ మాటలకు ఆ పెద్దాయన ఒక్క క్షణం ఆగి చెప్పడం మొదలుపెట్టాడు.

''ఆరోజు నేను పాడేరు వెళ్ళేను, చిన్న పనిమీద. తిరిగి వస్తుంటే నర్సీపట్నం అడ్డ రోడ్డు దగ్గర ఒక స్త్రీని మోసుకొని వెళుతున్నారు. ఒక కర్రకు చీర గట్టిగా కట్టి ఉయ్యాలలా చేసారు. ఆ డోలీలో ఆమెను మోసుకొని వెళుతున్నారు. ఆమె ఒక నిండు చూలాలు. కడుపులో బిడ్డ అడ్డం తిరిగిందట. వారు అనకాపల్లి ప్రభుత్వ ఆసుపత్రికి అలా నడిచి వెళుతున్నారు. వారికి ఏ వాహనమూ దొరకలేదు. ఆ సమయంలో నేను చూసాను. పరిస్థితి అర్ధమయింది. వెంటనే చికిత్స అందకపోతే ఆమెకు, కడుపులోని బిడ్డకు ప్రాణం ప్రాణాపాయం. అందుకే ఆమెను నా కారులో ఎక్కించాను. ఆమెను వెంటనే ఆసుపత్రిలో చేర్చాలనే ఉద్దేశంతో కారు వేగంగా నడిపాను. సిగ్నల్ పడినా కారు పోనిచ్చాను. ఆ సమయంలో ఆమె నొప్పులు పడుతూ వేసిన కేకలు వీరు అపార్ధం చేసుకున్నారు. అలా ఆమెను సకాలంలో ఆసుపత్రికి చేరవేయడంలో తల్లీ, బిడ్డ బ్రతికారు'' అన్నాడాయన చెప్పడం ముగించి.

ఆ జడ్జి గారితో పాటూ ఆ కోర్టు ప్రాంగణం అంతా చేష్టలు లేనిదై నిశ్శబ్దంగా ఆ మాటలు వింది. వెంటనే ఆ జడ్జి గారు అన్నారు ''శభాష్... మీరు చట్టం దృష్టిలో తప్పు చేసారు. వేగంగా కారు నడపడం, రెడ్ సిగ్నల్ వుండగానే కారు తీయడం ఇది చట్ట విరుద్ధం!'' ఆయన చెప్పడం ఆపి, ఆ కోర్టులోని అందరి వంకా చూసి మళ్ళీ చెప్పడం మొదలుపెట్టాడు.

''ఐతే మీరు ఒక తల్లిని, బిడ్డను కాపాడారు. అంటే ధర్మాన్ని కాపాడడమే! ఆ క్రమంలో ఈ మహిళకు అసౌకర్యం కలిగింది. అలాగే ఒక ట్రాఫిక్ కానిస్టేబుల్‌కు గాయం తగలకూడదని మీరు చేసిన ప్రయత్నంలో అది జరిగింది'' అంటూ ఆ మహిళ వైపు తిరిగి వెంటనే అన్నాడు ''అమ్మా... ఆ సమయంలో ఆ రోడ్డు మీద వర్షపు నీరు నిలవ వుండడానికి కారణం, ఆ రోడ్డు మీద పడిన గుంటలు, అలా ఆ రోడ్డు సరిగ్గా కట్టని ఆ కాంట్రాక్టరుది ఆ తప్పు... మీకు అసౌకర్యం కలగడానికి అతనూ ఒక ముఖ్య కారకుడు. వాస్తవానికి అతని మీద మీరు కేసు వేయాలి...'' అంటూ చెప్పడం ఆపాడు.

ఆయన మాటలకు ఆ పెద్దాయన, ఆ మహిళ, ఆ కోర్టులోని వారు ఆశ్చర్యంగా చూసారు.

ఆయన మళ్ళీ చెప్పడం కొనసాగించాడు ''ఐతే చట్టం చట్టమే! ఎవరు అతిక్రమించినా శిక్షార్హులే. అందుకే ఈ చట్టాన్ని అతిక్రమించిన ఈ పెద్దాయన తగిన అపరాధ రుసుము చెల్లించవలసిందే!'' ఐతే ఆయన చెప్పడం ఆపాడు.

తనకు ఎదురుగా ఉంచిన గ్లాసులోని నీళ్ళు త్రాగి, మళ్ళీ మొదలుపెట్టాడు ''మనం గ్రహాలలోకి వెళ్ళేంతగా అభివృద్ధి చెందాము. రాకెట్లు ప్రయోగిస్తున్నాము. కంప్యూటర్, డిజిటల్ యుగంలో ఉన్నాము. ఐనా మారుమూల ఏజన్సీ ప్రాంతంలోని గిరిజనవాసులకు సరైన రహదారి సౌకర్యాలు, వాహన సౌకర్యాలు కలిగించలేకపోతున్నాము. ఈ 21వ శతాబ్దంలోకి వచ్చినా ఇంకా

డోలీల మీద గర్భిణి స్త్రీలను, రోగులను వారు ఆసుపత్రులకు తరలిస్తున్నారు. చాలా మంది మార్గ మధ్యంలోనే మరణిస్తున్నారు. అలాంటి వ్యవస్థలో ఉన్నందుకు సిగ్గు పడుతున్నాను. అందుకు ప్రతిగా తన వంతు సహాయం చేసిన ఈ "గుడ్ సమరిటన్" అంటే మంచి పొరుగువాడుగా నిలిచిన ఈ పెద్దాయనకు రెండు చేతులు జోడిరచి, వారు కట్టవలసిన అపరాధ రుసుం నేను కడుతున్నాను" అంటూ ఆయన జేబులోని పర్స్ తీసి, ఆ గదిలోని కోర్టు గుమస్తాకు ఆ డబ్బు అందించి, గబగబా తన ఛాంబర్ లోంచి బైటకొచ్చాడు, కోర్టు సమయం ముగియడంతో.

★★★★★★★★★★★★

సోమేపల్లి వెంకట సుబ్బయ్య,రమ్య భారతి కథల పోటీ లో ప్రోత్సాహక బహుమతి పొందిన కథ

కూతురు!

కొడుకు పంపిన ఆ మెయిల్ చదవగానే బాగా నిరుత్సాహం వచ్చేసింది సుందర్రావుకు. కొడుకు ఇండియా వదిలి మూడేళ్ళయింది. ఒక ప్రైవేట్ కాలేజీలో ఇంజనీరింగ్ పూర్తి చేసాడు. కేంపస్ రిక్రూట్‌మెంట్‌లో ఉద్యోగం వచ్చింది. ఆరు నెలలు ఉద్యోగం చేసిన తరువాత ''నేనిక చెయ్యలేను. అమెరికా వెళ్ళి ఎమ్మెస్ చదువుతాను'' అన్నాడు. దానికి పాతిక లక్షలు ఖర్చవుతుంది. ఒక గుమస్తాగా నెల జీతం మీద బతికే అతనికి అది పెద్ద మొత్తమే! కొంచెం సందేహించాడు. భార్య అతడి సందేహం దూరం చేసింది.

''మనకు ఒక్కగానొక్క కొడుకు. వాడి ముచ్చట తీర్చాలి. పాపం, వాడడిగింది ఇంకా పై చదువులు చదువుకుంటాను అనేగా. కాదనకండి నా బంగారం అమ్మేస్తాను'' అంది.

అలా భార్య తనకు పుట్టింటివారి నుంచి వచ్చిన బంగారం అమ్మేస్తే మూడు లక్షల రూపాయలు వచ్చింది. ఇంకా తను ప్రావిడెంట్ ఫండ్‌లోను, బేంకులోను ఇలా చిల్లరమల్లర అప్పులు చేసి పాతిక లక్షల ఖర్చుతో కొడుకును అమెరికా పంపాడు. కొడుకు అమెరికా వెళ్ళిన ఆరు నెలలకే, భార్యకు ఊపిరితిత్తులకు ఇన్‌ఫెక్షన్ వచ్చి అది ముదిరిపోయి, ఆస్పత్రిలో చేరినా లాభం లేకపోయింది. వారం రోజుల్లో వెంటిలేటర్‌తో పోరాడి ఆమె ఈ లోకాన్ని విడిచింది. ఆమెకు చాలా కాలంగా ''ఆస్తమా'' ఉంది. అది దీనికి తోడై ఆమె జీవితాన్ని బలితీసుకున్నాయి. కొడుకు హడావుడిగా వచ్చి తల్లి అంత్యక్రియలు పూర్తి చేసుకుని, చదువు పాడవుతుందని రెండు రోజుల్లోనే వెళ్ళిపోయాడు.

సుందర్రావు ఒంటరివాడయ్యాడు. బంధువులంతా వారం ఉండి వెళ్ళిపోయారు. భార్య మాసికం పూర్తిచేసి విధులకు హాజరయ్యాడు. భార్య ఉన్నప్పుడు కొడుకు లేని లోటు తెలిసేది కాదు. ఇపుడు అతనికి అది తెలిసొచ్చింది. కొంతమంది మిత్రులు సలహా ఇచ్చారు ''నీకంటూ ఒక తోడుండాలి, ఇంకా వయసేమైపోయింది, మళ్ళీ పెళ్ళి చేసుకో'' అన్నారు. సుందర్రావుకు సుతారాము అది ఇష్టం లేదు. 'తనకు భార్య వస్తుంది. కొడుక్కి తల్లి రాదు కదా! రేపొద్దును సవతి తల్లికి, కొడుకుకు మధ్య ఏమైనా అరమరికలు వస్తే, తను తట్టుకోగలడా!' అనుకున్నాడు.

ఇంకా అతడికి కొడుకు మీద బోలెడు ఆశలున్నాయి. వాడెలాగూ చదువైన తర్వాత వచ్చేస్తాడు. ఏదో ఉద్యోగం చూసుకుంటాడు. వాడికి పెళ్ళి చేస్తే, మనవడో, మనవరాలో పుడుతుంది. ఈలోగా తనకు రిటైర్‌మెంట్ వస్తుంది. కొడుకు దగ్గరకు వెళ్ళి శేష జీవితం గడుపుతాడు. అతడికి భవిష్యత్తు ఆశాజనకంగా కనిపించేది.

కోడలు గురించిన ఊహ రాగానే సుందర్రావుకు సంతోషం, బాధ ఏక కాలంలో కలిగేవి. తనకు భార్యకు ఆడపిల్లలంటే ఇష్టం. తమకు కూతురు పుడితే బావుంటుంది అనుకున్నారు. ఎవరో సిద్ధాంతి జ్యోతిష్యం చెప్పడంలో కూతురు పుడుతుందని భార్య ముందే రంగురంగుల గౌన్లు, ఇంకా ఇతర ఏర్పాట్లు చేసుకుంది. ఐతే, పుట్టింది కొడుకు. కూతురు లేని ముచ్చట తీర్చడంకోసం కొడుకుకు మూడేళ్ళ వయసు వచ్చేవరకూ ఆడపిల్లలా తయారుచేసేది భార్య. జుట్టు కట్ చేయకుండా మెడ వరకూ జులపాలుగా వేళ్ళాడదీసి జడలు వేసి, పువ్వులు పెట్టేది. వాడిని స్కూల్లో వేసే వరకూ తమ ముచ్చట అలా తీర్చుకున్నారు. ఐతే ఇంకో సంతానం కోసం చూడవచ్చు కదా అనేవారు బంధువులు. 'మనకున్న ఈ సంపాదనతో ఒక్కడిని ప్రయోజకుడిని చేస్తే చాలు' అనుకున్నారు. అలా కొడుకు ఏం అడిగితే అది చేసారు. వాడికి ఇష్టమని స్విమ్మింగ్‌లో చేర్పించారు. క్రికెట్ కోచింగ్ ఇప్పించారు. ఇలా అన్ని ముచ్చట్లు తీర్చుకున్న కొడుకు తన ముచ్చట తీర్చకుండా ఇలా చేసేదేమిటి?! అనుకున్నాడు ఆ మెయిల్ చదివిన సుందర్రావు మరోసారి.

కొడుకు పంపిన మెయిల్ సారాంశం.

"నాన్నా! ఇక్కడి చదువు పూర్తయింది. మంచి ఉద్యోగం ఇక్కడే దొరుకుతుంది. ఇండియా వస్తే నా చదువుకు తగ్గ ఉద్యోగాలు దొరికేటట్టు లేవు"

ఇది కొడుకు తనకు పంపిన సందేశం. ఆ మెయిల్‌తో అంతవరకూ తను కట్టుకున్నవి గాలిమేడలు అనిపించాయి సుందర్రావుకు. ఈ వయసులో కొడుకు తనకు తోడుగా ఉంటాడనుకున్నాడు గానీ, తనే ఒక గూడు చూసుకున్నాడు! నిట్టూరిస్తూ భారంగా లేచాడు, కంప్యూటర్ ముందునుంచి.

ఆఫీసుకు వెళ్ళే సమయం దగ్గర పడడంతో గబగబ వంట చేసుకుని, కేరేజి కట్టుకుని ఇంటి నుంచి బైట పడ్డాడు.

లిఫ్ట్ ఎక్కుతుంటే పక్క ఇంట్లో వుండే సోమశేఖర్ కనిపించాడు, కూతురికి జడ వేస్తూ. ఆ దృశ్యం ఎంతో సంతోషం కలిగిస్తుంది సుందర్రావుకు. సోమశేఖర ఈమధ్యన ఆ అపార్ట్‌మెంట్‌లో దిగాడు. అతను ఏదో వ్యాపారం చేస్తాడు. భార్య మాత్రం ఉద్యోగం చేస్తుంది. తనే కూతుర్ని తయారుచేసి స్కూలుకు పంపుతాడు. 'తనకూ ఒక కూతురుంటే తనూ అలాగే చేసేవాడు కదా! అనుకుంటాడు. అలా ఆలోచనల్లోనే ఆఫీసుకు చేరుకున్నాడు. వెళ్ళిన తర్వాత పూర్తిగా ఆఫీసు పనిలో మునిగిపోయాడు.

సాయంత్రం ఇంటికి వెళ్ళబోతుంటే అతని పక్క సీటు, పరాంకుశం, "సార్! మా ఊళ్ళో ఈరోజు పరస, అమ్మవారి పండగ, వస్తారా?" అన్నాడు. క్షణం ఆలోచించి, "మన ఆఫీసు నుంచి పావుగంటలో వెళ్ళవచ్చు కదా, వస్తాను. ఇంటికి వెళ్ళి చేసేదేముంది?!" అన్నాడు సుందర్రావు. సుందర్రావుని పరాంకుశం బండిమీద తీసుకుని వెళ్ళాడు. ముందుగా అమ్మవారి దర్శనం చేసుకున్నాడు. ఆ తర్వాత పరాంకుశం వెళ్ళిపోయాడు, 'తను తర్వాత కాసేపు పరస చూసి ఇంటికి వెళతాను' అనడంతో.

సుందర్రావు పరస అంతా చూస్తూ తిరుగుతున్నాడు. కొడుకు చిన్నప్పుడు తనూ, భార్య పార్కులకు, తిరునాళ్ళకు వచ్చిన జ్ఞాపకాలు మనసులో మెదిలాయి సుందర్రావుకు.

అక్కడ అంతా జన సందోహం. పిల్లలు, పెద్దవాళ్ళు, చిన్న చిన్న అంగళ్ళు, బట్టలు, బొమ్మలు అమ్ముతూ తిరిగేవాళ్ళు. ఇంకా నడుస్తుంటే అడ్డం పడుతూ అడుక్కునే యాచకులు.

ఆ జన సమ్మర్ధంలో ఒక చోట కూర్చుని ఏడుస్తూ కనిపించింది ఒక పెద్దావిడ. వయసు అరవై సంవత్సరాలు ఉంటుందేమో. అంత వయసయినా, కాయకష్టం చేసిన శరీరం ఏమో, మనిషి కాస్త బలంగా కనిపించింది. ముఖం మాత్రం వాడిపోయి కనిపించింది. ఆ హడావుడి జన సముద్రంలో, ఆమెను ఎవరూ పట్టించుకున్నట్టు లేదు.

''ఎందుకేడుస్తున్నావ్ అమ్మా?'' అని అడిగాడు సుందర్రావు.

ఆమె ఏడుస్తూ ''నా బిడ్డలు తప్పిపోయారయ్యా'' అంది.

బహుశా, ఆమె మనవలు అయి వుంటారనుకుంటూ, ''ఎంత వయసు వుంటుందమ్మా?'' అన్నాడు.

''పెద్దవాడికి నలభై, చిన్నవాడికి ముప్పై'' అంది.

ఆ మాటలకు నవ్వొచ్చింది సుందర్రావుకు. ''తప్పిపోయింది నువ్వా, వాళ్ళా?'' అన్నాడు.

''నేను కాదు బాబూ, వాళ్ళే తప్పిపోయారు. కాస్త వెదుకుతావా?!'' అంది.

సుందర్రావు ఎన్నిసార్లు ప్రశ్నించినా అదే సమాధానం.

''సరే... రామ్మా వెదుకుదాం'' అన్నాడు సుందర్రావు.

''నువ్వు వెళ్ళు నాయనా, నా పిల్లలు నన్ను వెతుక్కుంటూ ఇక్కడికి వస్తారేమో... నేను లేకపోతే, కంగారు పడతారు...'' అంది ఆమె.

సరే... అంటూ ముందుకు కదిలాడు సుందర్రావు. అమ్మవారి గుడి దగ్గర ఇద్దరు, ముగ్గురు కనిపిస్తే వాకబు చేసాడు. ఆ తర్వాత ఖర్జూరాలు, జీళ్ళు అమ్మే అంగళ్ళ దగ్గర చూసాడు. కొంచెం దూరం నడిచి, రంగులరాట్నం, జెయింట్ వీల్ దగ్గర గట్టిగా అరిచిమరీ అడిగాడు. ఎవరో ముసలమ్మ తప్పిపోయిందని `

సుందర్రావు అలా తిరుగుతుంటే ఒక పెద్దాయన ''మీ పిచ్చిగానీ, ముసలావిడను వదిలించుకుందామని వదిలి వెళ్ళిపోయి వుంటారు. వాళ్ళెక్కడ దొరుకుతారు'' అన్నాడు.

ఆ మాటలకు సుందర్రావుకు మతి పోయింది. తల్లితండ్రులను చూడని పిల్లలుంటారు గానీ ఇలా వదిలేసి పారిపోయే వాళ్ళుంటారా...! అనుకున్నాడు.

ఇక తిరిగి తిరిగి విసిగెత్తి ఆ ముసలావిడను తను కూర్చోబెట్టిన చోటుకు వచ్చాడు. ఆవిడ అక్కడ కనిపించలేదు. 'ఏమైపోయింది ఈవిడ, పాపం కొడుకులు కనిపించారేమో... మంచిది' అనుకుంటూ అమ్మవారి గుడి మెట్ల దగ్గరకు నడుస్తూ వచ్చి అక్కడ కూలబడ్డాడు. నిమిషం తర్వాత, ఆ పెద్దావిడ ఏడుస్తూ వచ్చింది, సుందర్రావు కూర్చున్న చోటికి `

''ఏమైందమ్మా?'' అన్నాడు.

''నా బిడ్డలు కనబడ్డారయ్యా. నన్ను చూసి పరిగెత్తారు...'' అంది.

ఆ మాటలకు సుందర్రావు నిర్ఘాంతపోయాడు. ఇందాక పెద్దాయన వాస్తవం చెప్పాడు అనుకున్నాడు.

ఆవిడను అలా ఒంటరిగా అక్కడ వదిలేయడం బాధ అనిపించింది. ఒక్క క్షణం ఆలోచనలో పడ్డాడు. ఆటో పిలిచాడు. ''అమ్మా ఒకసారి పోలీస్ స్టేషన్‌లో చెపుదాం. మీరు మిస్సయ్యారని'' అన్నాడు. ఆవిడ మౌనంగా తల ఊపి, ఆటో ఎక్కింది. పది నిమిషాల్లో ఆ పరస జరిగే రోడ్డు చివరలో ఉన్న పోలీస్ స్టేషన్‌కు చేరారు. లోపలకు తీసుకువచ్చాడు.

ఎస్సై గారి రూము పక్కన కుర్చీలో కూర్చున్న కానిస్టేబుల్ ప్రశ్నార్థకంగా చూసి, ''ఏమయింది?'' అన్నాడు.

''ఈవిడ తప్పిపోయింది సార్. వాళ్ళ వాళ్ళెవరైనా వస్తారేమోనని మీ దగ్గర కంప్లయింట్ ఇవ్వడానికి వచ్చాను'' అన్నాడు.

ఆ మాటలకు చిరాగ్గా చూసి, ''ఆవిడ ఎక్కడ కనబడిరదో అక్కడ వదిలేయండి, మా కెవరూ కంప్లయింట్ ఇవ్వలేదు'' అన్నాడాయన.

''అయ్యో... ఈ రాత్రి, ఈ చలిలో ఎలా వుంటుందో, వాళ్ళెప్పుడొస్తారో...'' అన్నాడు సుందర్రావు.

''మరయితే మీరు ఆవిడను మీ ఇంటికి తీసుకువెళ్ళండి. ఎవరూ కంప్లయింట్ చేయకుండా మేము ఆవిడను ఇక్కడ వుంచలేము'' అన్నాడు.

''సరే... ఇది నా విజిటింగ్ కార్డ్, ఎవరైనా ఈవిడ కోసం వస్తే నాకు ఫోన్ చెయ్యండి'' అన్నాడు సుందర్రావు.

''మంచిది'' అన్నాడు ఆ కానిస్టేబుల్.

ఆ ముసలావిడను తీసుకొచ్చి ఆటో ఎక్కించి తనూ ఎక్కాడు. అరగంటలో ఇంటికొచ్చారు. తాళం తీసి లోపలకు రాగానే ''నీ కెవరూ లేరా బాబూ'' అంది, లోపలకు రాగానే.

''మా ఆవిడ చనిపోయింది. మా అబ్బాయి ఉన్నాడు, నీ కొడుకులాగే వాడూ తప్పిపోయాడు'' అన్నాడు చిన్నగా నవ్వి. ఆ మాటలకు ఆవిడ అయోమయంగా చూసింది. కానీ ఏమీ మాట్లాడలేదు. ఆ గదిలో సోఫాలో కూలబడిరది. స్టౌ వెలిగించి, పాలు కాచి పట్టుకొచ్చి ఇచ్చాడు. గబగబా తాగింది. 'పాపం భోంచేసి ఎంతసేపయిందో' అనుకున్నాడు. ''వేడినీళ్ళు పెడతాను, స్నానం చేస్తావా?'' అన్నాడు. బాగా మాసిపోయినట్టు కనిపిస్తున్న ఆమె బట్టలకేసి చూసి.

''మరి చీర!?'' అంది.

''ఇస్తాను'' అంటూ బీరువాలోంచి భార్య చీర, జాకెట్టు తీసి ఇచ్చాడు. వాటిని చూడగానే ఆమె కళ్ళు మెరిసాయి.

★★★

రెండు రోజుల వరకూ ఏ ఫోన్ వచ్చినా, అది పోలీస్ స్టేషన్ నుంచి వచ్చిందేమో, అని భయపడ్డాడు సుందర్రావు. కారణం ఆవిడ తన ఇంట్లో శాశ్వతంగా ఉండిపోతే బావుండునని

కోరుకున్నాడు. ఆఫీసు నుంచి ఇంటికి తొందరగా వచ్చేస్తున్నాడు. తన కోసం, ఇంట్లో ఎదురుచూసే ఒక వ్యక్తి ఉందనే విషయం అతడికి సంతోషం కలిగిస్తోంది.

ఇంట్లో ఎక్కడా చెత్త కనబడడంలేదు. దోబీ ఉతికిన బట్టలను చక్కగా మడతలు పెట్టి బీరువాలో సర్దుతుంది. తనకున్నా ముందే లేచి వంట చేసి కేరేజి సర్దుతుంది. హడావుడిగా ఇంటికి తాళం వేసేసి ఆఫీసుకు పరిగెత్తే సుందర్రావు ఇప్పుడు ప్రశాంతంగా వెళుతున్నాడు.

అలా వారం రోజులు గడిచాయి.

ఇక హాయిగా ఊపిరి పీల్చుకున్నాడు. పోలీస్ స్టేషన్ నుంచి ఇక ఫోన్ రాదని అర్థమయింది. కావాలనే ఆవిడ పిల్లలు ఆమెను వదిలేసారని నిర్ధారణ అయింది సుందర్రావుకు.

రెండు రోజుల తర్వాత, ఆఫీస్ మెట్లు దిగుతుంటే, తమ ఆఫీసు వాచ్‌మేన్ అడిగాడు, ''ఏంటి సార్, తొందరగా వెళ్ళిపోతున్నారు ఇంటికి, ఇదివరకట్లా, ఆఫీసు అయిన తర్వాత మీ వాళ్ళతో కారమ్స్ ఆడడంలేదు, ఏమిటి విషయం?!'' అన్నాడు.

''వెళ్ళాలయ్యా, ఇంట్లో నా కూతురు ఎదురుచూస్తూ వుంటుంది నా కోసం'' అన్నాడు.

''కూతురా?!'' అంటూ ప్రశ్నార్థకంగా చూసాడు వాచ్‌మేన్.

''ఔనయ్యా... కూతురే! కలిసొచ్చిన కాలంలో నడిచి వచ్చిన కూతురు'' అంటూ చిన్నగా నవ్వి, మెట్లు దిగాడు సుందర్రావు.

★★★★★★★★★★★

విశాఖ సంస్కృతి కథల పోటీ లో బహుమతి పొందిన కథ

క్షమా భిక్ష

బెనారస్ 'గంగా నది. ఒక చల్లటి సాయంకాలం. చీకటి తెరలు పలచగా విస్తరిస్తున్న సమయంలో గంగా హారతి మొదలయింది. హారతి వెలుగుల్లో గంగ మరింత తేజోవంతంగా కనిపిస్తోంది. ఆ దశాశ్వమేథ ఘాట్ మెట్లమీద కూర్చున్నాడు, రెండు చేతులు జోడిరచిన పరశురామయ్య. వాస్తవానికి, అతను రెండు చేతులు జోడిరచింది గంగా మాతకు పడుతున్న ఆ హారతికే కాదు, కొంచెం దూరంలో ఆ గంగా హారతిని చూస్తున్న ధరిత్రికి. ఆమెకు అతను చేతులు జోడిస్తున్నాడు. ఇది ఆయన గత ఇరవయ్యేళ్ళుగా చేస్తున్నాడు.

ఆయన కిప్పుడు డబ్బైయ్యేళ్ళు పైబడినాయి. ఒంట్లో ఓపిక లేదు. శరీరంలో గుప్పెడంత కండ లేదు. ఎముకలు గూడులా ఉన్న శరీరానికి ధోవతి, పంచె కట్టారు. ఆయన కేన్సర్ బాధితుడు. ఆరు సైకిళ్ళ కీమో, ఇంకా రేడియేషన్‌తో పాటూ బొంబాయిలోని ఒక పెద్ద కేన్సర్ ఆస్పత్రిలో ఒక శస్త్రచికిత్స కూడా అయింది. అయితే డాక్టర్లు లాభం లేదని తేల్చేసారు. అంతిమ ఘడియలు కాశీలో గడపాలనీ అక్కడే తన తనువు చాలిస్తానని, తన కర్మకాండ అక్కడే జరపాలని ఆయన తన సంతానానికి చెప్పాడు.

ఆయనకు ఇద్దరు పిల్లలు. కూతురు పెద్దది, పేరు ధరిత్రి. కొడుకు చిన్నవాడు. పేరు మైత్రి. కొడుకు, కోడలు అమెరికాలో వుంటారు. అయితే ఆయనకు కేన్సర్ వ్యాధి నిర్ధారణ అయిందని నాలుగేళ్ళ క్రితం తెలిసినపుడు కొడుకు మైత్రి అమెరికాలో తన ఉద్యోగం వదులుకుని ఇండియా వచ్చేసాడు, కుటుంబంతో సహా. కూతురు ధరిత్రి హైదరాబాద్‌లోనే వుంటుంది. ఆమె హై కోర్టులో న్యాయమూర్తి. ఆయన అభీష్టం మేరకు మైత్రి ఆయనను కాశీ తీసుకువచ్చాడు వారం క్రితం. తనకు ఆఫీసులో అత్యవసర పని ఉండడంతో, ధరిత్రి ఈ రోజు ఉదయం వచ్చింది. కొడుకు ఒక్కడే వచ్చాడు. పిల్లల పరీక్షల కోసం భార్య హైదరాబాద్‌లో వుండిపోయింది. ఆయనను ఒక మంచి కార్పొరేట్ ఆస్పత్రిలో వుంచారు. ఆరోజు గంగా హారతి చూస్తానంటే తీసుకువచ్చారు.

పరశురామయ్య ఇంకా ఎత్తిన చేతులు దించలేక అలా గంగమాయి కేసి, కూతురు ధరిత్రి కేసి చూస్తూ వున్నాడు. పెద్దవాళ్ళు పిల్లలకు నమస్కారం పెడితే ఆయుక్షీణం అంటారు. అది ఆయనకు తెలియనిది కాదు. అయినా రెండు చేతులూ జోడిస్తున్నాడు. మనసులో 'నువ్వు నిండు నూరేళ్ళు చల్లగా వుండు తల్లీ!' అంటున్నాడు. నన్ను క్షమించు తల్లీ అంటున్నాడు పదే పదే! ఆయనేం తప్పు చేసాడో మరి, కూతురు ఇరవయ్యేళ్ళుగా మాట్లాడటం లేదు. ఆయన అన్ని బాగోగులూ చూస్తుంది. అయితే తను ఆమె బంగారు పంజరంలో ఒక ఖైదీ. అంతే... అదీ ఆయన బాధ!

ఆయన ఆలోచనలు అలా వుంటే ఆమె ఏం ఆలోచిస్తోందో...!

అయితే ఆమె ఆలోచించడంలేదు. ఆలోచనలకు స్వస్తి చెపుదామనుకుంటోంది. ఆలోచించేకొద్దీ బాధ ఎక్కువవుతోంది. గతం ఎప్పుడూ ఆమెకు బాధాకరమే! ఇరవయ్యేళ్ళ క్రిందటి ఆ భయంకరమైన ఆ శాపగ్రస్తపు రాత్రి మిగిల్చిన ఆ దుర్ఘటన పదే పదే గుర్తుకొచ్చి ఆమెకు మళ్ళీ మళ్ళీ కలవరపెడుతోంది. కలత పడుతోంది. అప్పుడు తనకు ఇరవై నాలుగేళ్ళు. న్యాయశాస్త్ర పట్టా పుచ్చుకుంది. వారసత్వంగా తండ్రి నుంచి వస్తున్న న్యాయవాద వృత్తిని స్వీకరించింది. అయినా తనకు న్యాయమూర్తి కావాలనే కోరిక బలంగా ఉండేది. అందుకే మేజిస్ట్రేటు పరీక్షకు తయారవుతోంది. తన సహాధ్యాయి మాధవి కూడా వచ్చింది. ఇద్దరూ కలిసి చదువుకోవడం మొదలుపెట్టారు. తరువాతి రోజు మధ్యాహ్నం తమ్ముడి అమెరికా ప్రయాణం. స్నేహితులతో పార్టీకి వెళ్ళాడు.

ఆరోజు ఉదయం నుంచీ వాతావరణం మారిపోయింది. ఆకాశం మబ్బులతో నిండిపోయింది. బయట చిన్నగా చినుకులు. ఆరోజు ఉదయమే తను, మాధవి మేడమీది కిటికీ పక్కకు చేరారు. ఫ్లాస్కు నిండుగా కాఫీ. ఏకదాటిగా చదువుతున్నారు. 'న్యాయశాస్త్ర' పుస్తకాల్లో లీనమయ్యారు. భారతీయ శిక్షాస్మృతి పూర్తిగా బట్టీ పట్టారు. నిద్రలోంచి లేచినా ఏ తప్పుకు ఏ శిక్ష పడుతుందో తమకు కంఠోపాఠం... మాధవి తనకు ప్రాణ స్నేహితురాలు. ఇంట్లో మనిషిలాగానే వుంటుంది. తమ్ముడు చెన్నై ఐఐటిలో ఇంజనీరింగ్ పూర్తి చేసాడు. తనకూ వాడికి రెండేళ్ళు తేడా. తర్వాతి రోజు మధ్యాహ్నం వాడి ప్రయాణం. తనకు ఎందుకో ఒత్తిడిగా అనిపించింది. ఫరవాలేదు తల్లీ నేను చూసుకుంటాను. తమ్ముడిని నేను విమానాశ్రయంలో దించుతాను. నాన్న భరోసా ఇచ్చాడు. ఆయనకు ఓపిక ఎక్కువే! అమ్మ చిన్నప్పుడే చనిపోయింది. తమ్ముడిని, తనను అమ్మ లోటు తెలీకుండా పెంచాడు. నాన్న ఒక పేరుమోసిన న్యాయవాది. తనను ఒక డాక్టరునో, ఇంజనీరునో చేద్దామనుకున్నాడు. తను మాత్రం న్యాయశాస్త్రం చదువుతానంది. న్యాయవాద వృత్తి కోసం కాదు, ఒక న్యాయాధికారి కావాలనుకుంది. న్యాయస్థానంలో న్యాయం దొరకలేదనేవారికి, సరైన న్యాయం చేయాలి. తను ఒక ఆదర్శమైన న్యాయాధికారి కావాలి. ఇదే ఆశలతో తను న్యాయశాస్త్ర పట్టభద్రురాలైంది. తండ్రి తన ప్రతిపాదనకు అంగీకరించాడు. అలా తను మేజిస్ట్రేటు పరీక్షకు సిద్ధపడుతోంది.

ఆరోజు రాత్రి అంతవరకు చదివిన మాధివి తనకు తలపోటుగా వుంది. నిద్రపోతానంది. ఆమెను తన గదిలో పడుకోవడానికి పంపించింది. ఆమెకు మెజిస్ట్రేటు అవుదామనే ఆశ అంత బలంగా లేదు. కారణం ఆమెకు నిశ్చితార్థం జరిగింది. తన మావయ్య కొడుకుతో పెళ్ళి, ఇంట్లో అంతా న్యాయవాదులే, కాబోయే భర్తతో సహా... తను న్యాయవాది వృత్తి స్వీకరిస్తానంది. అయితే ఆమె నిద్రపోవడానికి వెళ్ళినా, తను మాత్రం మేడమీది గదిలో చదువుకొంటూ ఉండిపోయింది. మాధవికి నిద్ర ముంచుకొస్తోంది. ఆకలి లేదు అంటూ నిద్రకు ఉపక్రమించింది. కనీసం పాలయినా తాగవే అంటూ తను పాలగ్లాసు ఆమె పక్కనే పెట్టి వెళ్ళింది.

అయితే ఆ రాత్రే ఒక ఘోరం జరిగింది. ఆదమరచి అమాయకంగా నిద్రిస్తున్న ఒక ఆడపిల్లపై అత్యాచారం. ఆమె ప్రతిఘటించలేని స్థితి. కారణం ఆమె తాగడానికి ఉంచుకున్న పాలగ్లాసులో నిద్రమాత్రలు కలిపారు. ఉదయం లేచిన ఆమె బావురుమంది. తనపై దాడి జరిగిందని అర్థం చేసుకుంది. కలో, నిజమో తెలీని సుషుప్తిలో ఆమె ఒక మృగాడి శరీర వాంఛకు బలైంది. ఆమెకు తెలీలేదు. ఎవరు ఈ పని చేసారో? ధరిత్రికి మాత్రం అర్థం అయిపోయింది. ఇంట్లో ఉన్నది ఒక్కరే, నిద్రమాత్రలు అందుబాటులో ఉండేది ఒక్కరికే! ఆమె మీమాంసలో ఉండగానే ఆ తప్పిదం చేసిన వ్యక్తి ఆమెకు ఎదురుపడ్డాడు.

తనకు చిన్నప్పుడు తప్పటడుగులు వేయడం నేర్పించిన నాన్న తప్పటడుగులు వేసాడు. ధరిత్రికి కోపం కట్టలు తెంచుకుంది. తన ముందు దోషిలా నిలబడిన తండ్రిని బలంగా కొట్టింది. జుట్టు పట్టుకుని గోడ కేసి బాదింది. బరబర ఈడ్చుకుని బయటకు లాగింది. అప్పుడే వచ్చిన తమ్ముడు ఆమె కాళ్ళు పట్టుకుని బ్రతిమాలాడు. 'నాన్నను ఏమీ చెయ్యకు అక్కా!' అంటూ విలపించాడు. అయినా ఆమె వినలేదు. తండ్రి కళ్ళద్దాలు బద్దలయ్యాయి. పన్ను ఊడిరది. యాభై ఏళ్ళ తండ్రిని కొట్టిన పాతికేళ్ళ కూతురు తల్లి లేని ఆ ఆడబిడ్డను అపురూపంగా ఏ కష్టమూ తెలీకుండా పెంచిన తండ్రిని ఆమె చంపినంత పని చేసింది. అయినా ఆ తండ్రి ఆమెను ప్రతిఘటించలేదు. మౌనంగా కూతురు వేసిన శిక్షను భరించాడు. ఇంకా ఆమె కోపం చల్లారలేదు. పోలీస్ స్టేషన్‌లో తండ్రిపై కేసు పెడతానంది. ఇలాంటి పాపాత్ముడు మనుషుల్లో ఉండాల్సినవాడు కాదు అంటూ ఆమె ఆవేశపడిరది.

అయితే, ఆమె ఆవేశానికి మాధవి ఆనకట్ట వేసింది. ఆమెకు రెండు చేతులూ జోడిరచింది. కన్నీటితో ప్రార్థించింది. 'ఇదే జరిగితే అమ్మా, నాన్న మరి బతకరు. అసలే ఇద్దరికి గుండెజబ్బు. ఇంకో రెండు నెలల్లో పెళ్ళి జరగబోతోంది. నెమ్మదిగా తనను పెళ్ళి చేసుకోబోయే బావకు చెపుతాను. అతను ఏ నిర్ణయం తీసుకున్నా ఫరవాలేదు. ఈమాత్రం సహాయం చెయ్యి అంటూనే ఆమె ధరిత్రి రెండు చేతులూ పట్టుకుంది.

అలా, యథాప్రకారంగా అన్యాయం జరిగిన ఆడపిల్ల తన నోరు నొక్కుకుంది. సమాజానికి, ఇంట్లో వాళ్ళకు భయపడిరది. ఇంత దురదృష్టం జరిగి శాపగ్రస్థురాలైన ఆమెను కాబోయే భర్త కరుణించాడు. ఆమెను మనస్ఫూర్తిగా స్వీకరించాడు.

ఇది జరిగి ఇరవయ్యేళ్ళయింది. ఆ జంట సుఖంగా ఉన్నారు. తను మాత్రం పెళ్ళి చేసుకోకుండా వుండిపోయింది.

మెజిస్ట్రేటు పరీక్షలో నెగ్గినతను ఈ ఇరవయ్యేళ్ళలో హై కోర్టులో న్యాయమూర్తి స్థాయికి ఎదిగింది. తండ్రి తన దగ్గరే ఉన్నాడు. ఆయనను తను ఒక వస్తువులా చూసింది. ఒక మాటా, మంతీ లేదు. అలా ఆయనను ఆజన్మాంతం శత్రువుగానే చూస్తోంది.

ఆలోచనల్లోంచి బైటకొచ్చిన ధరిత్రి తల తిప్పింది. తండ్రి తన వంకే చూస్తున్నాడు. ఆయన పక్కనే తమ్ముడు. ఆయనను కంటికి రెప్పలా చూసుకుంటున్నాడు. తనకు దిగులు లేదు. ఆరు నెలలుగా ఆయన ఆరోగ్యం క్షీణిస్తోంది. 'డెత్ టూరిజం'గా పిలిచే వారణాసిలో చనిపోతే

ముక్తి లభిస్తుందని, అదే నమ్మకంతో తన తండ్రి కాశీకు తీసుకువెళ్ళమనడంతో ఆయనను తమ్ముడే తీసుకువచ్చాడు. అయ్యో... తమ్ముడు ఆయన కోసం ఎంతో చేస్తున్నాడు. డాలర్లు తెచ్చే బంగారంలాంటి అమెరికాలోని ఉన్నతోద్యోగాన్ని వదిలి భార్యా బిడ్డలతో వచ్చేసాడు. కానీ తనేం చేస్తోంది?! కనీసం ఆయనను క్షమించలేకపోతోంది. అంతః కల్లోలానికి గురైన ధరిత్రి తండ్రి వంక చూసింది. అవే జాలి చూపులు... ఆయన నుంచి ఏ మాటలు రాకపోయినా చూపులు మాత్రం ఆర్తిగా చూస్తున్నాయి. ఇక అక్కడ ఉండలేకపోయింది. ఆ ఘాట్‌లోనే నడుస్తూ ముందుకు అడుగులేసింది హారతిని చూస్తూనే `

అలా నడుస్తూనే ఆమె ఆలోచనలో పడిరది. ఉదయం బెనారస్ వచ్చినప్పటి నుంచి ఆమె తీరిక లేకుండానే గడిపింది. విశ్వనాథ్ మందిర్ దర్శించి, శివలింగాన్ని గంగాజలంతో అభిషేకించింది. తను ఎప్పుడు కాశీ వచ్చినా ఏ ఒక్కరికో పరిమితం కాని ఒక అద్భుత పుణ్యస్థలి లాంటి ఈ నేల, ఆత్మగతమైన అలౌకిక ఆనందాన్నిస్తుంది.

కిక్కిరిసిన గల్లీలు, గుంపులు గుంపులుగా భక్తులు. కాశీ నగర వీధిల్లో తిరిగితే ఏదో మానవాతీత శక్తి ఆవహించిన భావం కలుగుతుంది. ఈ పవిత్ర నదీమ తల్లి ఆకాశంలో అరుణిమతో విలీనమై ఒక మార్మికమైన దృశ్యాన్ని చూసిన అనుభూతికి లోనయింది. అంతలోనే ఆమెలో దుఃఖం! తను తప్పు చేస్తున్నానా? అని ప్రశ్నించుకుంది. తండ్రిని నిన్ను క్షమించాను అని ఒక్క మాట అనలేకపోతోంది. ఎందుకు?!

చావు బతుకుల్లో కొట్టుమిట్టాడుతున్న తండ్రి దగ్గరకెళ్ళి ఒక్క మాట మాట్లాడితే చాలు. ఆ ముసలి హృదయం ఎంత సంతోషపడుతుంది. ఆ పని తను ఎందుకు చేయలేకపోతోంది?! ఒక తప్పు. అవును ఆ తప్పును చేసిన ఆయనని తను క్షమించలేకపోతోంది. హత్యకన్నా అత్యాచారమే దారుణమైన నేరం. అత్యాచార బాధితులు ఎదుర్కొనే వేదన జీవితకాలం వెంటాడుతూనే ఉంటుంది. అందుకే తన మనసును సర్దిచెప్పుకోలేకపోతోంది.

ఆలోచనల్లో ఉండగానే గంగా హారతి ముగిసిందనే విషయం మర్చిపోయింది.

తమ్ముడు నాన్నను వీల్ చైర్‌లో తీసుకువెళుతున్నాడు. గబగబా ముందుకు నడిచింది. కారులో ఎక్కించాడు. తను చెయ్యి ఊపి, 'వసతి గృహంకు వెళతాను. ఉదయం వస్తాను' అంది. తండ్రి ఆస్పత్రిలో ఒక్కరికే పరిమితం. తనకు నాన్నతో ఆ రాత్రి ఉండాలని వుంది. కానీ భరించగలదా? ఆ చూపులు తన వంక చూస్తూ తనిచ్చే సాంత్వన కోసం ఎదురుచూసే చూపులు! ఆలోచిస్తూనే తను కారెక్కింది. తనకు తోడుగా వచ్చిన భద్రతా సిబ్బందీ, ఇంకా న్యాయశాఖాధికారి వెనక కారులో ఎక్కారు. కారు ముందుకు సాగింది.

★★★

తొందరగా ఫలహారం సేవించి మంచంమీదకు చేరింది ధరిత్రి. కళ్ళు మూసుకుంది. నిద్ర మాత్రం, రావడంలేదు. కాశీ గురించిన వీకీపిడియా తెరిచింది తన లేప్‌టాప్‌లో.

హిమాలయాల్లో జన్మించింది మొదలు, దక్షిణాభిముఖంగా ప్రవహించే గంగానది, కాశీలో దిశను మార్చుకుని ఉత్తరంవైపుగా ప్రయాణిస్తుంది. వరుణ, అసి రెండు నదుల మధ్య సంగమం

వారణాసి. అలా గంగా ప్రయాణంలాంటి జీవితమే తనది. జీవితంలో ముందు భాగం, తండ్రిని అత్యంత ప్రేమతో చూసింది. మలి భాగం అతడిని ద్వేషిస్తోంది. అలా గంగలా తన దిశ మారిపోయింది. నిద్రలోకి జారుకుంది ధరిత్రి అంతరమధనంతోనే.

★★★

ఫోన్ మోగింది. కళ్ళు తెరిచి చూసింది కిటికీ అద్దాలలోంచి. సూర్యుడి కిరణాలు మెల్లగా తాకుతున్నాయి. ఓహ్... చాలా సమయం అయినట్టుంది అనుకుంటూ గోడ వైపు చూసింది. గడియారంలో ఏడు గంటలు చూపిస్తోంది. ఫోన్ ఎత్తింది. అవతల ఏడుస్తున్న తమ్ముడు. ''రాత్రి ఊపిరి తీసుకోవడం కష్టమైంది. ఐసియులోకి మార్చారు. లాభం లేకపోయింది. నాన్న ఇక లేరు అక్కా... పది నిమిషాల క్రితం...''

ఆ మాటలు విన్న ధరిత్రికి కన్నీరు రాలేదు. మనసులో మాత్రం బాధ సుళ్ళుగా తిరుగుతోంది. పావుగంటలో బయలుదేరింది ఆ కేన్సర్ హాస్పిటల్‌కు. తమ్ముడు రిసెప్షన్ దగ్గర కనిపించాడు. ఇంకా తమతో వచ్చిన బంధువులు ఇద్దరు... తమ్ముడి కళ్ళలోకి చూసింది. బాగా ఏడ్చినట్టున్నాడు. బాగా ఉబ్బిపోయి కనిపించాయి ధరిత్రికి. ఐసియుకి పరిగెత్తింది. నాన్నను తెల్లటి బట్టలో చుడుతున్నారు. ఆయనను ఆ స్థితిలో చూసినా కన్నీరు రాలేదు ధరిత్రికి.

రెండు గంటల తర్వాత నాన్న శరీరం మణికర్ణిక ఘాట్‌లో `

నాన్నను కట్టెల మీద పడుకోబెట్టారు. దిక్కు మార్చారు. తమ్ముడు నిప్పుల కుండతో ప్రదక్షిణ చేస్తున్నాడు. మూడుసార్లు తిరిగి నెత్తిమీది నీటికుండను బద్దలుచేసాడు. చితికి నిప్పంటించాడు. కర్రలు అంటుకున్నాయి. వెనక్కి తిరిగి చూడకుండా వచ్చేసాడు.

కాలుతున్న నాన్నను చూడలేక తల తిప్పుకుంది ధరిత్రి.

గంగా ప్రవాహంలో స్నానం చేస్తున్న భక్తులు సూర్య నమస్కారాలు చేస్తున్న సాధు జనం. ఇసుకలో కూర్చుని కర్మకాండ చేస్తున్న పండాలు, పువ్వులు, పూజా సామాగ్రి నదిలోకి విసిరేస్తున్న భక్తులు.

తెల్లగా వుండే నాన్న తెల్లటి బూడిదగా మారుతున్న క్షణాలు ఇక తనను క్షమించమని అడగడు. అయినా కన్నీరు రాలేదు ధరిత్రికి.

''గంగమ్మలో మూడు మునకలు వేసి, ఇంటికి వెళ్ళి దీపం పెట్టండి'' పంతులుగారు చెపుతున్నారు హిందీలో.

తమ్ముడు పరిగెత్తుకుంటూ వచ్చాడు. ఏడుస్తూ వచ్చాడు. కుండపోతగా వర్షం కురుస్తున్నట్టు. అతని కంటి నుంచి ధారాపాతంగా కన్నీరు.

''ఊరుకో నాన్నా. ఊరుకో... నువ్ చేయగలిగింది చేసావ్! మంచి ఉద్యోగం, చక్కటి జీవితం నాన్నకోసం వదులుకుని వచ్చావ్...'' ఓదారుస్తోంది ధరిత్రి.

''నన్ను క్షమించక్కా!'' అన్నాడు ఏడుస్తూనే.

నిన్ను క్షమించాలా! ప్రశ్నార్థకంగా చూసింది.

‘‘ఔను. నాన్న కాలిపోతున్నాడు. ఇన్నేళ్ళుగా ఒక నిప్పులాంటి నిజాన్ని మనసులో దాచుకుని నాన్న నిజంగానే కాలిపోయాడు. నువ్ అనుకుంటున్నట్టుగా ఆ ఘోరమైన తప్పిదం చేసింది నాన్న కాదు... నేను...!

అయ్యో! ఆకాశం విరిగి తనమీదే పడినట్టయింది ధరిత్రికి. ఈ భూమి రెండుగా విడిపోయి, తను అందులో కూరుకుపోతే బావుండును అనుకుంది.

ఆ కట్టెల మీద నేను కాలిపోతే సరి అనుకుంది.

ఇంతవరకు తను కన్నీరు ఇంకిపోయింది అనుకుంది. ఇపుడు అది వర్షిస్తోంది. ధరిత్రి కళ్ళ నించి నీరు కాదు... రక్తమే కారుతున్నట్టనిపించింది. ఆమె గుండెలవిసేలా ఏడుస్తోంది. తమ్ముడు చెప్పుకుపోతున్నాడు.

‘‘ఔను, ఆ రోజు రాత్రి మీ స్నేహితురాలు ఆ గదిలో పడుకుంది. అప్పుడే వచ్చాను అక్కడ నుంచి. పార్టీలో తాగిన ద్రవపదార్థం నన్ను పశువుని చేసింది. నాన్న గదిలోకి వెళ్ళాను. ఆయన నిద్రపోతూ కనిపించారు. ఆయన పక్కనే నిద్రమాత్రల సీసాలో కొన్ని తీసుకుని ఆమె పడుకున్న గదిలోకి వచ్చాను. తను బాత్‌రూమ్‌కి వెళ్ళింది. గబగబా నిద్రమాత్రలు కలిపాను. పక్కకు తప్పుకున్నాను. వచ్చిన వెంటనే ఆమె పాలు తాగి నిద్రకు ఉపక్రమించింది. పావుగంటలో గాఢమైన మత్తులోకి జారుకుంది. నేను తలపెట్టిన ఘోరాన్ని పూర్తి చేసాను. తను స్ప ృహలో లేకపోవడంతో ఆమెకు ఏమీ అర్థం కాలేదు. ఆ దారుణమైన పని చేసిన తర్వాత భయం వేసింది. నేను చేసినది ఏమిటో అర్థమైంది. నాన్నను నిద్ర లేపాను. ఆయన కాళ్ళ మీద పడ్డాను. నన్ను రక్షించమన్నాను. గట్టిగా ఏడ్చాను. నాన్న కోప్పడలేదు. నన్ను తిట్టలేదు. తనను తాను తిట్టుకున్నాడు. తన పెంపకం సరిగ్గా లేదని భోరుమని ఏడ్చాడు. ఇంతవరకు తను న్యాయవాదిగా, నీతి, నిజాయితీ తరపునే వాదించానని, ఇప్పుడు ఒక మృగం తరపున వాదించబోననీ అన్నాడు. అయితే నిన్ను రక్షిస్తాను. వెళ్ళు. ఎవరికీ చెప్పకుండా మీ స్నేహితుడి ఇంటికి వెళ్ళు అని నాన్న నన్ను ఆ రాత్రి పంపేసాడు. కొడుకు ఇలా తయారైనందుకు అతడు చేసిన తప్పును తనమీద వేసుకున్నాడు. ఆ విషయం చెప్పొద్దన్నాడు. చెబితే తను బతికుండనన్నాడు’’ తమ్ముడు చెప్పడం ఆపి ఏడుస్తూ నిలబడ్డాడు.

ధరిత్రి ఏడవడం ఆపలేదు. ఉప్పెన వచ్చినట్టు, తుఫాను కమ్మినట్టు, ఉధృతంగా ఒక జలపాతంలా ఆమె కన్నులు వర్షిస్తున్నాయి. ఇన్నాళ్ళు రాతినేలలో ఇంకిపోయిన నీటిచెమ్మ ఆ గంగానదీ సమీపంలోనే పాతాళగంగలా ఉబికి వచ్చింది. ధరిత్రి అంటే భూమాత. ఓర్పు కలిగింది. అన్నిటినీ అందరినీ క్షమించేది. అలాంటి పేరు తనకు పెట్టిన నాన్నను క్షమించలేకపోయింది.

ఎంతోమంది నేరస్థులకు, హంతకులకు క్షమా బిక్ష ప్రసాదించడంలో తన వంతు పాత్ర పోషించిన ఆ న్యాయమూర్తి దోషిలా ఈ లోకంలో లేని నాన్నను విలపిస్తూ అడుగుతోంది. ఏ తప్పు చేయకుండానే ఎన్నో ఏళ్ళు శిక్ష అనుభవించాడు అమాయక ఖైదీల మాదిరిగా. తండ్రికి చివరి క్షణం వరకు ఆయనతో మాట్లాడకుండా శిక్ష విధించింది. అందుకు ఆమె కుమిలిపోతూ నిలబడిరది.

'వంద మంది నేరస్థులు తప్పించుకున్నా ఫరవాలేదు ఒక నిరపరాధికి శిక్ష వెయ్యకూడదు' ఈ న్యాయ సూత్రాన్ని ఔపోసన పట్టింది. అయినా అమాయకుడైన తండ్రి తప్పు చేసాడని నిర్ధారించుకోకుండానే శిక్ష విధించింది. అందుకు ఆమె హృదయం ఆక్రోశించింది.
మనసు బాధతో కొట్టుమిట్టాడిరది.
''నన్ను క్షమించు నాన్న!'' అంటూ ఆమె ఆ గంగ ఒడ్డున దుఃఖంతో సాగిలపడిరది.

★★★★★★★★★★★

స్వాతి అని ల్ అవార్డు కథల పోటీ 2020లో బహుమతి పొందిన కథ

ఒక 'లగేజి' కథ

వైజాగ్ వెళ్ళడానికి అనకాపల్లి బెల్లం బజార్ దగ్గర నిలబడ్డాడు గురునాథం. వచ్చి చాలాసేపు అయినా ఏ బస్సు రాకపోవడంతో ఆలోచనలో పడ్డాడు.

అప్పుడు ఒక వ్యాన్ వచ్చి ఆగింది. దాంట్లో ఒకవైపు మామిడిపళ్ళ బుట్టలు, మరోవైపు పిట్టల్లా వేలాడుతోన్న ప్రయాణికులు.

క్లీనర్ ''వస్తారా'' అన్నాడు తల బయట పెట్టి. ప్రయాణికుల్ని సమోసాలో బంగాళాదుంప కూరినట్టు కూరాడు, వైజాగ్ వెళ్ళేసరికి ఆ మామిడిపళ్ళలా ముగ్గిపోవడం లేదా కమిలిపోవడం ఖాయం అనుకున్నాడు.

''వద్దు నాయనా బతికుంటే బలుసాకుతో గ్రీన్ టీ తాగవచ్చు'' అన్నాడు.

ఇంతలో లారీ వచ్చి ఆగింది. లారీ డ్రైవర్ చెయ్యి ఊపుతూ ''వైజాగ్'' అన్నాడు. నోట్లోని పాన్‌పరాగ్ కింద ఊసి. వాడిని చూసి ఒక్కసారే భయపడ్డాడు. ఇంతకుముందు ఆ లారీ ఎక్కాడు. ఒక చేత్తో చెరవాణిలో మాట్లాడుతూ, మరో చేత్తో గుటకా పాకెట్లు స్వాహా చేస్తూ స్టీరింగ్ నియంత్రిస్తూ వాడు తను వైజాగ్ వెళ్ళే వరకూ మరణమృదంగం వినిపించాడు. వాడి లారీ ఎక్కితే యముడు తనను గుటకాయ స్వాహా చెయ్యడం ఖాయం అనుకున్నాడు.

ఆ విషయం గుర్తుకువచ్చి చెయ్యి అడ్డంగా ఊపడంతో లారీ వెళ్ళిపోయింది.

గడియారం చూసుకున్నాడు. ''పాఠశాలకు మరీ ఆలస్యం అయ్యేలా ఉంది'' అనుకున్నాడు.

ఇంతలో అతని మిత్రుడు సత్తిపండు వచ్చి ''ఏంటి ఇక్కడ ఉన్నావు?'' అన్నాడు ఆశ్చర్యంగా.

''బదిలీలలు ప్రధానోపాధ్యాయుడిగా పదోన్నతి. వైజాగ్ బదిలీ అయ్యింది. అనకాపల్లి సొంత ఊరు కదా, అందుకే కిందా మీదా పడుతున్నాను'' అన్నాడు.

''అంటే అప్పన్‌డౌన్ బావుంది. అచ్చ తెలుగులో మాట్లాడుతావ్'' అన్నాడు.

''ఔను నా మనవరాలికి తెలుగు నేర్పిద్దామని అలా మాట్లాడుతున్నాను అందరితో, అదే అలవాటు అయిపోయింది'' అన్నాడు గురునాథం.

''బావుంది, మరైతే వైజాగ్ వెళ్ళే బస్సులు రావు'' అన్నాడు సత్తిపండు. ''ఎందుకూ?'' అన్నాడు గురునాథం.

''వచ్చినా అరకొరా బస్సులే, బందులు ఆపాలని బంద్ చేస్తున్నారట'' అన్నాడు.

అంటే?! మళ్ళీ గురునాథం ముఖంలో ప్రశ్నార్థకం.

''ఈ మధ్య బందులు ఎక్కువయినాయి, ప్రజా జీవితం స్తంభించింది. అందుకే బందులు ఆపాలంటూ అఖిలపక్షం పిలుపిచ్చింది'' అన్నాడు సత్తిపండు నవ్వుతూ.

ఆ నవ్వుతో శృతి కలిపాడు గురునాథం. ''సరే నీ అదృష్టం పరీక్షించుకో'' అంటూ సత్తిపండు వెళ్ళిపోయాడు.

ఇంతలో ఒక బస్సు వచ్చింది. జనాలు పిట్టల్లా వేళాడుతున్నారు. గురునాథం ఆ బస్సు ఎక్కడానికి సాహసించలేదు. తర్వాత మరో పావుగంటకు మరో బస్సు వచ్చినా ఆగకుండా వెళ్ళిపోయింది. అస్సలే ఎండ, ఆపై ఉక్కపోత... చాలా చికాకుగా ఉంది గురునాథానికి. ఇంతలో మరో బస్సు చాలా దూరం నుంచి వస్తూ కనిపించింది. ''వాడు ఆపడు సార్, రోజూ ఇదే సమయంలో వస్తుంది'' అన్నాడు పక్కన ఉన్న వ్యక్తి.

సన్నగా పొడుగ్గా ఉన్నాడు. లాల్చీ పైజామా, మెడలో సంచి. ''అంత కరెక్ట్‌గా ఎలా చెబుతున్నారు'' అన్నాడు. ''వాడు లగేజీ ప్రియుడు అంటే లగేజీ ఉంటేనే ఆపుతాడు'' అన్నాడు ఆ లాల్చీ పెద్దమనిషి.

''నిజమా!'' అన్నాడు గురునాథం.

''ఔను రేపొద్దున వాడి లగేజి మోయడానికి ఆ నలుగురు రారు'' అన్నాడు కోపంగా సిగరెట్ వెలిగించి.

''మై గాడ్! అంత ఘోరంగా తిడుతున్నారేం, ఒక సామాన్య కండక్టర్'' అన్నాడు గురునాథం.

''ఔను సామాన్యుడే మనలాంటి సామాన్యులను దోపిడి చేసే అసమాన్యుడు'' అన్నాడు సిగరెట్ పొగ రింగులు వదులుతూ.

''మీరు కవిగారా?'' అన్నాడు గురునాథం.

''ఔను! నా కలం పేరు చేట, చేటలా చెడును చెరిగేసే కవిత్వం రాస్తాను'' అన్నాడు.

''మరైతే ఇప్పుడు ఏమిటి దారి?'' అన్నాడు గురునాథం ఆందోళనగా.

''గోదారి'' అన్నాడు కవిగారు తాపీగా.

''జోకులు ఆపండి సార్... అసలే కంగారు'' అన్నాడు గురునాథం విసుగ్గా.

''ఔను నేను కరెక్ట్‌గానే చెప్పాను. హైదరాబాద్ నుంచి వచ్చే గోదావరి ఎక్స్‌ప్రెస్ చాలా లేటట. ఉదయం ఆరింటికి వైజాగ్ వెళ్ళాలి. ఇంకా తునిలోనే ఉంది. మీరు రైల్వే స్టేషన్‌కు వెళ్తే గోదావరి పట్టుకోవచ్చు'' అన్నాడు కవి.

''అదయ్యే పని కాదు, ఈ బస్సును ఆపే మార్గం చూద్దాం'' అనుకుంటూ కొంచెం దూరంలో కనిపించిన బస్సుకేసి దృష్టి సారించాడు.

అంతలో పక్కనే తోపుడుబండి మీద ఏవో మూటలు కనిపించాయి.

''బాబాయ్! ఆ బస్సు కెదురుగా ఆపు'' అన్నాడు రెండు చేతులు జోడిరచి.

తోపుడుబండి వ్యక్తి విచిత్రంగా చూసి ''అర్థమైంది. ఈ కండక్టర్ లగేజీగాడు'' అంటూ తన మూటలున్న తోపుడుబండిని అడ్డంగా పెట్టాడు.

టక్కున బస్సు ఆగింది. బతుకు జీవుడా! అనుకుంటూ గురునాథం, కవి గబగబా బస్సు ఎక్కారు.

కండక్టర్ తోపుడుబండివాడి వైపు చూసి ''తొందరగా ఎక్కించు, టైం లేదు'' అన్నాడు.

ఆ వ్యక్తి వెక్కిరింపుగా నవ్వి ముందుకు కదిలాడు తన తోపుడుబండితో.

కండక్టర్, గురునాథం వంక కొరకొరా చూసి ''రైట్... రైట్... రైట్'' అన్నాడు. బస్సు నిండు గర్భిణిలా భారంగా కదిలింది.

పది నిమిషాలు తర్వాత ఇద్దరికి సీట్లు దొరికాయి. హాయిగా ఊపిరి పీల్చుకున్నారు. బస్సు కదలడంతో బయట గాలికి చెమటలు ఆరి హాయిగా అనిపించింది గురునాథానికి. బస్సు మెల్లగా వెళుతోంది. తర్వాత స్టేజిలో ఇద్దరు రైతులు నిలుచున్నారు గంపలతో, బస్సు ఆపకుండా ముందుకు కదిల్చాడు.

కండక్టర్, తర్వాత స్టేజి లేకపోయినా ఒక పాతికేళ్ళ అమ్మాయి చెయ్యి ఊపడంతో బస్సు ఆపాడు. ఆమె గబగబా లోపలకు ఎక్కింది. ఆకుపచ్చ చీర, ఎరుపు జాకెట్టు. ముఖం ఆకర్షణీయంగా ఉంది.

''బాబోయ్! ఈ కండక్టర్‌లో ఈ కోణం కూడా ఉందా'' అంటూ కవిత అందుకున్నాడు చేట.

''ఆడమనిషి చెయ్యి ఊపితే బస్సు ఆపేవాడు మగాడు. మగవాడు చెయ్యి ఊపినా బస్సు ఆపేవాడు మంచివాడు'' అన్నాడు రాగయుక్తంగా గట్టిగా.

ఆ కవిత చెప్పి పకపకా నవ్వాడు కవి. ''ఎందుకు నవ్వుతున్నారు?'' అన్నాడు గురునాథం. ''ఎందుకైనా మంచిది రేపు బస్సు ఎక్కడానికి వచ్చినప్పుడు సంచిలో చీర వేసుకు రండి!'' అన్నాడు కవి, నవ్వు మరీ పెంచి. గురునాథం పెద్ద పెట్టున నవ్వాడు.

కండక్టర్ ముఖం కందగడ్డలా అయ్యింది, వారి మాటలు విన్నాడు కాబోలు. బస్సు ముందుకు సాగుతోంది. రోడ్డు పక్కన ఉన్న చెట్లు, స్తంభాలు వందిమాగదుల్లా స్వాగతం చెబుతున్నాయి.

కండక్టర్ తల వంచుకుని కూర్చున్నాడు. ''పాపం! బాధపడ్డాడేమో మీరు అంత గట్టిగా అనేసరికి'' అన్నాడు గురునాథం.

''బాధపడనీయండి సార్, బాధపడితే గాని బోధపడదు'' అన్నాడు కవి. గురునాథం మౌనంగా ఊరుకున్నాడు.

ఇక గురునాథాన్ని, కవిని ఆశ్చర్యంలో పడేసే దృశ్యాలు కనిపించాయి.

కండక్టర్ ప్రతి స్టేజిలోనూ బస్సు ఆపుతున్నాడు. లగేజీ ఉన్నా లేకపోయినా, ఆడమనిషి ఆపినా, మగవాడు ఆపినా కవిగారు మెల్లగా చెవిలో గొణిగాడు. ''కాస్త మార్పు వచ్చినట్టుంది'' అన్నాడు.

''అవును మారినట్టే కనిపిస్తున్నాడు'' అన్నాడు. ఇంతలో గురునాథంకు చిన్నగా నిద్ర వచ్చింది. ఒక కునుకు వేద్దాం అనుకున్నాడు.

''మరీ ఇంత లేటుగా వెళ్తున్నారు ఎవరూ ఏమీ అడగరా?!'' అన్నాడు కవి.

''ఏముంది... నేనే బాస్, పైగా గజిటెడ్ హోదా వచ్చింది. ఇంకా ఎవరు నన్ను అడిగేది...'' అన్నాడు గురునాథం. కవి, గురునాథం వంక అనుమానంగా చూసి, ''స్కూలుకు వెళ్ళగానే ఏం చేస్తారు?!'' అన్నాడు.

''ఏం చేస్తాను... ఒక టీ తాగుతాను, అటు ఇటు తిరిగి మధ్యాహ్నం భోజనం చేసి ఒక కునుకు తీస్తాను కుర్చీలోనే. సాయంత్రం కాగానే మరో టీ తాగి, అనకాపల్లి బస్సు ఎక్కుతాను'' అన్నాడు.

''ఓహో... మీరు డ్యూటీ, సక్రమంగా చేస్తున్నారన్నమాట'' అన్నాడు కవి, వ్యంగ్యంగా నవ్వి.

ఔను... అర్థమైంది మీరు చమత్కారులే. ''డ్యూటీ'' చెయ్యడమంటే, రెండు టీలు తాగడమన్నమాట

మీ ఉద్దేశం...'' అన్నాడు.

''సరే... మీరు విద్యార్థులకు పాఠాలు చెప్పరా?!'' అన్నాడు కవి.

''మిగతా మాస్టార్లు ఉన్నారు కదా... వాళ్ళు చెపుతారు. ఇన్నాళ్ళుగా నాకు వ్యవసాయంతో సరిపోయింది. అంచేత పాఠాలు చెప్పడం మర్చిపోయాను...'' అన్నాడు గురునాథం.

''మీరు హాలికులు, మిగతా మాస్టర్లు వర్కోహాలికులు'' అన్నాడు కవి.

''ఇంకా నయం ఆల్కాహాలికులు అనలేదు'' అన్నాడు గురునాథం. కవి నవ్వాడు.

ఆ తర్వాత గురునాథం నిమిషం తర్వాత ''ఇంతకీ మీరేం చేస్తారు?'' అన్నాడు.

''నేనేమీ చెయ్యను. పిత్రార్జితం వుంది. అలాగే నేను రాసిన పుస్తకాలకు 'రాయల్టీ' వస్తుంది'' అన్నాడు.

''ఒహో! మీరు 'రాయల్'గా టీ తాగుతారు మాట!'' అన్నాడు గురునాథం.

''పంచ్ బావుంది'' అంటూ నవ్వాడు కవి.

గురునాథం వెంటనే కళ్ళు మూశాడు. సరిగ్గా వైజాగ్ ఆర్టీసీ కాంప్లెక్స్ వచ్చేవరకూ మెళకువ లేదు.

కండక్టర్ 'వైజాగ్... వైజాగ్' అనే కేకలకు కళ్ళు తెరిచాడు. తన పక్కనున్న కవి కనిపించలేదు. వెళ్లిపోయి వుంటాడు అని అనుకున్నాడు.

గబగబా కిందకు దిగి నడుస్తుంటే కండక్టర్ పరిగెట్టుకుంటూ వచ్చి ''సార్ మీరు హెడ్ మాస్టర్ కదా, అంటే గెజిటెడ్ ఆఫీసర్ కదా?'' అన్నాడు.

''అవును'' అన్నాడు గురునాథం ప్రశ్నార్థకంగా చూసి.

''సర్, నేను ప్రమోషన్ పరీక్షలకు వెళ్తున్నాను. గెజిటెడ్ ఆఫీసర్ ఇచ్చే కండక్ట్ సర్టిఫికెట్ కావాలి'' అన్నాడు వినయంగా.

ఆ మాటలకు గురునాథం ఆలోచనలో పడ్డాడు.

''క్షమించండి. మీకేమైనా ఇబ్బంది కలిగించానా?'' అన్నాడు. ''సరే చూద్దాం మా పాఠశాలకు రండి, మాధవధారలో ఉంది'' అంటూ ముందుకు కదిలాడు.

నడుస్తున్న గురునాథం ఆలోచనలో పడ్డాడు. కండక్టర్‌కు కాండక్ట్ సర్టిఫికెట్ ఇవ్వాలి. ఈ వ్యక్తి కాస్త మారినట్టే కనిపించాడు. మరి తన సంగతి! ఎవరో చెంపమీద చెళ్లున కొట్టినట్టయ్యింది గురునాథానికి. తను ఇన్నేళ్ళు ఉద్యోగం సక్రమంగా చేశాడా... సొంత పనులు, వ్యవసాయం. తను కండక్టర్‌కు కాండక్ట్ సర్టిఫికెట్ ఇచ్చే అర్హత కలిగి ఉన్నాడా! ఔను అతగాడికి అది ఇవ్వాలంటే తను, తన కాండక్ట్ సక్రమంగా మారాలి. అంతే...

అలా తనలోని గురుడు దారి చూపుతుండగా ముందుకు కదిలాడు గురునాథం.

మనస్సులో ఉవ్వెత్తు ఆలోచనలతో గురునాథం స్కూలుకు చేరుకున్నాడు. టైం పదిన్నర, అప్పటికే ప్రార్థన ముగిసింది. స్కూలు గేట్లు మూసేశారు. బయట డ్రిల్లు మాస్టర్ బెత్తంతో నుంచున్నాడు. ఆలస్యంగా వచ్చిన పిల్లలకు శిక్ష వేసి లోపలకు పంపుతున్నాడు. శిక్ష అంటే రెండు బెత్తం దెబ్బలు లేదా ఇరవై గుంజీలు.

గురునాథాన్ని చూసి "సార్! నమస్కారం" అన్నాడు.

అప్పుడే లేటుగా వచ్చిన ఒక కుర్రాడి చేతిమీద బెత్తంతో కొట్టాడు. ఆ కుర్రాడు కళ్లు తుడుచుకుంటూ లోపలికి పరిగెత్తాడు. గురునాథానికి చాలా గిల్టీగా అనిపించింది. కాండక్ట సర్టిఫికెట్ ఇవ్వమన్న కండెక్టర్ గుర్తుకువచ్చాడు. వెంటనే డ్రిల్ మాస్టారితో "రెండు దెబ్బలు వెయ్యండి" అంటూ చెయ్యి పట్టాడు. వెంటనే డ్రిల్లు మాస్టారు కంగారుపడి, "ఫర్వాలేదు మీరు వెళ్ళండి సార్..." అన్నాడు.

"లేదు, నేను స్కూలుకు లేటయ్యాను, నాకు శిక్ష పడాలి" అన్నాడు.

ఆ మాటలకు డ్రిల్ మాస్టారు మౌనంగా తల వంచుకున్నాడు.

"సరే మీకు కొట్టడం ఇబ్బందిగా ఉన్నట్టుంది, గుంజీలు తీస్తాను" అంటూ వంగాడు, మెల్లగా.

ఆయాసం వచ్చినా గుంజీలు తీయడం మానలేదు గురునాథం.

ఆ దృశ్యాన్ని అంతా చూశారు. విద్యార్థులు కిటికీలోనుంచి చూశారు. పాఠం చెబుతోన్న టీచర్లు పాఠం ఆపిమరీ చూశారు. గుంజీలు తీసిన గురునాథానికి ఆయాసం అనిపించలేదు, ఆనందం కలిగింది. చాలా సంవత్సరాల తర్వాత, తను సక్రమంగా డ్యూటీ చేశాడనిపించింది. తనకు ఇప్పుడు ఆ కండక్టర్‌కు కాండక్ట్ సర్టిఫికెట్ ఇచ్చే అర్హత కలిగింది అనిపించింది. ఆ ఉత్సాహంతో విద్యార్థులకు చాలా కాలం తర్వాత పాఠం చెప్పడానికి బయలుదేరాడు గురునాథం.

★★★

రెండు మూడు నెలల తర్వాత `వైజాగ్ వెళ్ళాడు గురునాథం. మనవరాలి పుట్టినరోజుకు బట్టలు కొందామని. బస్ కాంప్లెక్స్‌లో బస్సు దిగి నడుస్తున్నాడు. ఇంతలో ఒక కారొచ్చి ఆగింది. ఒక వ్యక్తి తల బైట పెట్టి `"సార్ నమస్కారం!" అన్నాడు.

"ఎవరూ?" అని ప్రశ్నార్థకంగా చూసాడు గురునాథం.

"నేనే సార్, కండక్టర్‌ని. నాకు కాండక్ట్ సర్టిఫికెట్ ఇచ్చారు కదా!" అన్నాడు.

"ఓహ్... నువ్వా... బావుంది. ఏంటీ ఈ కారు" అన్నాడు.

"నాకు ప్రమోషన్ వచ్చింది. కండక్టర్ నుండి డిపో క్లర్క్‌గా అయ్యాను. ఫేన్ క్రింద ఉద్యోగం. పిల్లలు గొడవ పెడుతున్నారని సెకెండ్ హేండ్ కారు కొన్నాను. రండి మిమ్మల్ని ఎక్కడికి తీసుకెళ్ళాలో చెప్పండి దించుతాను" అన్నాడు.

"సరే, అలా జగదాంబ వైపు" అన్నాడు కారులో కూర్చుంటూ గురునాథం.

కారు ముందుకు కదిలింది.

కండక్టర్ చెప్పుకు పోతున్నాడు. సార్, ఆరోజు మీరు నాకు బస్సులో కలవడంతోటే నేను మారిపోయాను. డ్యూటీలోని బ్యూటీ ఏంటో అర్థమైంది" అన్నాడు.

ఆ మాటలకు నేను కూడా మారాను అనుకున్నాడు మనసులో గురునాథం.

ఇంతలో సడన్ బ్రేక్‌తో కారు ఆగింది. "ఏమైంది?" అన్నాడు గురునాథం కంగారుగా. ఎదురుగా ఒక తోపుడుబండి, దాని మీద మూటలు. వాడిని చూసి ఇద్దరికీ నవ్వొచ్చింది.

"ఏంటి సార్, లగేజీ కనబడగానే బస్సు ఆగేది, ఇపుడు కారులో వెళుతున్న లగేజీతో కారు ఆగిపోతోంది" అన్నాడు నవ్వుతూ.

"అంటే నీకు లగేజీ మీద వ్యామోహం పోవడంలేదన్నమాట. నాకు అది ఒక పాఠం చెప్పాలనుకుంటుందేమో!" అన్నాడు గురునాథం, చిన్నగా నవ్వి. "ఏం పాఠం సార్?" అన్నాడు కండక్టర్ కారు ముందుకు పోనిస్తూ.

"మనం ప్రయాణంలో లగేజీ తీసుకువెళతాము. అయితే అంతిమ ప్రయాణంలో ఏ లగేజీ మన వెంట రాదు. మనం వట్టి చేతులతోనే వెళ్ళాలి. అదే మనం నేర్చుకోవలసింది."

"అలా మన లగేజీ మన అంతిమ క్షణంలో మోయడానికి మనం ఆ నలుగురిని సంపాదించుకోవాలంటే, మనం మన డ్యూటీ సక్రమంగా చెయ్యాలి ' అదే ఈ 'లగేజీ' కథ" అన్నాడు గురునాథం.

"బావుంది సార్, లగేజీ వెనక వేదాంతం" అంటూ కారు ముందుకు వేగంగా కదిలించాడు కండక్టర్.

★★★★★★★★★★★★

హాస్యానందం కథల పోటీ లో బహుమతి పొందిన కథ

శిఖరం

"ఎస్క్యూజ్ మీ సార్..." అనే పిలుపు వినిపించేసరికి చదువుతున్న ఫైలులోంచి తలెత్తాడు భార్గవ. ఎదురుగా తన పియ్యే పరశురాం. ఏమిటి?! అని ప్రశ్నార్ధకంగా చూసేసరికి "ఇందాక స్పెక్ట్రమ్ కాలేజీవారు ఫోన్ చేసారు సార్" అన్నాడు.

"ఏమిటీ విషయం?!" అన్నాడు భార్గవ.

"సార్, వచ్చే ఆదివారం స్పెక్ట్రమ్ కాలేజీవారు గురజాడ కళాక్షేత్రంలో తమ కాలేజీలో చదివి ఐఐటి సీటు సంపాదించి చదువు పూర్తి చేసిన పదిమంది విద్యార్ధుల్ని సన్మానిస్తున్నారు. ముఖ్య

అతిథిగా మిమ్మల్ని పిలిచారు" అన్నాడు పరశురాం.

"నేనా, ముఖ్య అతిథిగానా!" అన్నాడు భార్గవ ఆశ్చర్యంగా.

"ఔను సార్... మీరు ఒకప్పటి ఐఐటి రాంకర్ కదా, ఇప్పుడు పెద్ద ఇండస్ట్రియలిస్ట్. ఎంతోమంది ఇంజనీరింగ్ విద్యార్ధులకు ఉపాధి కల్పిస్తున్నారు. మీరిప్పుడు ఆ ఐఐటి రాంకర్లకు స్ఫూర్తిగా ఉంటారని పిలుస్తున్నారు" చెప్పాడు పరశురాం.

"సరే... ఆలోచిద్దాం... ఆ రాంకర్ల వివరాలు, వారి తల్లితండ్రుల వివరాలు నాకు కావాలి" అన్నాడు భార్గవ.

"తల్లితండ్రుల వివరాలా?" అనబోయి పరశురాం ఆగిపోయాడు. అతడికి భార్గవ గురించి తెలుసు 'నాయకులు భిన్నమైన పనులు చేయరు. సాధారణమైన పనులనే భిన్నంగా చేస్తారు' అనే కొటేషన్ గుర్తొచ్చింది.

తరువాత రోజు ఐఐటి రాంకర్లు, వారి వివరాలను అందచేసాడు పరశురాం. వాటిని దీక్షగా పరిశీలించిన భార్గవ, "సరే... నేను ఆ మీటింగ్‌కు వస్తాను. వారికి ఫోన్ చెయ్యి" అన్నాడు.

★★★

వారం రోజుల తర్వాత `

ఆరోజు ఆదివారం. గురజాడ కళాక్షేత్రంలో భార్గవ చేతుల మీదుగా రాంకర్లకు సన్మానం జరిగింది. సన్మాన కార్యక్రమాలు పూర్తయిన తర్వాత ఆ కాలేజీ ప్రిన్సిపాల్ మాట్లాడడం మొదలుపెట్టాడు.

"ఈ విద్యార్ధుల సన్మానానికి విచ్చేసిన భార్గవగారికి కృతజ్ఞతలు. అయితే ఈ రాంకర్లలో ఒకరికి భార్గవగారు, స్వయంగా ఒక ప్రత్యేక బహుమతిని ఇవ్వడానికి నిశ్చయించారు. ఆ బహుమతిగ్రహీత పేరు ఆయనే ప్రకటిస్తారు!" అంటూ కూర్చున్నాడు.

భార్గవ లేచి నిలబడ్డాడు. సభ అంతా ఒక్కసారి పరిశీలించాడు. ఒక్కో విద్యార్థికి ముందువరుసలో సీట్లు. ఆ విద్యార్థుల పక్కనే వారి తల్లితండ్రులకు సీట్లు. భార్గవ మాట్లాడటం ప్రారంభించాడు. ''సభకు నమస్కారం. నేను విజేతను ప్రకటించే ముందు, మీ అందరితో ముచ్చటించాలని ఆశపడుతున్నాను. నేను ఈ సభకు మొదట్లో రాలేననుకున్నాను. రాకపోతే ఒక అద్భుతమైన విషయం మిస్సయ్యేవాడిని. ఆ విషయం తరువాత చెపుతాను. మీరంతా ఇంజనీరింగ్ పూర్తి చేసారు. దీని తర్వాత ఏం చేస్తారో సభాముఖంగా తెలియచేయాలని కోరుతున్నాను'' అంటూ కూర్చున్నాడు.

వెంటనే ఒక అబ్బాయి లేచి, ''నేను ఐఐఎమ్‌కు ప్రిపేరవుతాను. తప్పనిసరిగా సాధిస్తాను. ఆ తర్వాత ఏ ఫారిన్ బ్యాంకులోనో మంచి ఉద్యోగం సంపాదిస్తాను'' అన్నాడు.

ఇంకో విద్యార్థి ఐఏయస్ చేస్తానని చెప్పాడు. మరి కొంతమంది విదేశాలలో స్థిరపడతామన్నారు. కొంతమంది వ్యాపార రంగాన్ని ఎంచుకున్నారు. ఇలా ఆ సభకు వచ్చిన ఆ ఇంజనీరింగ్ చదివిన విద్యార్థులంతా తమ లక్ష్యాల గురించి చెప్పారు. ఒక విద్యార్థి మిగిలిపోయాడు. అతని పక్కన రెండు సీట్లు ఖాళీగా ఉన్నాయి. అతను చెప్పడం మొదలుపెట్టాడు.

''ఈ సభకు అందరి తల్లితండ్రులు వచ్చారు. కానీ మా తల్లితండ్రులు రాలేదు. కారణం మా తండ్రిగారు వ్యాపార లావాదేవీలలో పూర్తిగా బిజీగా ఉన్నారు. ఇక వారితోపాటే మా తల్లిగారు. అయితే ఐఐటి సీటు సంపాదించి ఇంజనీరింగ్ పూర్తిచేసిన మా కందరికీ సన్మానం చేసారు. ఆ సన్మానానికి ఇక్కడకు వచ్చిన నా సహచరులు అందరూ అర్హులే... నేను తప్ప...''

ఆ అబ్బాయి ఆ మాటలు చెప్పగానే సభ అంతా నిశ్శబ్దం. అతను ఒక్క క్షణం ఆగి చెప్పడం మొదలుపెట్టాడు.

''ఒక డాక్టరు కొడుకు డాక్టరు కావడంలో గొప్పదనం ఏం వుంది?! ఒక ఐఏయస్ అధికారి కొడుకు ఐఏయస్ కావడంలో వింత ఏముంది? అలాగే ఐఐటిలో ఇంజనీరింగ్ చేసిన మా నాన్నలాగానే నేను ఐఐటి సాధించాను. అందుకు నేను గర్వపడలేదు. అయితే...!

ఆ అబ్బాయి ఒక్క క్షణం ఆగి మళ్ళీ చెప్పడం మొదలుపెట్టాడు.

''మా నాన్న ఖరగ్‌పూర్ ఐఐటి పట్టభద్రుడు. ఇపుడు ప్రముఖ పారిశ్రామికవేత్త. మా తాతగారు ఏం చదివారో తెలుసా?'' అతను ఆ సభలోని వారిని పరిశీలనగా చూస్తూ చెప్పాడు ` ''అతను చదివింది ఐటిఐ... ఔను మీరు సరిగ్గానే విన్నారు. ఐటిఐ చేసి చిన్న మెకానిక్‌గా జీవితం ప్రారంభించిన మా తాతగారు, తన కొడుకును ఐఐటి పట్టభద్రుడిని చేసారు. ఆ గొప్పదనం మా తాతగారిదే. అందుకు ఆయన ఎంత కష్టపడి ఉంటారో నేను ఊహించగలను. ఫలితంగా ఆయనకు లభించింది ఏమిటి?! తండ్రిగా కొడుక్కు మంచి భవిష్యత్తు ఇచ్చారు. ఆయన కొన్ని ప్రభుత్వరంగ సంస్థలలో మంచి ఉద్యోగం చేసి, ఆ తర్వాత స్వంతంగా పరిశ్రమలు స్థాపించి మంచి వ్యాపారవేత్తగా ఎదిగారు. ఆ క్రమంలో తన భవిష్యత్తుకు పునాది వేసిన తన తండ్రిని అంటే మా తాతగారిని పూర్తిగా మర్చిపోయారు. మా తండ్రిగారు విలాసవంతమైన జీవితం గడిపారు. ఆ విషయం నాకు తెలుసు. నేను, మా నాన్న ఇద్దరం ఆయన నాటిన విత్తులం. ఇపుడు నేను

చేయవలసింది అపసాన దశలో ఉన్న మా తాతగారికి సుఖప్రదమైన జీవితం ఏర్పాటు చేయడం. అదే నేను చేయవలసింది. అదే నా తక్షణ లక్ష ్యం'' ఆ అబ్బాయి చెప్పడం ముగించి కూర్చున్నాడు.

వెంటనే భార్గవ లేచి, మాట్లాడడం మొదలుపెట్టాడు. ''నేను ఇందాకే చెప్పాను. ఈ సమావేశానికి రాకపోతే ఒక అద్భుతమైన విషయం మిస్సయ్యేవాడినని, అదే ఈ అబ్బాయి చెప్పిన తాతగారి గురించిన, ఒక మంచి జ్ఞాపకం! మా పియ్యే ద్వారా ఈ అబ్బాయి తాతగారి విషయం కొంత తెలిసింది. ఇపుడు పూర్తిగా వారి గొప్పతనం అర్థమైంది'' భార్గవ చెప్పడం ఆపి, ఒక్క క్షణం తర్వాత మళ్ళీ చెప్పడం మొదలుపెట్టాడు.

''ఒక వ్యక్తి లేని సమయంలోనూ, అంతా అతడి గురించే ప్రశంసాపూర్వకంగా మాట్లాడగలిగే స్థాయికి ఎదగడమే ఎవరైనా జీవితంలో ఎక్కవలసిన ఎత్తయిన శిఖరం'' అన్న అబ్రహాం మాటల్ని మీకు గుర్తు చేస్తున్నాను. ఈ అబ్బాయి తాతగారు, ఆ శిఖరం ఎప్పుడో ఎక్కేసారు. అందుకే ఈ సభకు రాలేకపోయిన ఆ పెద్దాయనకు నా పాదాభివందనం!

ఇంకో ముఖ్య విషయం. భార్గవ సభలోని అందరి వంక పరిశీలనగా చూసి, ''ఇంతకు ముందు మాట్లాడిన ఐఐటి పట్టభద్రులు అంతా తమ తమ జీవిత లక్ష్యాల గురించి ఏవేవో చెప్పారు. ఆఖరున మాట్లాడిన అబ్బాయి మాత్రం తనను శిఖరానికి చేర్చిన తల్లివేర్లను మర్చిపోలేదు. అందుకే ఆయనకే ఈ బహుమతి'' అంటూ, ఒక ఆయిల్ పెయింటింగ్ అందచేసారు.

ఆ పెయింటింగ్‌లో ఒక కొండ శిఖరం. ఆ శిఖరం చివర ఒక పతాకాన్ని ఎగరేస్తున్న ఒక వృద్ధుడు.

సభలో హర్షధ్వానాలు మొదలైనాయి.

★★★★★★★★

సాహితీ కిరణం కథల పోటీ లో బహుమతి పొందిన కథ.

హనూ ఈజ్ ది బెస్ట్!

ఆముదాలవలస, ఆండాళమ్మ కళాశాల 1977`1979 రెండేళ్ళు ఇంటర్ చదివిన విద్యార్థులంతా ఒక సమూహంగా ఏర్పడ్డారు. ఒక వాట్సాప్ సమూహాన్ని ఏర్పరచుకున్నారు. వాళ్ళందరికీ ఇంకా అరవయ్యేళ్ళు నిండలేదు. దగ్గరగా ఉన్నారు. కొంత మందికి రెండేళ్ళు, కొంత మందికి రెండు నెలలు, ఇంకొంత మందికి కొన్ని రోజులలో అరవయ్యవ పడిలో పడతారు. అయినా 'ఇప్పటికింకా మా వయసు ఇంకా పదహారే!' అని పాడుకుంటూ యూత్‌గా భ్రమిస్తారు. వాళ్ళంతా కలసి వైజాగ్‌లో గెట్ టుగెదర్ పెట్టుకోవడానికి బయలుదేరారు. హైదరాబాద్‌లో ఉండే వెంకటేశ్వర్లు, జయప్రకాష్, రాంబాబు గోదావరి ఎక్స్‌ప్రెస్‌లో బయలుదేరారు. వారితో దుబాయ్ నుంచి వచ్చిన శ్రీనివాస్ కలిసాడు. అతడిని స్నేహితులంతా దుబాయ్ శీనుగా పిలుస్తారు. మనము అలాగే పిలుద్దాము. వారితో రాజమండ్రిలో వెంకటరమణ ఇంకా తదితర మిత్రులు కలుస్తారు. అంతా వైజాగ్‌లో దిగి వైజాగ్‌లో ఒక మల్టీ నేషనల్ ఫైనాన్స్ కంపెనీకి జోనల్ మేనేజర్‌గా ఉన్న హనుమాన్లు ఆఫీసుకు వెళతారు. ఆరోజు హనుమాన్లు ఆఫీసులో అతని పుట్టినరోజు వేడుకలు జరుపుతారు. అది స్థూలంగా వారి కార్యక్రమం.

హైదరాబాద్‌లో అంతా సెకండ్ ఏ.సి. కంపార్టెమెంట్ ఎక్కారు. ఎక్కుతున్న వారికి స్వాగతం పలుకుతూ దుబాయ్ శీను గుమ్మం ముందే నించుని వెల్‌కమ్ డ్రిరక్ అందించాడు. అలా స్వాగతం పలుకుతూ అందరి నోళ్ళలోనూ తీర్థం పోసాడు (మద్యపానం ఆరోగ్యానికి హానికరం. చట్టబద్ధమైన హెచ్చరిక).

అలా ట్రయిన్ కదిలే టైమ్‌కు మిత్రులంతా తమ సీట్లను అలంకరించారు. ఇంతలో ఆ కంపార్ట్‌మెంట్‌లోకి 'సూప్, టమాటా సూప్, వేడి వేడి టమాటా సూప్' అంటూ ఒక వెండర్ అరుస్తూ వచ్చాడు. వారి కెదురుగా ఒక పెద్దమనిషి సూటు, టైలో ఉన్నాడు. చాలా గంభీరంగా ఎవరితోనూ మాట్లాడకుండా కూర్చున్నాడు. అతను ఆ సూప్ అబ్బాయిని పిలిచి ఒక సూప్ ఇవ్వమని డబ్బులు ఇచ్చాడు. వెంటనే జయప్రకాష్, ''ఈ టమాటా సూప్ ఎలా తయారుచేస్తారో తెలుసా!?'' అన్నాడు, మిత్రులను ఉద్దేశించి.

''తెలీదు'' అన్నారు ముక్తకంఠంతో.

''ఐతే వినండి, ఇది తెలుసుకోవలసిన విషయం'' అంటూ చెప్పడం మొదలుపెట్టాడు.

''మీకు రైతు బజార్లు తెలుసు కదా! అక్కడ అమ్మకానికి టమాటీలు చెక్క పెట్టెల్లో వస్తాయి'' అని చెప్పడం ఆపాడు క్షణం సేపు.

ఎదురుగా ఉన్న పెద్దాయన టమాటా సూప్ తాగడం మొదలుపెట్టాడు. వేడిగా ఉండడంతో కొద్ది కొద్దిగా తాగుతున్నాడు.

మళ్ళీ జయప్రకాష్ చెప్పడం మొదలుపెట్టాడు. "చెక్క పెట్టెల్లో నలిగిపోయిన, కమిలిపోయిన పళ్ళను కుప్పగా పోస్తారు. వీటిలో మంచివి ఏరుకుని వెళ్ళిపోయిన తర్వాత మిగిలిన పళ్ళను తీసుకెళ్ళి పెద్ద పెద్ద పాత్రలలో వేసి, దాంట్లో నీళ్ళు, మసాలా, ఉప్పు వేసి, గంటల తరబడి కాస్తారు. అలా సూప్ తయారవుతుంది" అన్నాడు జయప్రకాష్ "మరి చాలా రుచికరంగా ఉంటుంది కదా!" అన్నాడు రాంబాబు.

"కారణం... నాన్ వెజ్... అది చేరుతుంది కదా! ఇలా బాగా నలిగిన, మగ్గిన పళ్ళల్లో" అన్నాడు జయప్రకాష్ వివరంగా.

అంతే, ఆ మాటలకు తను తాగుతున్న సూప్ కక్కేసి, గబగబా బాత్ రూమ్‌కు పరిగెట్టాడు ఆ పెద్దాయన.

ఆయన వచ్చిన తర్వాత జయప్రకాష్ అన్నాడు. "సారీ సార్! సరదాగా టైమ్ పాస్ కోసం మా మిత్రులకు చెప్పాను. వైజాగ్ వరకు మాకు గడవాలి కదా...! ఇది నా స్వంత రచన. ఎవరినీ ఉద్దేశించి చెప్పింది కాదు. నేను చెప్పినట్టు సూప్ తయారీ కాదు. మేలైన టమాటాలతోనే తయారవుతుంది" అన్నాడు రెండు చేతులు జోడిరచి.

"మరయితే ఆ ముక్క ముందే ఏడవొచ్చుగా..." అన్నాడాయన కోపంగా. తన బట్టల మీద ఒలికిన సూప్ తుడుచుకుంటూ.

"సారీ..." మరోసారి అన్నాడు జయప్రకాష్.

ఆయన ముభావంగా కూర్చున్నాడు.

ఇంతలో 'సమోసా... సమోసా... వేడి వేడి సమోసా' అంటూ ఒక వెండర్ అరుస్తూ వచ్చాడు.

క్షణం క్రితం సూప్ తాగి, కక్కుకున్న పెద్దాయన "సమోసాలు నాలుగ ఇవ్వు" అంటూ కోటు జేబులోంచి డబ్బులు తీసి ఇచ్చాడు.

వెంటనే జయప్రకాష్, "అబ్బాయిలూ! సమోసాలు ఎలా చేస్తారో తెలుసా?!" అన్నాడు

మిత్రులను ఉద్దేశించి. అంతే, ఆ ఉత్తర క్షణంలో ఆ పెద్దాయన ఆ సమోసాల పొట్లంతో ఆ కంపార్ట్‌మెంట్ నుంచి నిష్క్రమించాడు.

"ఒరేయ్ తప్పు కదా...! ఆ పెద్దాయనను రేగింగ్ చేస్తావా" అన్నారు మిత్రులు, జయప్రకాష్‌తో.

"రేగింగ్ ఆయనే చెయ్యబోయాడు. గమనించారా? మనం ఏం తింటున్నా అదో రకంగా చూడడం మొదలుపెట్టాడు. నేను తెచ్చుకున్న పెరుగన్నం, మామిడి పండు జుర్రుకుని తింటుంటే అదో రకంగా చూసాడు. ఛీ... అన్నట్టు... అందుకే ఈ రేగింగ్... మనిషిని బట్టే బాబూ..." అన్నాడు జయప్రకాష్.

మిత్రులంతా నవ్వుకున్నారు.

వెంటనే జయప్రకాష్, ''ఒరేయ్ అరవైలో ఇరవై వయసున్న అబ్బాయిలూ! మనం షష్ఠిపూర్తికి దగ్గరవుతున్నాము. ఇంతకీ ఏం వెనకేసారో చెప్పండి?!'' అన్నాడు.

''అరేయ్ నేను ఖచ్చితంగా నాలుగు రాళ్ళు వెనకేసుకున్నాను'' అన్నాడు రాంబాబు.

''ఒహో... అర్ధమైంది'' అన్నారందరూ చిన్నగా నవ్వి.

''నాకు ఏకంగా షుగర్ ఫ్యాక్టరీ ఉంది'' అన్నాడు వెంకటేశ్వర్లు.

''నాకు మాత్రం తక్కువా, ఒక గ్యాస్ కంపెనీకి ఓనర్ని'' అన్నాడు దుబాయ్ శీను.

''అర్ధమైందిరా... నేనేం తక్కువ తిన్నానా? అన్నీ తిన్నాను. భూచరాలు, జలచరాలు, ఆకాశచరాలూ. అందుకే నాకు ఒక కొవ్వు కర్మగారమే ఉంది'' అన్నాడు జయప్రకాష్.

అలా కబుర్లతోనే వారి ప్రయాణం సాగింది. రాజమండ్రిలో మిగిలిన మిత్రులు కలిసారు. గోదావరి ఎక్స్‌ప్రెస్ తరువాతి రోజు ఉదయం ఆరు గంటలకు వైజాగ్ చేరుకుంది. ట్రయిన్ దిగగానే వారు, మిత్రుడు హనుమాన్లుకు ఫోన్ చేసారు. 'మేం రిఫ్రెష్ అయ్యి, మధ్యాహ్నానికల్లా నీ ఆఫీస్‌కు వస్తాము. అక్కడే నీ పుట్టినరోజు వేడుకలు. ఆ తర్వాత గెట్ టుగెదర్'' అన్నారు మిత్రులు హనుమాన్‌కు ఫోన్ చేసి.

అలాగే అన్నాడు హనుమాన్లు.

★★★

ఉదయం పదయ్యింది. ఆముదాలవలస మిత్రులు కలవబోతున్న హనుమాన్లు ఆఫీసులోకి నడుద్దాం. ఆ ఆఫీసుకు కొత్తగా వచ్చాడు జోనల్ మేనేజర్‌గా హనుమాన్లు.

'ఈ బాస్‌తో 'శభాష్' అనిపించుకోలేము' అనుకున్నారు. ఆ ఆఫీసువారు అతగాడు ఆఫీసులో చార్జి తీసుకోగానే.

''నా ముందా మీ కుప్పిగంతులు!'' అంటాడు. దానిని బట్టి అర్ధమవుతుంది. అతడి పేరు హనుమాన్లు అని. ఆయన పేరు తెలియని వారికి కూడా `అయితే ఆంజనేయస్వామికి ఈయనకు దేనిలోనూ పోలిక లేదు అనుకుంటారు. అతడి గురించి తెలిసినవాళ్ళు. ఆంజనేయుడు, మర్యాద పురుషోత్తముడు, స్వామి భక్తి పరాయణుడు, వినయ సంపన్నుడు. అందుకు హనుమాన్లు పూర్తిగా వ్యతిరేకం. నోరు విప్పితే అమర్యాద, అహంకారం, కారం, సురేకారం కలిపి దట్టించినట్లుంటాడు. అందుకు నిదర్శనం ఇప్పుడు జరగబోతున్న ఘటన.

హనుమాన్లు ఆఫీసులోకి రాగానే కాసేపు ధ్యానంలోకి వెళతాడు. ఒక పావుగంట వరకూ. బాంబులు పడినా కళ్ళు తెరవడు. ఆరోజు ఆయన ధ్యానంలో కూర్చున్న సమయంలో బైట కలకలం రేగింది. ఒక కస్టమరు ఆఫీసు సీనియర్ అసిస్టెంట్ రామయ్యతో గొడవ పడుతున్నాడు. పెద్ద గొంతుకతో అరుస్తున్నాడు. ఆ గొడవ పావుగంట దాకా సాగింది. అప్పుడు ధ్యానంలోంచి లేచిన హనుమాన్లు తన కేబిన్‌లోంచి బైటకొచ్చి చూసేసరికి గొడవపడిన కస్టమరు లేడు. ధ్యానంలోంచి ప్రశాంతంగా రావలసిన హనుమాన్లు రౌద్రంగా, ఆవేశంగా బైటకొచ్చాడు. రాగానే కళ్ళెర్రజేసి చూసాడు. సీనియర్ అసిస్టెంట్ బి. రామయ్య వంక.

రామయ్య ఆయన వంక కళ్ళు అప్పగించి చూస్తున్నాడే గానీ ఏ మాటా మాట్లాడడంలేదు.

''ఏమయ్యా, రామయ్యా, కస్టమర్‌తో ఎందుకు గొడవ?! మనం వారిని ఎలా చూడాలి? దేవుడిలాగా చూడాలన్నారు కదా గాంధీగారూ!'' అన్నాడు హనుమాన్లు కోపంగా.

ఆ మాటలకు రామయ్య బదులు చెప్పలేదు.

''ఏమయ్యా రామయ్యా, అలా మౌనం వహిస్తావేం? మీ పేరు అడిగితే బి. రామయ్య అన్న మాట నిజం కాదు. బి. రామయ్య అంటే బెల్లం కొట్టిన రాయయ్య అంటారా'' అన్నాడు తను వేసిన జోక్‌కు తానే నవ్వుతూ. ఆఫీసులో అంతా నవ్వారు. బాస్ జోకేస్తే నవ్వాలి కాబట్టి. రామయ్య మాత్రం తలొంచుకున్నాడు.

హనుమాన్లుకు కోపం ఆగడంలేదు. కల్లు తాగిన కోతిలా చిందులువేసాడు.

''ఏమిటీ చెప్పడానికి సంకోచిస్తున్నావా? భయమా... లేక సిగ్గా, లేక వినయమా?'' అన్నాడు.

''భయంతో కూడిన సిగ్గు వల్ల వచ్చిన వినయం'' అన్నారెవరో మెల్లగా.

బాస్ అంతగా రెట్టిస్తున్నా రామయ్య నోరు మెదపలేదు. ఇంతలో ఆ సీన్‌లోకి ఒక అబ్బాయి ఎంటరయ్యాడు. వాడికి పదేళ్ళుంటాయి. ''నేను చెపుతా ఆ కస్టమర్ ఏమన్నాడో?!'' అన్నాడు గట్టిగా.

అంతా ఆశ్చర్యంగా ఆ పిల్లవాడి వంక చూసారు.

''చెప్పరా... మీ తాత చెప్పలేకపోయాడు. నువ్ చెప్పరా... తాతలు దిగొచ్చారు అంటారు. దానికి వ్యతిరేకంగా మనవడు దిగొచ్చాడు. తాతను రక్షించడానికి'' అంటూ హనుమాన్లు గట్టిగా నవ్వుతూ ఆ కుర్రవాడి వంక చూసాడు. అందరికీ అర్ధమయింది. ఆ పిల్లవాడు రామయ్యగారి మనవడని. తాతయ్యతో పాటూ ఆఫీసుకొచ్చాడనీ.

రామయ్య ఏదో చెప్పబోయేంతలో ఆ కుర్రాడు గబగబా చెప్పడం మొదలెట్టాడు. ''ఆ కేబిన్‌లో కూర్చున్న మీ జోనల్ మేనేజర్ అలా నిద్దరోతున్నాడే కూర్చునే, బైటకు రాడా, కస్టమర్ల సమస్యలు పట్టవా, ఇక్కడ ఫేన్లు సరిగా తిరగడం లేదు. ఆయన మాత్రం ఏసి రూములో కులుకుతున్నాడు. అడ్డగాడిద, అప్రాచ్యుడు... మూర్ఖుడు...''

అంతే, ఆ ప్రదేశంలో ఒక విస్ఫోటనం. వెంటనే హనుమాన్లు అక్కడ నుంచి మాయమయ్యాడు. తన గదిలో ప్రత్యక్షమయ్యాడు. వెంటనే బెల్ మోగింది. రామయ్యను ఆయన లోపలకు పిలిచాడు. రామయ్య వణుకుతూ హనుమాన్లు ముందు నిలబడ్డాడు. ఒక కస్టమరు అలా హనుమాన్లు గారిని తిట్టినట్టు తను ఎలా చెప్పగలడు?! అందుకే తను ఆయన చెప్పినట్లు బెల్లం కొట్టిన రాయిలా అయిపోయాడు. మధ్యలో తన మనవడు వచ్చి తనను రక్షించాడా నిజం చెప్పి... లేక ఇంకో పెద్ద శిక్ష వేయించబోతున్నాడా!?

వెంటనే హనుమాన్లు అడిగాడు. ''మీకు సిడిఏ రూల్స్ గురించి తెలుసా?!''

''తెలుసు సార్. శీలం, క్రమశిక్షణ, నియమావళి!'' అన్నాడు భయం భయంగా రామయ్య.

''ఈ మూడు సూత్రాలను అనుసరించి నేను మీపై ఎందుకు చర్య తీసుకోకూడదు. ఒక అన్యుడు నాపై దుర్భాషలు ఆడుతూంటే అక్కడ కూడా బెల్లం కొట్టిన రాయి అయిపోయి, నేను ఆ

విషయం అడిగితే, తిరిగి శిలాప్రతిమలా అయిపోయి, ఆఖరికి వేలెడంత లేని మీ మనవడి ద్వారా కూడా నన్ను నలుగురిలో నగుబాటు చేయిస్తావా... వీటన్నిటి మీద మీపై చర్య ఎందుకు తీసుకోకూడదు... వెంటనే లెటర్ రాయవయ్యి. మీపై షో కాషు నోటీస్...'' అన్నాడు హనుమాన్లు కోపంగా.

అలా తనకు ఇవ్వవలసిన సంజాయిషీ పత్రం తనే టైప్ చేసుకోవలసిన దుస్థితి ఏర్పడినందుకు రామయ్య దుఃఖిస్తూ, ఆ ఉత్తరం టైప్ చేసి, ఆయన చేతుల మీదుగా ఆ శ్రీముఖం స్వీకరించి, అక్కడ నుంచి కదిలాడు.

ఇది హనుమాన్లు వ్యక్తిత్వానికి ఒక మచ్చుతునక. అతను ఆఫీసుకు వచ్చిన ఆ వారం రోజుల్లోనూ ఉద్యోగులకు చుక్కలు చూపిస్తున్నాడు. రోజూ ఎవరో ఒకరు అతడి కోపానికి బలవుతున్నారు. అతడి దగ్గర 'బకరా'లవుతున్నారు. అయితే హనుమాన్లు పుట్టినరోజు ఆరోజు అని ఆ ఆఫీసులో అందరికీ తెలుసు. కారణం ఫేస్‌బుక్ ద్వారా అందరికీ ఆ విషయం తెలిసింది. అయినా ఎవ్వరూ అతడికి జన్మదిన శుభాకాంక్షలు చెప్పలేదు. కారణం... అతడికి శుభాకాంక్షలు చెప్పే మూడ్ ఎవరికీ లేదు. అతనికి ఎదురుపడడం, మాట్లాడడం ఒక ప్రమాదంగా భావిస్తూ వచ్చారు. ఐతే, ఆరోజు హనుమాన్లు మిత్రులు తమ ఆఫీసులోనే పుట్టినరోజు జరుపబోతున్నారనీ, వారి రాకతో తమ జీవితంలో ఒక మార్పు రాబోతోందనీ కూడా వారికి తెలీదు.

అలా ఆ మధ్యాహ్నం పూట, ఒక ఉద్యోగికి సంజాయిషీ పత్రం ఇచ్చిన సంతోషంలో తనమునకలై ఉన్న హనుమాన్లు కేబిన్‌లోకి తన 1977`79 ఇంటర్ మిత్రులంతా వచ్చారు. అతడికి ఆనందం రెట్టింపు అయ్యింది. కారణం వాళ్ళంతా పెద్ద కేకు, బొకేతో అతడి వద్దకు వచ్చారు. జయప్రకాష్, ఆ ఆఫీసు ఉద్యోగుల్ని ప్రతీ ఒక్కరినీ కలిసాడు. అందరినీ పరిచయం చేసుకున్నాడు. ''మీ బాస్ గారి పుట్టినరోజు. కేక్ కట్ చేద్దాం. మీరంతా ఉత్సాహంగా పాల్గోవాలి'' అన్నాడు. వారి నుంచి ఏ స్పందనా లేదు. కనీసం హనుమాన్లుకు 'హేపీ బర్త్ డే సార్' అని చెప్పినవారూ లేరూ...

''ఇదేదో విచిత్రమైన పరిస్థితి. పగవాడికే ఈ దుర్దశ ఉండకూడదు'' అనుకున్నారు.

ఆ ఆఫీస్ హెచ్. ఆర్. డిపార్ట్‌మెంట్ అందరికీ ఆహ్వానం పంపారు.

'సాయంత్రం హనుమాన్లు, జోనల్ మేనేజర్‌గారి పుట్టినరోజు సందర్భంగా మన సిండికేట్ రూమ్‌లో అల్పాహారం, కేక్ కటింగ్ కార్యక్రమం అని'. ఆ లంచ్ సమయంలో హనుమాన్లు మిత్రుల్ని తీసుకొని ఒక నక్షత్రాల హోటల్‌లో భోజనానికి వెళ్ళాడు. అంతా తీరికగా భోజనం చేసి, కబుర్లాడుకుని వచ్చేసరికి ఆఫీసు టైమ్ అయిపోయింది.

ఆ ఆఫీసు ఐదు గంటలకే మూసేస్తారు. హనుమాన్లు మిత్రులతో కలసి సిండికేట్ రూమ్‌లోకి ప్రవేశించాడు. అందరికీ షాక్ తగిలేలా అక్కడి దృశ్యం. ఆ రూములో ఏ ఒక్క ఉద్యోగి లేడు. అంతా ఇళ్ళకు వెళ్ళిపోయారు. హనుమాన్లు మిత్రులు, కోయవలసిన కేకు ఇంకా ఉద్యోగుల నిమిత్తం తీసుకొచ్చిన అల్పాహారం పాకెట్లు మిగిలాయి. ఆఫీసు మూయడానికి వచ్చిన సెక్యూరిటీ మాత్రం ఉన్నాడు. అతనూ ఔట్ సోర్సింగ్. అయితే పుట్టినరోజు జరుపుకోబోయే హనుమాన్లు

మొహం వెలవెలబోయింది. తన చిన్ననాటి స్నేహితుల దగ్గర తన గొప్పలు చెపుదామనుకుని అందర్నీ పిలిచేడు. కానీ, తనే అవమానం పాలయ్యానని హతాశుడయ్యాడు.

హనుమాన్లు స్నేహితులకు, ఆరోజు మధ్యాహ్నమే విషయం చూచాయగా అర్ధమైంది. ఇప్పుడు ఆఫీసు ఉద్యోగులు గైరు హాజరులో పూర్తిగా సీను అవగతమైంది. వెంటనే దుబాయ్ శీను అన్నాడు, ''మాకందరికీ ఏదో వ్యసనాలున్నాయి. వీటి వలన మా ఆరోగ్యాలు పాడవుతాయి. కానీ నీ వ్యసనం అహంకారం. అది నీ చుట్టూన్న వారిని నీ నుంచి దూరం చేస్తుంది. అది చాలా ప్రమాదరకమైన అనారోగ్యం. దాన్నే 'మానవత్వపు స్పర్శ లేకపోవడం' అంటారు. ఇంత పెద్ద పదవిలో ఉండి కూడా ఏ ఒక్కరి అభిమానాన్ని పొందలేకపోవడం చాలా దౌర్భాగ్యం'' అన్నాడు.

ఆ తర్వాత జయప్రకాష్ నోరు విప్పాడు.

''ఉదయం మేము టమాటా సూప్ గురించి జోక్ వేసుకున్నాము. తాజా పళ్ళయినా, నిలవ పళ్ళయినా, టమాటా సూప్ వేడిగా తాగినపుడే బావుంటుంది. అలా నీకు పడిన వేడి, వాడి అయిన దెబ్బ మీద ఉన్నప్పుడే నీ డెసిషన్ తీసుకో! జీవితం వేడి టమాట సూప్ రుచిలా మార్చుకో! ఈ పుట్టినరోజునాడు నువ్ ఎందుకు పుట్టావో తెలుసుకో...!'' అన్నాడు.

మిత్రుల మాటలతో హనుమాన్లు మరింత కృంగిపోయాడు. అతను బూట్లు వేసుకునేటప్పుడు తప్ప ఎప్పుడూ వంగడు. ఎవరికీ లొంగడు. తనే ఎవరికైనా క్లాసులు పీకాలి తప్ప తనకు ఎవరైనా క్లాసులు పీకితే సహించలేడు. పీకింది స్నేహితులే కాబట్టి భరించాడు. తన మంచి కోసం అని సమాధానపడ్డాడు. ఇక తరువాతి రోజు నుంచి జరిగింది చరిత్రే! హనుమాన్లు సార్ధక నామధేయుడయ్యాడు. ఆ ఆంజనేయస్వామి పేరు పెట్టుకున్నందుకు తన అరవయవ్వ సంవత్సరంలో జ్ఞానసంపన్నుడైనాడు. సంస్కారంగా ఉండడం, వినయంగా మాట్లాడడం నేర్చుకున్నాడు.

నోరు మంచిదైతే ఊరు మంచిదవుతుంది. మాటే మంత్రమవుతుంది... వాక్కు ఆభరణమవుతుంది.

అలా హనుమాన్లు వాళ్ళ ఇంట్లోనూ, బంధుకోటిలోనూ, ఆ ఆఫీసులోనూ 'హనూ ఈజ్ ది బెస్ట్' అనిపించుకున్నాడు.

★★★★★★★★★★★★★

హాస్యానందం కథల పోటీ లో బహుమతి పొందిన కథ

గురుసాక్షాత్ పరబ్రహ్మ

అమెరికాలో న్యూజెర్సీ ప్రాంతం. హైవే మీద ఒక కారు వేగంగా వెళుతోంది. డ్రైవింగ్ సీట్లో కూర్చున్న రామ్ ''ఒరేయ్! పరబ్రహ్మంగారికి సన్మానం అంటూ మెయిల్ వచ్చింది. వచ్చే గురుపౌర్ణమినాడు ఆయన దగ్గర ట్యూషన్ చెప్పించుకున్న విద్యార్థులంతా భారీ ఎత్తున సన్మానం చేయబోతున్నారట'' అన్నాడు.

''ఔను... నాకూ వచ్చింది మెయిల్'' అన్నాడు లక్ష్మణ్ ముభావంగా.

''ఆయన కొట్టిన దెబ్బలు ఇంకా నొప్పి పెట్టినట్టే అనిపిస్తున్నాయి'' అన్నాడు రామ్ బాధగా.

''నువ్వు చెప్పింది వాస్తవం. ఆయనతో మనకు అన్నీ చేదు జ్ఞాపకాలే. అయినా వెళదాం. సభాముఖంగా ఆయనను కడిగేద్దాం'' అన్నాడు లక్ష్మణ్.

''ఔను ఈ ఆలోచన బాగుంది. ఆయనకు సన్మానం కాదు అవమానం జరగాలి'' అన్నాడు రామ్ కోపంగా.

''సరే! మనిద్దరికీ ఫ్లైట్ టిక్కెట్లు బుక్ చేస్తాను. వచ్చే ఆదివారం ప్రయాణానికి తయారుగా ఉండు'' అన్నాడు లక్ష్మణ్

''సరే'' అంటూ కారు ముందు పోనిచ్చాడు రామ్.

★★★

'గురబ్రహ్మ పరబ్రహ్మంగారికి సన్మానం' అనే పెద్ద ఫ్లెక్సీ బ్యానర్ వ్రేలాడుతోంది. దాదాపు వేయి మందికి పైగా విద్యార్థులు వారి తల్లిదండ్రులతో ఆ సన్మానానికి విచ్చేసారు. సభకు అధ్యక్షత వహించిన జిల్లా కలెక్టరుగారు మాట్లాడుతూ ''మిత్రులారా! నేను పరబ్రహ్మం మాస్టారు దగ్గర ఎన్నో సంవత్సరాలు ట్యూషన్ చెప్పించుకున్నాను. నా ఐ.ఎ. ఎస్. భవంతికి ఆయన నా చిన్నతనంలో వేసిన పునాదులే మూలం. ఇక పరబ్రహ్మంగారు తన దగ్గరకు వచ్చే పిల్లలను బాగా కొడతారనే ప్రచారం వుండేది. కానీ ఆయన నన్ను ఎప్పుడూ కొట్టలేదు'' అంటూ చెప్పడం ముగించాడు.

ఆ సన్మాన సభకు ముఖ్య అతిథిగా వచ్చిన జిల్లా జడ్జి శంకరంగారు మాట్లాడుతూ ''అయ్యా! గురువు, దేవుడు ఇద్దరిలో ఎవరికి ముందు నమస్కారం చేస్తావు? అని అడిగితే ముందుగా నమస్కారం చేసేది గురువుకే. కారణం. ఆ దేవుడి గురించి నాకు పరిచయం చేసింది గురువే కదా! అన్నాడు భక్త కబీర్‌దాస్. అందుకే నేను గురువే దైవం అంటాను. నా దైవం పరబ్రహ్మంగారే. శిలలాంటి నన్ను శిల్పంగా మార్చారు. ఇక ఇందాక కలెక్టర్‌గారు చెప్పినట్టు నన్ను ఆయనెప్పుడూ కొట్టలేదు'' అంటూ చెప్పటం ముగించారు.

ఆ సన్మాన సభలో వెనకగా కూర్చున్న ఇద్దరు వ్యక్తులకు మాత్రం ఆ మాటలు రుచించలేదు. అరగంట తర్వార ఆయన శిష్యులంతా ఆయన మెడలో గజమాల వేసి, శాలువా కప్పి, చేతికి బంగారు కడియం తొడిగారు. పురోహితులు వేదమంత్రాలు చదివారు. ఆఖరున పరబ్రహ్మంగారు తన స్పందనను చెప్పటం మొదలుపెట్టారు.

''నాకు మీరు చేసిన ఈ సన్మానానికి కృతజ్ఞతలు. అయితే ఇక్కడ నేను మీకో విషయం చెప్పాలి. ఇన్నేళ్ళుగా నా గుండెల్లో నిక్షిప్తమైన ఆ దుఃఖాన్ని మీ ముందుంచాలి'' ఆయన చెప్పడం ఆపి ఒక్క క్షణం ఊపిరి పీల్చి వదిలారు. సభ అంతా ఆయన వంకే చూస్తున్నారు. ఆయన తన ఉపన్యాసం మళ్ళీ మొదలుపెట్టారు.

''నా దగ్గర ట్యూషన్ కోసం వచ్చే పిల్లలు చాలా క్రమశిక్షణతో మెలిగేవారు. పాఠాలు శ్రద్ధగా వినేవారు. కారణం నేనంటే అందరికీ సింహస్వప్నం. అయితే ఈ వేదిక మీద మాట్లాడిన ఎంతోమందిని నేనెప్పుడూ కొట్టలేదు అంటున్నారు. అయితే నాకు బెత్తం మాస్టారు అని పేరు ఎందుకు వచ్చింది?'' సభాముఖంగా అందరికీ ఆ ప్రశ్న వేశారు. ఆ సభలోని వారంతా నిశ్శబ్దంగా ఉండిపోయారు. ఆవరణలో అందరికన్నా వెనుక వరుసలో కూర్చున్న ఇద్దరు వ్యక్తులు ఆవేశంగా వేదిక దగ్గరకు వచ్చారు. ఆ ఇద్దర్ని గమనించకుండానే తన ఉపన్యాసం కొనసాగించారు.

''అయ్యా! నేను, నా భార్య, ఇద్దరు పిల్లలతో ఈ ఊరొచ్చాను. నాకు ఆస్తిపాస్తులు లేవు. ఉద్యోగం లేదు. ఎవరో దయతలచి తమ వీధి అరుగు ఇచ్చారు. అక్కడే పిల్లలకు పాఠాలు చెప్పడం మొదలుపెట్టాను. నా ఇద్దరు పిల్లలతో నా ట్యూషన్ స్కూలు మొదలైంది. ఆ ఇద్దరు పిల్లల బడి మెల్లగా పదులు, వందలు దాటి వేయి పై చిలుకు అయింది. అయితే నేను మీరు చెప్పినట్లు ఎవర్నీ కొట్టలేదు. ఏ గురువూ తన శిష్యులను కొట్టకూడదని నా ఉద్దేశ్యం. విద్యార్థులను కొట్టే హక్కు ఏ గురువుకూ లేదు'' ఆయన చెప్పడం ఆపి వేదికమీదకు రాబోతున్న ఆ ఇద్దరి వ్యక్తులను చూసి సంతోషంగా మళ్ళీ చెప్పటం మొదలుపెట్టారు.

''ఇద్దరి పిల్లల్ని మాత్రం నేను కొట్టాను. వారు తప్పు చేసినపుడు, వారిలో క్రమశిక్షణ లోపించినపుడు. వాళ్ళు నా శిష్యులు కాదు. నా కడుపున పుట్టిన పిల్లలు.'' ఆయన చెప్పగానే సభ అంతా ఒక్కసారి నివ్వెరపోయారు. ఆయన మళ్ళీ చెప్పడం మొదలుపెట్టారు.

''నేను నా పిల్లల్ని దండిరచడం మిగతా వారికి ఒక పాఠంగా మారింది. మిగతా పిల్లలు భయభక్తులతో నడుచుకోవడం మొదలైంది. ఇన్ని వందల మంది శిష్యుల భవిష్యత్తు బాగుపడాలని నా రక్తం పంచుకు పుట్టిన నా పిల్లల్ని శిక్షించాను. వాళ్ళిద్దరి పేర్లు రాముడు, లక్ష ్మణుడు. విదేశాల్లో మంచి ఉన్నత స్థానంలో ఉన్నారు. మన జాతీయపతాకాన్ని అక్కడ ఎగురవేస్తున్నారు. అయినా నా మీద కోపంతో అజ్ఞాతవాసం చేస్తున్నారు. ఆ రామలక్ష ్మణులు'' అంటూ ఆయన కళ్ళనీళ్ళ పర్యంతం అయ్యారు. అంతవరకూ ఆవేశంగా నిలబడ్డ రామ్, లక్ష ్మణ్‌లు ఇద్దరూ ఆయన చెప్పిన మాటలకు దుఃఖపడుతూ ఆయన కాళ్ళ మీద పడ్డారు.

"మమ్మల్ని క్షమించండి. మాకు మీరిచ్చిన దండనల వెనుక పరమార్థం తెలియక అపార్థం చేసుకున్నాం" అంటూ విలపించారు.ఆ సన్నివేశం చూసి ఆ సభలోని వారంతా 'గురుసాక్షాత్ పరబ్రహ్మ' అంటూ ఆ గురువుగారిని కీర్తిస్తూ చప్పట్ల వర్షం కురిపించారు.

★★★★★★★★★★★★★

సాహితీ కిరణం కథల పోటీ లో బహుమతి పొందిన కథ

అంతిమ సంస్కారం

ఆ గదిలో వున్న వారంతా నన్ను దోషిలా చూస్తున్నారు. నా మీద నడుస్తున్న డిపార్ట్‌మెంటల్ ఎంక్వయిరీ నిమిత్తం వచ్చిన మా జోనల్ ఆఫీస్ అధికారిగారి ముఖం మాత్రం ప్రశాంతంగా వుంది.

నేను తప్పు చేశాను. నా కింది స్థాయి ఉద్యోగి నరసింహాన్ని కొట్టాను. నరసింహం నాకెదురుగా కుర్చీలో కూర్చున్నాడు. కొట్టిన గుర్తుగా అతడి కుడి దవడ ఉబ్బి వుంది. బుగ్గల మీద ప్లస్ గుర్తు బ్యాండేజి ఒక పన్ను విరిగి నరసింహం చూడడానికి వికారంగా కనిపిస్తున్నాడు. డిపార్ట్‌మెంట్ తరఫున వాదించడానికి వచ్చిన అధికారి చెప్పడం ప్రారంభించారు.

''ఈయన పేరు పార్థసారథి. మన కంపెనీ ప్రాంతీయ కార్యాలయంలో అధికారి. ఈయన చేతిలో దెబ్బలు తిన్న నరసింహం మన అనకాపల్లి బ్రాంచిలో గుమస్తాగా పని చేస్తున్నాడు. నరసింహం తండ్రిగారు చనిపోయి పది రోజులయ్యింది. మన కంపెనీ నిబంధనల మేరకు ఎవరైనా ఉద్యోగి తండ్రి చనిపోతే, దహన క్రియల ఖర్చుల నిమిత్తం ఐదు వేల వరకూ శాంక్షన్ చేయబడుతుంది.

దానికి నరసింహం దరఖాస్తు చేసుకున్నాడు. పార్థశారధికి ఆ మొత్తం శాంక్షన్ చేసే అధికారం వుంది. అయినప్పటికినీ ఆయన శాంక్షన్ చెయ్యలేదు సరికదా, అడగడానికొచ్చిన నరసింహాన్ని విచక్షణారహితంగా కొట్టారు'' ఆయన చెప్పడం ఆపి కూర్చున్నారు.

నరసింహం రెండు రోజుల క్రితం నా కేబిన్‌లోకి వచ్చిన విషయం గుర్తుకొచ్చింది. వచ్చిన వెంటనే ''మా నాన్నగారు చనిపోయారు...'' అన్నాడు. నేను తలెత్తకుండానే ''తెలుసు'' అన్నాను, ముక్తసరిగా.

''కర్మకాండకు చాలా ఖర్చయ్యింది. అప్పు చేశాను. కాశీకి వెళ్ళాల్సి వచ్చింది'' అన్నాడు.

నేను ఏమనకుండా మౌనంగా ఊరుకున్నాను.

''ఫ్యూనరల్ ఖర్చుల నిమిత్తం ఇచ్చే ఐదు వేలకు అప్లికేషన్ పెట్టాను'' అన్నాడు నరసింహం.

''మీకు డబ్బులు శాంక్షన్ కావు...'' అన్నాను.

''ఎందుకివ్వరో కారణం చెప్పండి!'' అన్నాడు.

''కారణం మీకూ తెలుసు...'' అన్నాను.

''ఎంత కాలం ఇవ్వరో నేనూ చూస్తాను. నా వెనుక యూనియన్ వుంది'' అంటూ గట్టిగా అరిచాడు.

''ఏం చేస్తావో నీ ఇష్టం వచ్చినట్లు చేసుకో, నీకు మాత్రం పైసా రాదు'' అన్నాను కోపంగా.

''ఏమిటండీ ఈ అమానుషం. మేనేజ్‌మెంట్ దౌర్జన్యం నశించాలి...'' అని అరవడం మొదలెట్టాడు.

నేను వెంటనే అతడి దవడ మీద బలంగా గుద్దాను. అనుకోని ఈ పరిణామానికి విస్తుపోతూ నోటికి వచ్చినట్లు బూతులు తిట్టడం ప్రారంభించాడు.

నా ఇష్టం వచ్చినట్టుగా అతడిని బాదాను. అతడి ముక్కులోంచి రక్తం కారింది. పన్ను విరిగింది. ఆఫీసులో ఉద్యోగులు నన్ను పక్కకు లాగారు. యూనియన్ వాళ్ళు మా జోనల్ ఆఫీస్‌కు ఫ్యాక్స్ పంపారు.

ఆ తర్వాత పరిణామాలు వేగంగా జరిగాయి. నన్ను సస్పెండ్ చేశారు. నా మీద డిపార్ట్‌మెంటల్ ఎంక్వయిరీ వేశారు. నేను చేసిన దానికి నరసింహానికి క్షమాపణ చెపితే కేసు వెనక్కి తీసుకుంటామంటూ యూనియన్ నాయకులు సలహా ఇచ్చారు. నేను అందుకు ఒప్పుకోలేదు. ఫలితంగా ఈరోజు ఈ ఎంక్వయిరీ.

నేను నా జీవితంలో ఎవరినీ పల్లెత్తుమాట అనలేదు. ఎవరినీ కొట్టిన సందర్భమూ లేదు. నరసింహంపై చెయ్యి చేసుకోవడం నా సన్నిహితులకు ఆశ్చర్యం కలిగించింది. అసలు నాకే ఆశ్చర్యం కలుగుతోంది. ఇదంతా ఎలా జరిగిందా అని. ''మిస్టర్ పార్థసారథి, ఏమిటీ ఆలోచిస్తున్నారు. మీ మీద మోపబడిన అభియోగం గురించి విన్నారు కదా! దీనికి మీ సంజాయిషీ ఏమిటి?'' అన్నాడు, ఎంక్వయిరీ అధికారి నా వంక అదోలా చూస్తూ.

ఆలోచనల్లోంచి బైటకొచ్చి, ''సార్ నేను నరసింహాన్ని కొట్టడం వాస్తవం. అయితే ఎందుకు కొట్టానో మీకు వివరించాల్సిన అవసరం వుంది. నాకు కొంచెం టైమ్ ఇవ్వండి'' అన్నాను. అలాగే అన్నట్లు ఆయన తలూపి, స్టెనోగ్రాఫర్ వంక చూసి రాసుకోమంటూ సైగచేశాడు.

నేను చెప్పడం ప్రారంభించాను.

''నేను సంవత్సరం క్రితం తిరుపతి వెళ్ళాల్సొచ్చింది. తిరుపతిలో మా ఇంటి స్థలం తగాదాల్లో వుంది. దాని గురించి అర్జెంటుగా వెళ్ళాల్సొచ్చింది. రిజర్వేషన్ లేదు. స్టేషన్‌లో ట్రయినుకై ఎదురుచూస్తున్నాను. ఇంతలో ఓ ముసలాయన నా దగ్గరకొచ్చాడు. ఆయన వయసు డబ్భై దాటింది. పొడుగ్గా సన్నగా వున్నారు. నీరు కావిరంగు పంచె, ఖద్దరు చొక్కా, భుజం మీద కండువా, చేతిలో సంచి.

'మీకు రిజర్వేషన్ కావాలా?' అంటూ నవ్వుతూ అడిగాడు.

'నిజంగానా! మోసం లేదు కదా?' అన్నాను ఆయన్ని అనుమానంగా చూస్తూ.

'లేదండీ... నేను స్వాతంత్ర్య సమరయోధుడిని. నాకు ప్రభుత్వం వారిచ్చిన పాస్ వుంది. ప్రయాణాల్లో నేను నాతో పాటు ఒక అటెండెంటును తీసుకుని వెళ్ళవచ్చు. అంచేత మీరు నా అటెండెంటుగా రావచ్చును. మీకు తోచినంతివ్వండి' అన్నాడు.

'ఆ సమయంలో ఆయన నాకు దేవుడిలా కనిపించాడు. ఆయన అటెండెంటుగా నా తిరుపతి ప్రయాణం ప్రశాంతంగా సాగింది. ఆయన పేరు విశ్వనాథం. మీకెవరికైనా తెలుసా?' అంటూ నరసింహం వంక నిశితంగా చూశాను. నరసింహం ఏమీ మాట్లాడలేదు.

నేను మళ్ళీ చెప్పడం మొదలుపెట్టాను. "మళ్ళీ రెండోసారి విశ్వనాథంగారిని రైల్లోనే తిరుపతి వెళుతూ కలిశాను. ఆయన ఒక వ్యక్తితో బేరం కుదుర్చుకుని తిరుపతి బయలుదేరారు. అయితే ఈసారి ఆయన్ని నేను కొంచెం కోపంగా అడిగాను. 'అయ్యా మీరు స్వాతంత్ర్య సమరయోధుడు అయివుండీ స్వాహాతంత్ర్యంతో ప్రభుత్వంవారి సొమ్ము, ఈ విధంగా దుర్వినియోగం చెయ్యడం ఏమన్నా భావ్యమేనా?' అన్నాను.

ఆయన నేనన్న మాటలకు క్షణంసేపు బాధపడినట్టు కనిపించినా వెంటనే తేరుకుని

"అయ్యా! నన్ను క్షమించండి. నాకు వేరే ఆధారం లేదు. ఒక్కగానొక్క కొడుకు. వాడికి తల్లి లేదు. కొడుకు పెళ్ళి ముందుగా చెయ్యాలనే ఆలోచన వుండేది. ఆ కళ తీరకుండానే ఆవిడ చనిపోయింది. ఆయన కళ్ళనీళ్ళు పెట్టుకున్నాడు.

నాకు బాధ కలిగింది. ఆయన్ని అనవసరంగా బాధపెట్టానను కున్నంతలో మళ్ళీ కొనసాగించాడు.

"నా కొడుకు చదువుకోసం ఇల్లు అమ్మేశాను. ఇప్పుడు వాడి పెళ్ళి చెయ్యాలి. అందుకోసం ఇలా కష్టపడుతున్నాను. వాడి తల్లి వాడి పెళ్ళి కాలేదనే బెంగతో చనిపోయింది. నేను ముసలివాడినయిపోయాను.

తొందరగా వాడి పెళ్ళి చెయ్యాలి. అందుకు డబ్బు కావాలి. మీరుండేది వైజాగులోనే కాబట్టి మిమ్మల్ని నా కొడుకు పెళ్ళికి పిలుస్తాను" అన్నాడు.

అందరూ ఆసక్తిగా వింటున్నారు. అసలు నేను నరసింహాన్ని ఎందుకు కొట్టానో అందుకు కారణం ఏమిటీ! అంటూ మధ్యమధ్యలో ప్రశ్నిస్తు.

నేను నా ధోరణిలో చెప్పడం కొనసాగించాను.

"ఔను... రైల్లో చెప్పినట్టుగానే విశ్వనాథంగారు నన్ను వాళ్ళబ్బాయి పెళ్ళికి పిలిచారు. ఉన్నంతలో చాలా ఘనంగా పెళ్ళి చేశారు. ఆయన తాహతకు మించి ఖర్చు చేశారనిపించింది. అయితే మళ్ళీ ఆయన మూడోసారి తిరుపతి వెళ్ళే రైల్లోనే తగిలాడు. నేను వెంటనే అడిగాను. ఎందుకు మళ్ళీ మీరు ప్రయాణాలు హాయిగా కొడుకు పెళ్ళయిపోయింది కదా?" అని.

ఆయన క్షణంసేపు మాట్లాడలేదు. ఆ తర్వాత తనే చెప్పలేక చెప్పాడు.

"బాబూ నా కొడుకు కోసమే నేను బతుకుతున్నాను. పెళ్ళయిన తర్వాత కొత్తగా ఎపార్టుమెంటు కొనుక్కొని వేరేగా వెళ్ళిపోయాడు. కొత్త దంపతుల మధ్య నేనెందుకని ఓల్డేజీ హోంలో చేరాను. అయితే..." అంటూ చెప్పడం ఆపి కళ్ళనీళ్ళు పెట్టుకున్నాడు.

ఎందుకు విశ్వనాథంగారు ఏడ్చారో తెలుసా? ఆయన వృద్ధుల ఆశ్రంలో చేరుతుంటే కొడుకు ఆయన్ను ఆపనందుకు. అభిమానవంతుడైన విశ్వనాథంగారు కొడుక్కి భారం ఎందుకని ఇంట్లోంచి వెళ్ళిపోయారు. అసలు తిరుపతే ఆయన తరచుగా ప్రయాణాలు పెట్టుకోవడానికి కారణం స్వామివారి కోవెలలో దొరికే ఉచిత భోజనం" అంటూ ఆపి నరసింహం ముఖంలోనికి చూశాను. అతడి ముఖంలో ఏ భావమూ లేదు.

ఇంతలో కేసు నిమిత్తం వచ్చిన ఎంక్వయిరీ అధికారి నా మాటలకు అడ్డొస్తూ "మిస్టర్ పార్థసారధీ... మీకు రైల్లో పరిచయమయిన ఆ స్వాతంత్ర్య సమరయోధుడి జీవితం గురించి చెపుతున్నారు. ఆయనకూ, నరసింహాన్ని మీరు కొట్టడానికీ ఏమిటి సంబంధం..." అన్నారు.

"అయ్యా! నేను ఇక ఈ కథ ముగించబోతున్నాను. పూర్తయ్యేలోగా విషయం మీకే అర్ధమవుతుంది" అంటూ మళ్ళీ చెప్పడం ప్రారంభించాను.

"నాలుగోసారి మళ్ళీ పది రోజుల క్రితం అదే పనిమీద నేను తిరుపతి వెళ్ళాను. అయితే ఈసారి విశ్వనాథంగారు నాకు రైల్లో కనిపించలేదు.

అయితే తిరుపతి లోకల్ న్యూస్ పేపర్లో ఒక వార్తా కథనం చదివాను" అంటూ చెప్పడం ఆపాను. అందరూ నా వంక రెప్ప ఆర్పకుండా చూస్తున్నారు.

నేను క్షణంసేపు ఊపిరి పీల్చి వదిలి, "ఆ వార్తా కథ ఒక దిక్కులేని శవం గురించి" అంటూ నరసింహం ముఖంలోకి చూశాను. అతను తలొంచుకున్నాడు.

నేను చెప్పడం కొనసాగించాను. "వైజాగులో రైలెక్కిన ఒక డెబ్బై ఏళ్ళ ముసలాయన తిరుపతి చేరేసరికి నిర్జీవంగా కనిపించాడని, ఆయన శవాన్ని తిరుపతి స్టేషనులో దించి ఆయన కొడుక్కు సమాచారం పంపినా ఆ కొడుకు నుంచి ఏ స్పందనా రాకపోవడంతో రైల్వేవారు రైల్వే ఆసుపత్రిలోని మార్చురీలో ఆ శవాన్ని దిక్కులేని శవంగా పరిగణించి వుంచారనే వార్త... ఆ ముసలాయన మీకందరికీ తెలిసిన వ్యక్తే..." అంటూ ఆపాను.

"ఆయన విశ్వనాథంగారు కదా!" అన్నారు అంతా. నరసింహం మాత్రం పెదవి విప్పలేదు.

"ఆయన శవం ఇప్పటికీ మార్చురీలోని ఫార్మాలిన్ ద్రావణంలో తేలుతోంది. అదీ తిరుపతి రైల్వే అస్పత్రిలో..." అంటూ నరసింహం వంక కన్ను ఆర్పకుండా చూశాను. నరసింహంలో ఏ చలనమూ లేదు. నేను వెంటనే లేచి నుంచుని ఎంక్వయిరీ ఆఫీసరుగారికి నమస్కారం పెట్టి "అయ్యా, ఇంతసేపు ఓపికగా నేను చెప్పిందంతా విన్నందుకు కృతజ్ఞతలు. అయితే ఒక్కమాట చెప్పి నా స్టేట్‌మెంట్ ముగిస్తాను" అన్నాను.

"సరే కానివ్వండి" అన్నారా ఆఫీసరు.

"తండ్రి గొప్పదనం కొడుకు పెళ్ళిలో తెలుస్తుంది. కొడుకు ప్రయోజకత్వం తండ్రి చావులో తెలుస్తుంది. ఈ మాటలు చెప్పింది ఎవరో నాకు తెలీదు. ఇలా చెప్పిన ఆ మహానుభావుడికి పాదాభివందనం..." అంటూ చెప్పడం ముగించి కూర్చున్నాను.

ఈసారి నరసింహం వంక చూడలేదు. అతడిని చూడడం ఇష్టంలేక కళ్ళు మూసుకున్నాను.

ఇంతలో అందరికీ ఆశ్చర్యం కలిగించేలా నరసింహం ఏడవడం ప్రారంభించాడు. గుండుసూదితో గుచ్చితే మెల్లగా వచ్చే రక్తంలా అతని కళ్ళ నించి మెల్లగా వస్తున్న కన్నీళ్ళు. అవి క్రమేపీ ఉధృతంగా మారాయి.

★★★★★★★★★★★★

విశాఖ విశ్రాంత ఆశ్రమం కథల పోటీ లో బహుమతి పొంది స్వాతి వీక్లీ లో ప్రచురితమైన కథ

కోడ్ రెడ్!

కళ్ళ మీద వంద కేజీల బరువున్నట్టు, రెప్పల్ని దారంతో కట్టేసినట్టు మూసుకున్న కళ్ళను తెరవలేకపోతున్నాడు కుమార్. ఛాతీకి ఏదో తగులుతోంది. ఒళ్ళంతా కోసేసినట్టుగా ఉంది. మళ్ళీ ఎవరో మీద పడుతున్నారు! ఒరేయ్ ఎవరురా... మీదకొస్తున్నారు?!

ఇంతకీ తను ఎక్కడున్నాడు? ఏదో ఉక్కిరిబిక్కిరిగా ఉంది. తను అరిచినా ఎవరూ నోరు మెదపరేంటి?! అంతా మూగనోము పట్టారు. ఏమయింది వీళ్ళందరికీ? అసలు తనకు ఏమయింది?! ఊపిరి పీల్చడానికి కష్టంగా ఉంది. దానికి తోడు ఒంటి మీద వంద కేజీల బరువు. నాలుగు పొరలున్న జాకెట్టు, నెత్తికి కేప్, సన్ గ్లాసెస్, కాళ్ళకు రబ్బర్ ఇన్సులేటెడ్ బూట్లు.

కుమార్ జ్ఞాపకం తెచ్చుకోవడానికి ప్రయత్నిస్తున్నాడు. తనిప్పుడు కార్గిల్‌లో ఉన్నాడు. మిలిటరీ పోస్టులో చేరి వారం అయింది. తను డాక్టరు. ఆర్మ్‌డ్ ఫోర్సెస్ మెడికల్ కాలేజీలో చదివి, కాలేజీలోని ఆఖరి సంవత్సరంలో లెఫ్టినెంట్ అయ్యాడు. ఇప్పుడు కార్గిల్‌లో ఈ మిలిటరీ పోస్టులో తను మేజర్. ఇక్కడ ఈ శీతాకాలంలో శరీరాన్ని గడ్డ కట్టించే మైనస్ డిగ్రీల వాతావరణం. చేతులకు హేండ్ గ్లవ్స్ లేకుండా ఏం పట్టుకున్నా ఆ అతి శీతలకు దేహ భాగం తెగి పడిపోతుంది. అలాంటి కార్గిల్‌లో దేశ రక్షణకోసం పాటుపడుతున్న వందలాది సైనికులు. నిరంతరం ఏదో ప్రమాదానికి లోనవుతున్నారు. క్షణ క్షణం జాగరూకతతో ఉన్నా శత్రువుల దొంగదెబ్బకు బలవుతున్నారు. నిరంతరం మంచు కురిసే నేపథ్యం. ఇక్కడ పండుగలు, నిర్ణీత పని గంటలు, సెలవులు లేవు. కాలకృత్యాలు తీర్చుకోవడానికి ఇబ్బందే. ఇక్కడ ముగ్గురు శుత్రువులు ప్రకృతితో పాటూ ఒకవైపు పాక్ ఆక్రమిత కాశ్మీర్ నుండి పాక్ సైన్యం. మరొకవైపు తూర్పు చైనా.

వీటితో పాటూ ఆరోగ్య సమస్యలు. శరీరంలో ఎక్కువగా తయారయ్యే ఇన్సులిన్. ప్రమాద స్థాయిని దాటే థైరాయిడ్ గ్రంథి స్రావాలు. రక్తంలో పెరిగే గ్లూకోజు స్థాయి. నెత్తురును చల్లబరిచే చలి ` ఐతే పౌరుషం మాత్రం చల్లబడకూడదు. చంపడం లేదా చావడం. సైనికులు పహారా కాయడం అంటే ప్రాణాలను పణంగా పెట్టడం. ఈ క్రమంలో ఏం జరిగింది?! మంచు తుఫాను తాకిడికి సైనికులు చాలా మంది జబ్బుపడ్డారు. అత్యవసర చికిత్సలు మొదలైనాయి. అందరూ అదే పనిలో ఉన్నారు. తన పర్యవేక్షణలో తాత్కాలికంగా ఏర్పాటైన ఆరోగ్య శిబిరంలో రోగులకు బి.పి. చూడడం, పల్స్ చెక్ చేయడం, అత్యవసర చికిత్స కావలసినవారిని హెలికాప్టర్‌లో తరలించడం.

తాము అంతా ఈ హడావుడిలో ఉండగానే ఎదురుగా ఉన్న శతృ శిబిరం మిలిటరీ పోస్టు నుండి షెల్లింగ్ మొదలయ్యింది. అంటే ఫిరంగి దాడి. అంతా వైద్య శిబిరంతో కంగారుపడుతున్న సమయంలో ఈ దొంగదెబ్బ ` ఈ దాడి నుంచి రక్షించుకోవడానికి, ప్రతిఘటించడానికి పహారా సైనికులు ఎలర్ట్ అయ్యారు. ఫిరంగి పేల్చినవారు తమ ఆరోగ్య శిబిరాన్ని చుట్టుముట్టారు. కన్ను

మూసి తెరిచే లోగా ఏదో తెల్లటి పొగ లాంటి రసాయనిక వాయువు ఆ చుట్టుప్రక్కల వ్యాపించింది. కొందరు ఫిరంగుల శబ్దానికి పడుకుండిపోయారు. పహారా సైనికులు, సెంట్రీలు వైద్య సిబ్బంది మాత్రం ఎలర్ట్ అవ్వడంకోసం నిలుచుండిపోయారు. ఫిరంగి నుంచి వచ్చిన పేలుడు శకలాలు తనకు శరీరంలో ఎక్కడో గుచ్చుకున్నట్టు లీలగా జ్ఞాపకం... ఇప్పుడు మెలకువ వచ్చింది. ఫిరంగి పేలుడు జరిగి ఎంతసేపయి ఉంటుందో... అంతా నిశ్శబ్దం.

బాంబు దాడికి కలిగిన షాక్ లేదా గాయల వలన రక్తం కారడంతో తను ఇలా అపస్మారక స్థితిలో ఉండిపోయాడా?! ఇంతలో ఎవరో వస్తున్న చప్పుడు. మెల్లగా చీకటి తెరలు... సాయంకాలం గడుస్తోంది. నిశీధిలోకి ప్రయాణిస్తోంది కాలం. బలంగా కళ్ళు మిరుమిట్లు గొలిపేటి ఒక వెలుగు ` ఒక టార్చి లైటు బాగా తీక్షణంగా కాంతిని ప్రసరింపచేస్తోంది. అది ముఖం మీద పడిరది. ఏవో మాటలు వినిపిస్తున్నాయి. “అందరూ చనిపోయారా?! చావనివాళ్ళని చంపేద్దాం...” ఉర్దూలో అనుకుంటున్న మాటలు.

అర్ధమైంది కుమార్‌కు. గుండె ఆగినంత పనయ్యింది. శత్రు సైనికుడు బ్రతికున్నవాళ్ళను పరీక్ష చేస్తున్నాడు. చంపేద్దామని ఒక్కొక్కరిని తనిఖీ చేసుకుంటూ వెళ్తున్నట్టున్నాడు.

కుమార్ ఊపిరి బిగబట్టాడు. తాను చచ్చినట్టు పడుండాలి. ప్రతీ రోజూ చేసే

ప్రాణాయామం గుర్తుకొచ్చింది. కడుపు నిండా గాలి పీల్చుకోవాలి, వదలాలి. అయితే ఇపుడు తాను గాలి మాత్రం పీల్చుకొని ఊపిరి బిగబట్టా. అంతే! చలనం లేకుండా అలాగే ఉండిపోయాడు, నిమిషం సేపు... వాడు పరిశీలనగా ముఖంకేసి చూసి గట్టిగా మెడపై తన్నాడు. కళ్ళు బైర్లు కమ్మాయి. అదృష్టవశాత్తు గొంతు దాటిన కేక బైటికి రాలేదు. మళ్ళీ అపస్మారకం!

★★★

ఏదో అడుగుల చప్పుడు. చిరపరిచితమైన స్వరాలు... తాను ఇంతకీ బతికే ఉన్నాడా?! మెడ దగ్గరచాలా నొప్పి. ఊపిరి పీల్చడం కష్టంగా ఉంది. వచ్చినవాళ్ళు మనవారేనా? ఆలోచనలో పడ్డాడు. మెల్లగా ఆ శబ్దాలకేసి మనసు పెట్టాడు. వచ్చినవాళ్ళు ట్రయేజ్ అంటున్నారు. ట్రయేజ్ (ఁతీఱaస్త్రవ) అంటే యుద్ధాలు, భూకంపాలు, వరదలు వచ్చినపుడు అధిక సంఖ్యలో క్షతగాత్రులు ఉంటే వారిలో అత్యవసరంగా వైద్యం అందవలసిన వారిని మిగతా వారి నుంచి వేరుపరచడం. వైద్య సహాయం అందచేయడం!

గతంలో డాక్టర్‌గా తను చేసిన ట్రయేజ్ ప్రక్రియ గుర్తుకొచ్చింది లీలగా ` తక్కువ సమయంలో ఎక్కువ మందిని బ్రతికించాలి. అందుకోసం కోడ్‌లు ఉపయోగిస్తారు.

కోడ్ రెడ్ : ఈ రెడ్ టేగ్ వేసిన వారికి వెంటనే వైద్య సహాయం అందాలి. వారు బ్రతికే అవకాశం ఎక్కువ.

కోడ్ ఎల్లో: వీరికి ప్రమాదం లేదు. చికిత్స ఆలస్యం అయినా ఇబ్బంది లేదు.

కోడ్ గ్రీన్ : ఈ గ్రీన్ టేగ్ వారికి మరింత సమయం ఉంటుంది. తర్వాత చికిత్స ఇవ్వవచ్చు.

కోడ్ బ్లేక్ : బ్లేక్ టేగ్ వేసారంటే ఆ వ్యక్తి చనిపోయినవాడై ఉంటాడు. లేదా చికిత్స చేసినా ఇక బతకడు అని అర్ధం.

కుమార్ మనసులో గతంలో తను చేపట్టిన ట్రయజ్‌లోని దృశ్యాలు కళ్ళ ముందు మెదిలాయి. ఇప్పుడు తను ఉన్న పరిస్థితులలో తనకు రెడ్ టేగ్ వెయ్యాలి. తనకు వెంటనే చికిత్స అందించాలి. ఐతే ఆ విషయం వాళ్ళకెలా తెలుస్తుంది? తను శవాల మధ్య ఉన్నాడు. తను ఎంత అరిచినా ఎవరూ నోరు మెదపడంలేదంటే తన చుట్టుపక్కల వాళ్ళంతా చనిపోయారన్నమాటే కదా! తను శవాల గుట్టలో ఉన్నాడు, ఒక శవం లాగా... తను అరిచి చెపుదామన్నా గొంతు మీద తగిలిన బలమైన దెబ్బతో గొంతు పెగలడంలేదు.

ఎవరో అంటున్న మాటలు మరింత కృంగదీశాయి. "అయ్యో! డాక్టర్ కుమార్‌తో సహా ఆ ముప్ఫయి మందికి బ్లేక్ టేగ్ వేసారా?! అందరూ చనిపోయినవాళ్ళే... ఆ వేన్‌లోకి బదిలీ చేసారా డెడ్ బాడీస్‌ని?"

"మై గాడ్! డాక్టర్ కుమార్ అనబడే నేను డెడ్ బాడీగా మారిపోయానా?! ఈ శవాల మధ్య ఉండడం వలన తనను శవంగా చేశారా?! తనిప్పుడు వేన్‌లో వున్నాడా `అంటే మార్చురీకా...

కుమార్ మెదడు మరింత మొద్దుబారింది. "అయ్యో... అదేమిటి... కొద్దిసేపటి క్రితం తను చనిపోయినట్టు నటించాల్సి వచ్చింది. ఇప్పుడు ఆ పాత్ర నుంచి బ్రతికున్న పాత్రలోకి పరకాయ ప్రవేశం చెయ్యాలా?! ఇప్పుడు వారికి తను బతికున్నట్టు ఋజువు చెయ్యాలి. ఎలా? మనసు పని చేయడం మానేసింది. దానికి ఇప్పుడు పని పెట్టాలి. ఒకవైపు మత్తుగా ఉంది. కళ్ళు మరీ మూసుకుపోతున్నాయి.

"అయ్యో... ఎంతోమందికి ప్రాణం పోసిన డాక్టర్ కుమార్ ఇప్పుడు విగతజీవిగా బ్లేక్ టేగ్‌తో ఉన్నాడు. అతడిని రక్షించే దశ దాటిపోయిందనుకుంటా... చనిపోయినవాళ్ళను వదిలేసి, బతికున్నవాళ్ళను ఆ శతృ మిలిటరీ పోస్టు సైనికులు చంపబోతుంటే తాము సమయానికి ప్రతిఘటించాము. వారు తక్కువ సంఖ్యలో ఉండటంతో అక్కడి నుంచి పారిపోయారు. మిగిలిన వారిని కాపాడగలిగాము.

ఆ మాటలకు మరింత మనసు కృంగిపోయి డీలాపడిరది. అయినా తప్పదు. ఇప్పుడు బ్రతకడం కోసం ఏం చెయ్యాలి? క్షణాలు గడుస్తున్నాయి. తనకు బ్లేక్ టేగ్ వేసేశారు. తనను బ్రతికున్నవాళ్ళ జాబితాలోంచి తీసేశారు. ఇప్పుడు తనకు కావల్సింది కోడ్ రెడ్ `అంటే అత్యవసర చికిత్స. ఏదో చెయ్యాలి. జాగృదావస్తకు నిద్రకు మధ్య `స్పృహకు నిస్పృహకు నడుమ.

కళ్ళు మూతలు పడుతున్నాయి. తను బ్రతికే ఉన్నాననే ఉనికిని చుట్టుప్రక్కలున్న సహచరులకు తెలియచేయాలి. ఇక లాభం లేదు. ఊపిరి బిగబట్టాడు. శక్తినంతా కూడదీసుకున్నాడు. ఆ వేన్‌లోని ఇనుపకమ్మీకి గట్టిగా తన నుదురుని శబ్దం వచ్చేలా కొట్టాడు. మళ్ళీ స్పృహ తప్పింది కుమార్‌కు.

★★★

తెల్లటి గది గోడలు. ఆ తెల్లదనాన్ని మరింత తెల్లగా చేస్తోన్న ఆ గదిలోని దీపాలు. ముక్కు నుంచి నోటి నుంచి వేలాడుతున్న గొట్టాలి. కుమార్ కళ్ళు తెరిచాడు. గాఢమైన నిశ్శబ్దం. అంటే తను బతికే ఉన్నాడు. వెంటిలేటర్ మీద. అంటే తనను బతికించారు. కోడ్ బ్లాక్‌లో ఉన్న తను కోడ్

రెడ్‌కి ఎలా మారేడు?! తను ఆ వేన్‌లోని కమ్మీకి నుదురుతో గట్టిగా కొట్టుకున్నాడు. ఆ శబ్దానికి అందరూ తనను గుర్తుపడతారనే ఆశ! కానీ ఆ దెబ్బకు స్పృహ తప్పింది. ఈ ఐ.సి.యు. లోకి ఎలా వచ్చాడు? ఆలోచనలో ఉన్న కుమార్‌కు మందుల ప్రభావం వలన మళ్ళీ మగత కమ్మింది. నిద్రలోకి జారుకున్నాడు.

★★★

''డాక్టర్... డాక్టర్ ఎలా ఉంది?!''

తన ముఖంలోకి చూస్తున్న ఒక ఆజానుబాహువు. తెలుగాయనే... కల్నల్ రామదాస్. చీఫ్ మెడికల్ ఆఫీసర్.

''బావుంది సార్'' అన్నాడు. తనను ఐ.సి.యు. నుంచి సాధారణ గదికి షిఫ్ట్ చేసినట్టున్నారు అనుకున్నాడు. గదిలోని కిటికీ తలుపు తెరిచే ఉంది. చల్లటి గాలి తగిలి, హాయిగా అనిపించింది.

''సూపర్. మీరు బ్రతికి బయటపడ్డారు. మీ సమయస్ఫూర్తి, సాహసం మిమ్మల్ని బ్రతికించాయి. మీరు 'కోడ్ బ్లాక్' లిస్ట్‌లో ఉన్నారు. మన శత్రుకూటమి చంపేసిన సైనికుల మధ్యలో ఉండిపోయారు. ఆ క్రమంలో మీరూ చనిపోయారనుకుని ట్రయేజ్ నిర్వహించిన వైద్యసిబ్బంది మీకూ బ్లేక్ టేగ్ వేసేశారు. అయితే మీ తలను వేన్‌లోని ఒక ఇనుపకమ్మీకి కొట్టుకోవడంతో వచ్చిన శబ్దానికి అందరూ ఉలిక్కిపడ్డారు. అందుకే మరోసారి చెక్ చేశారు. అన్ని శవాల మధ్య బ్లేక్ టేగ్‌లు వేసిన వారి మధ్య మీకు వేసిన బ్లేక్ టేగ్ ఎర్రగా ఉంది. అది కోడ్ రెడ్‌ను చూపించింది. ఎందుకో తెలుసా?!'' అన్నాడు ఆయన.ఆశ్చర్యంగా చూస్తూ ఉండిపోయాడు కుమార్.

ఆయన వెంటనే చెప్పాడు, ''మీరు తలతో కొట్టుకోగానే నెత్తురు కారింది. ఆ బ్లేక్ టేగ్ రంగు కాస్త ఎరుపుగా మారింది. అలా మీరు కోడ్ రెడ్ టేగ్‌లోకి మారారు. వెంటనే పరీక్ష చేసిన సిబ్బంది మీరు బతికే ఉన్నారని అర్ధం చేసుకుని ప్రథమ చికిత్స జరిపి వెంటనే హెలికాప్టర్‌లో మన హెడ్ క్వార్టర్ ఆసుపత్రికి తరలించారు. అలా మీరు రక్షింపబడ్డారు'' అన్నాడాయన.

ఆ మాటలకు ఒక్కసారి విస్మయం, ఆనందం రెండూ కలిగాయి. కుమార్ ఆయనకు రెండు చేతులూ జోడిరచాడు.

''గాడ్ బ్లెస్ యు'' అంటూ ఆయన చేతిని ఆప్యాయంగా నొక్కి ఆ గదిలోంచి బైటకు కదిలాడు.

ఆ గది కిటికీలోంచి దూరంగా కనిపిస్తున్న భవనం ఎర్రటి బురుజుపై వేళ్ళాడుతున్న త్రివర్ణ పతాకం.

చేయి పైకెత్తి సెల్యూట్ చేశాడు మేజర్ సూర్య కుమార్. ఉదయించే సూర్యుడు లాంటి సూర్య కుమార్.

★★★★★★★★★★★★

స్వాతి సాహస కథ ల పోటీ లో ప్రథమ బహుమతి పొందిన కథ

కూలిన శిఖరం

జానకిరామయ్య ఉదయం ఐదు గంటలకే ఆ ఆస్పత్రి గేటు దగ్గరకొచ్చి నిలబడ్డాడు. రక్త పరీక్షల కోసం వచ్చాడు. ఉదయం ఫాస్టింగ్ బ్లడ్ షుగరు, ఇంకా ఇతర పరీక్షలు చేయించాలి. అందుకే అంత తొందరగా వచ్చేసాడు. ఆ పరీక్షలన్నీ అయ్యేసరికి ఉదయం ఎనిమిది అయింది. ఆ పక్కనే ఉన్న హోటల్‌లోకి వెళ్ళాడు. రెండు ఇడ్లీ తిని, కాఫీ తాగితే కాస్త కుదుటపడతాను అనుకున్నాడు. అలా ఆ హోటల్‌లో ఒక గంట గడిచింది. డాక్టరుగారు రిపోర్టు తీసుకు రమ్మన్నారు. అవి రావడానికి ఇంకో మూడు నాలుగు గంటలు పడుతుంది. అంతవరకూ ఏం ఛెయ్యాలి?! ఏం చెయ్యాలో ముందే నిర్ణయించుకున్నాడు. అది తనకు ఇష్టమైన పనే. పుస్తకాల షాపులో గడపడం.

ఆరోజు ఆదివారం. విశాఖపట్నం, పోలీస్ కమీషనర్ ఆఫీస్ ఎదురుగా మూసేసిన దుకాణాల ముందు సెకండ్ హేండ్ పుస్తకాల షాపులు వెలుస్తాయి. తను ఆ దుకాణాల్లోకి ప్రవేశించితే స్వర్గంలోకి ప్రవేశించినట్టనిపిస్తుంది. అలా ఆనందోత్సాహంతో ఆ సెకండ్ హేండ్ పుస్తకాల సముదాయాల్లోకి అడుగుపెట్టాడు. అక్కడ ఉన్న సౌలభ్యం కూర్చుని చూసుకోవచ్చు. ఒక అరుగు మీద పరచిన ఆ పుస్తకాల షాపు వైపు దృష్టి సారించాడు. అక్కడ స్థిమితంగా కూర్చుని పుస్తకాలను పరికిస్తున్నాడు. 'గురజాడ వారి కన్యాశుల్కం' పేజీలు తిరగేస్తుంటే గిరీశం, బుచ్చమ్మ కళ్ళ ముందు మెదిలారు. ఇంకా ముందుకు కదిలితే గోపీచంద్ గారి 'అసమర్ధుని జీవితయాత్ర'. ఆ నవలలోని సీతారామారావు తన ముందు నుంచున్నట్టనిపించింది. తను పుస్తకాలు కొనకపోయినా ఆ పుస్తకాలు అలా చూడడం గొప్ప అనుభూతి. ఆ పుస్తకాలన్నీ తన ఇంట్లోని లైబ్రరీలో ఉన్నవే!

తన లైబ్రరీ గుర్తుకు రాగానే ఆనందం, దుఃఖం ఏక కాలంలో కలిగాయి జానకిరామయ్యకు. ఇంట్లో గ్రంథాలయం ఏర్పరుచుకోవాలనేది తన పాతికేళ్ళ కల ` తను సేకరించిన పుస్తకాలు రెండు వేలకు పైగా ఉన్నాయి. వీటికి భార్య అట్టలు వేయించి, బైండు చేయించేది. ఇప్పుడు వాటికి చెదలు పడుతున్నాయి. వాటిని బాగుచేసే భార్య లేదు! తనకు ఈ డెబ్భై ఏళ్ళ వయసులో ఓపిక లేదు. ఇల్లంతా పాడవుతోందని కొడుకు, కోడలు గోల పెడుతున్నారు. వారి బాధ ఏమిటి?! నిస్సత్తువగా ఆ పుస్తకాల పేవ్‌మెంటు మీద కూలబడ్డాడు జానకిరామయ్య.

తన ఇంటి పైన ఒక పోర్షన్ కట్టించాడు. దానిని గ్రంథాలయంగా మార్చుకున్నాడు. ఆ గది కిటికీలోంచి చూస్తే ఆకాశం... చెట్టు, చేమా, సమస్త ప్రకృతి కనిపిస్తుంది. అక్కడే తను ఎన్నో ఉద్గ్రంథాలు చదివాడు. తనలోని రచయిత ఊపిరి పోసుకున్నది అక్కడే! మెల్లగా ఆ గదిలో ఆరంభమైన రచనా వ్యాసంగం ఈ ఇరవై ఏళ్ళలో తను ఆంధ్ర దేశంలో ప్రముఖ కథకుల సరసన

నిలబడేట్టు చేసింది. రిటైరైన పదేళ్ళ నించీ తన రచనా వ్యాసంగం, అధ్యయనం మరీ ఎక్కువయింది. కారణం తన చిన్న గ్రంథాలయం!

ఇప్పుడు కొడుకు తనను అడుగుతున్నదేమిటి?! 'ఆ పుస్తకాలు అమ్మేసి ఆ రెండు గదుల బెడ్ రూమ్ అద్దెకిస్తే పదివేల రూపాయల అద్దె వస్తుంది కదా!' అని, అప్పుడు తనేమన్నాడు 'నేను పోయిన తర్వాత నా మీద వేసి తగలబెట్టండి. అంతవరకూ నా పుస్తకాలను ఏమీ చెయ్యకండి' అనేసాడు కోపంగా ఒకసారి.

''సార్ నమస్కారం'' ఎవరో అపరిచితుడు పిలవడంతో ఆలోచనల్లోంచి బైటకొచ్చి తలెత్తాడు.

''సార్ మీరు జానకిరామయ్యగారు కదా! మీ కథలు చదువుతాను. బావుంటాయి. అన్నీ మానవ సంబంధాల మీద రాసినవే... హృద్యమైన కథలు'' అన్నాడతను.

''బాబూ... మీలాంటి యువకులు కథలు చదవడం సంతోషం. నలభై లోపు వాళ్ళకు సాహిత్యం మీద అభిరుచి లేదు'' అన్నాడు.

''లేదండి నాకు చాలా ఇష్టం. పుస్తకాలు అంటే ప్రాణం. 'చిరిగిన చొక్కా అయినా తొడుక్కో. కొత్త పుస్తకం మాత్రం కొనుక్కో' అన్నారు కదా... నేను అదే పని చేస్తున్నాను. నేనొక చిరుద్యోగిని. అయినా పుస్తకాల మీద అభిమానంకొద్దీ వారం వారం ఈ సెకండ్ హేండ్ పుస్తకాల మీద పడతాను'' అన్నాడు నవ్వుతూ.

''బాగుంది'' అన్నాడు జానకిరామయ్య అతడి నవ్వుతో శృతి కలిపి.

''సార్, ఈ కరోనా తర్వాత చాలా పత్రికలు మూతపడ్డాయి. విదుర, చకిత, ఆంధ్ర వెలుగు, పాలపుంత, బంగారు మామ... ఇవన్నీ కనుమరుగైనాయి. కారణం ఏమిటంటారు?!'' అన్నాడు.

''చాలా కారణాలు ఉండవచ్చు. నాకు తెలిసిన ఒక కారణం. తరాల అంతరాలు. దీనినే జనరేషన్ గేప్ అంటారు. సాహిత్య పత్రికలు కొని చదివే తరం మెల్లగా తగ్గుతోంది. ప్రపంచంలో పదమూడు కోట్ల మంది తెలుగువారున్నారు. దాంట్లో పది శాతం మంది చదివినా ఈ పత్రికలు మూల పడవేమో అని నా ఉద్దేశ్యం!! సాహిత్యం సంస్కారాన్ని నేర్పుతుంది'' అన్నాడు జానకిరామయ్య.

''సార్, మీలో ఈ సాహిత్యాభిలాషను నేర్పింది ఎవరు?'' అన్నాడు ఆ వ్యక్తి.

ఒక్కసారిగా మనసులో ఉల్లాసం, ఉత్సాహం ఏకబిగిన కలిగాయి జానకిరామయ్యకు. తన తండ్రి గుర్తుకొచ్చాడు. ప్రతీ పుట్టినరోజుకు బహుమతిగా ఒక పుస్తకం కొని ఇచ్చేవాడు నాన్న. మహానుభావుల జీవితచరిత్రలు, సంస్కృతీ సాంప్రదాయం నేర్పించే పుస్తకాలు, ఇలా ఎన్నో... ఆ పుస్తకాలన్నీ ఇప్పటికీ తన దగ్గర పదిలంగా ఉన్నాయి. 'నాయనా! పుస్తకం అంటేనే సంస్కృతి. మన హెరిటేజ్. మనం సరిగ్గా నడిచేందుకు ముందుకు దారి చూపే దీపధారులే పుస్తకాలు' అనేవాడు నాన్న.

ఆ విషయం అంతా గుర్తొచ్చి ఆ వ్యక్తికి చెప్పాడు. అలా అంటుంటే జానకిరామయ్యకు తన కొడుకు గుర్తుకొచ్చాడు. అతడిలో తను సాహిత్యంపై మక్కువ పెంచే ప్రయత్నం చేయలేదు. వాడు

ఏ రోజూ ఒక్క పుస్తకం చదివిన పాపాన పోలేదు. వాడిని తను ఎందుకో సాహిత్యానికి దూరంగానే ఉంచాడు. వాడిని ఉరుకుల పరుగుల, పోటీ చదువుల వైపు తోసాడు. అది తన తప్పే! స్వయంకృతాపరాధం! తన సాహిత్యాభిలాష వైపుగా వాడిని దృష్టి పెట్టనివ్వలేదు. కారణం వాడి చదువు పాడవుతుందని. అందుకేనేమో వాడికి తన గ్రంథాలయం నిరుపయోగం అనిపిస్తోంది అనుకున్నాడు బాధగా.

''సార్, ఈ మధ్య చనిపోయిన ప్రముఖ కథకుల గురించి, ఈ ఆగిపోయిన పత్రికలలో వారికి నివాళిగా మీరు రాసిన వ్యాసాలు చదివాను. అద్భుతః ఇక ఇలాంటి నివాళులు వుండవేమో'' అన్నాడా వ్యక్తి.

''ఔను. ఆగిపోయిన పత్రికలకు మనం నివాళులు అర్పించే పరిస్థితి. ఇప్పుడు ఇంక వెళ్ళిపోయిన సాహిత్యకారులకు నివాళులు ఎలా ఉంటాయి?! అవి రాసే పత్రికలేవి?!'' అన్నాడు నిరాశగా.

అలా అంటుంటే జానకిరామయ్యకు ఏదో దిగులు కలిగింది. తనకూ సాహిత్యకారుడిగా కొద్దో గొప్పో స్థానం ఉంది. తనకూ చనిపోయిన తర్వాత ఆ నివాళి వస్తుందని ఆశపడ్డాడు. అది తను చూడలేకపోయినా... అయినా ఇప్పుడా పత్రికలు లేవు. నివాళులు వుండవు. అంత నిరాశలోనూ జానకిరామయ్యకు చిన్నగా నవ్వు వచ్చింది తన ఆలోచనకు.

ఇంతలో ఆ వ్యక్తి ఒక పుస్తకం తన చేతికి ఇచ్చి, ''సార్ ఈ పుస్తకం మీద పేరు ఉంది. అది మీరు ఎవరికో ఇచ్చి ఉంటారు. దాన్ని వారు అమ్మేసారు'' అన్నాడతను తన పుస్తకం తన చేతికి అందిస్తూ.

ఆ పుస్తకం తీసుకుని చూసాడు ' 'బుచ్చిబాబు అరకు లోయలో కూలిన శిఖరం'. జానకిరామయ్య 1-1-2000 అని రాసుంది. ఈ పుస్తకం ఇక్కడికి ఎలా వచ్చింది?! అన్నాడు జానకిరామయ్య విస్తుబోతూ ఆ పుస్తకాల షాపు యజమానితో.

''మా కుర్రాడు గంట క్రితమే ఎమ్.వి.పి. కాలనీలో ఎవరో అమ్మేస్తే తెచ్చాడు. రెండు వేలకు పైగా పుస్తకాలు. అవిగో...'' అంటూ చూపించాడు, కొంచెం దూరంలో కట్టలుగా కట్టిన పుస్తకాలను.

ఆ మాటలకు జానకిరామయ్య మనస్సు కృంగిపోయింది. ఇక అక్కడ ఉండలేకపోయాడు. తనకు ఇష్టమైన ఆ పుస్తకం అక్కడ వుంచలేక కొని గబగబా బైటకు నడిచాడు. రిపోర్టుల కోసం ఆస్పత్రికి వెళ్ళాలనిపించలేదు. హృదయం దుఃఖంతో భారమయింది. కళ్ళ నించి నీళ్ళు జలజలా రాలాయి. ఆటోని పిలిచి అడ్రస్ చెప్పాడు. ఇల్లు రాగానే గేటుకు తగిలించిన టు'లెట్ బోర్డు వెక్కిరిస్తూ కనిపించింది.

''కాఫీ తాగి వెళుదురు గాని'' అన్న కోడలు మాటలు పట్టించుకోకుండా గబగబా మేడగది మెట్లెక్కాడు. అంతవరకూ వుస్తకాలతో కళకళలాడిన ఆ మేడగది బోసిగా ఉంది. పుస్తకాలు లేని ఆ గది అతనికి స్మశానంలా అనిపించింది. శూన్యంగా ఉన్న ఆ గదిలో నేల మీద భారంగా పడుకున్నాడు జానకిరామయ్య.

పావుగంట తర్వాత మనవరాలు కాఫీ తీసుకొచ్చి "తాతయ్యా!" అని పిలిచింది. అతను పలకలేదు. మనవరాలు క్రిందకు వెళ్ళి తాతయ్య మాట్లాడడంలేదు" అంది.

కోడలు చిన్నగా నవ్వి, "పుస్తకాలు అమ్మేసామని అలిగినట్టున్నారు. ఇల్లంతా చెదలు, ఏం చెయ్యగలం?! ఇప్పుడు అద్దె మిగులుతుంది. డాడీ రాగానే సర్దిచెపుతారులే!!" అంది.

గంట తర్వాత వచ్చాడు జానకిరామయ్య కొడుకు.

అప్పటికే ఆ గదిలో నేల మీద పడుకున్న తండ్రిని చేత్తో తట్టి లేపాడు. జానకిరామయ్య శరీరం చల్లగా తగిలింది. అతని గుండెల మీద నుంచి జారి పడిరది 'బుచ్చిబాబు అరకు లోయలో కూలిన శిఖరం'.

★★★★★★★★★★

. సాహితీ కిరణం కథల పోటీ లో బహుమతి పొందిన కథ

పాపికొండలు!

పాపికొండలు చూడడానికి భద్రాచలం లాంచి సర్వీసు వారి లాంచీ మీద వచ్చిన యాత్రికుల బృందం, దిగగానే ఒక్కసారి ఆశ్చర్యానుభూతులకు లోనయ్యారు. ఆ సుందర ప్రదేశం చూసి వారి ఆనందానికి పట్టపగ్గాలు లేవు.

''నిజమే పాపికొండలు అసలు పేరు 'పాపిడి కొండలు'. మన నెత్తిమీద పాపిడిలా మధ్యలో గోదావరి, చుట్టూ కొండలు. పాపికొండల అందం చూసి మైమరచిపోతాం'' చెప్పాడు ఒక యాత్రికుడు.

భద్రాచలం నుంచి వచ్చిన ఆ యాత్రికుల బృందం పట్టిసీమ, గండిపోచమ్మ గుడి, దేవీపట్నంలో అల్లూరి సీతారామరాజు దగ్ధంచేసిన పోలీస్ స్టేషన్, పోలవరం ప్రాజెక్టు చూసుకొని మధ్యాహ్నంకల్లా పాపికొండలు చేరారు. అక్కడే వారికి మధ్యాహ్న భోజనం.

ఆ చల్లటి గోదావరి గాలికి పరవశమైన ఇంకో యాత్రికుడు, ''ఇది ఆంధ్రా కాశ్మీర్'' అనేసాడు.

''అందరూ భోజనాలకు పదండి'' అన్నాడు ఆ లాంచి డ్రైవరు. అంతా బిలబిలమంటూ కదిలారు. అక్కడ పర్ణశాల మాదిరిగా తాటాకు పందిరి క్రింద బల్లల మీద వేడివేడిగా భోజనాలు హాట్ ప్యాక్ బాక్సుల్లో సిద్ధంగా వున్నాయి. క్యూలో నుంచున్న అంరికి చక చకా కావలసినంత వడ్డిస్తోంది ఒక పాతికేళ్ళ అమ్మాయి.

జుట్టు కొప్పులా ముడి వేసింది. ముక్కున పుడక, చెవులకు తమ్మెలు, నుదుట మీద రూపాయి కాసంత బొట్టు.

పొడుగ్గా వుంది. సన్నగా ఉన్నా బలంగా వుంది. కాళ్ళకు నడుస్తున్నప్పుడు శబ్ధం చేసే వెండి పట్టీలు. మోచేతికి వరకూ రకరకాల రంగుల గాజులు. మనిషి చామనఛాయ రంగులో వున్న చలకీగా, ఆకర్షణీయంగా ఉంది. తన చలాకీతనంతో నవ్వే ముఖంతో అందరినీ ఆకర్షిస్తోంది. ఒక్కసారి చూసినవాళ్ళు ఆమెను మరోసారి చూసి, తమ ప్లేట్లలో వడ్డిస్తున్న ఆమెను శల్యపరీక్ష చేస్తున్నారు.

''చూసి వడ్డించు. అందరికీ సరిపోవాలి. నీది పెద్ద చెయ్యి, జాగ్రత్త!'' అన్నాడు ఎవరో పెద్దాయన. బహుశా ఆ లాంచి తాలూకూ మనిషేమో!

''ఫరవాలేదు రామయ్య బాబాయ్, అందరికీ సరిపోతుంది'' అంటూ ఆమె శ్రద్ధగా వడ్డిస్తోంది ఎవరికి ఏం కావాలో. గంటలో ఆమె వడ్డన ముగిసింది. మిగిలిపోయిన ఆహారాన్ని, ఆ ప్రక్కనే వున్న అమ్మవారి గుడి మెట్ల మీద వున్న బైరాగులకు ఇవ్వడానికి వెళుతోందామె. భోజనం

చేస్తున్న యాత్రికుడు ఒకరు అడిగారు. ''ఎవరండీ ఆ అమ్మాయి? సలక్షణంగా వుంది. మేకప్పు వేస్తే ఏ హీరోయిన్‌కు తీసిపోదు'' అన్నాడు రామయ్యతో.

''ఆమె పేరు పాపమ్మ. పూర్తి పేరు పాపికొండలు. అంత పెద్ద పేరు పలకలేక అలా పిలుస్తున్నాము'' చెప్పాడు రామయ్య.

''ఒహో! పాపికొండలులో పాపికొండలు అనే అమ్మాయి బాగుంది'' ఇంకో వ్యక్తి చమత్కారం చేసాడు.

''ఇంతకీ ఎవరీ ఆమ్మాయి? మీకు బంధువా! మిమ్మల్ని బాబాయ్ అంటోంది'' అన్నాడిరకో ఆయన.

''ఔను... ఆత్మబంధువు... అంతకన్నా ఎక్కువే...'' నిట్టూర్చాడు ఆ పెద్దాయన. అతనికి పాతికేళ్ళ క్రిందట ఆ సంఘటన గుర్తుకొచ్చి ఆ జ్ఞాపకాలలోకి వెళ్ళాడు.

''చెప్పండి. ఏదో కథ వున్నట్టుంది. ఈ పాపమ్మ వెనక'' అంటూ యాత్రికులంతా ఆయన చుట్టూ మూగారు.

అప్పుడు సమయం మధ్యాహ్నం మూడు దాటింది. జాలరుల మరపడవలు ఒడ్డుకు వస్తున్నాయి. ఎవరో విదేశీ యాత్రికుల బృందం గుడి దగ్గర సాధువులకు భోజనం వడ్డిస్తున్న పాపమ్మను తమ కెమెరాల్లో బంధిస్తున్నారు. బాగా కాసిన మామిడికాయలున్న చెట్టు కొమ్మ మీద కోయిల కూస్తూ వీనుల విందు చేస్తోంది. ఆ పాటకు పక్క వాయిద్యంలా గోదావరి మీద వస్తున్న గాలి తిమ్మెర.

సూర్యుడు నడినెత్తి మీద ఉన్న ఆ పాపికొండల నుంచి చల్లగా చలచల్లగా చల్లటి పవనం. గోదావరి నీళ్ళ మీంచి మరీ చల్లగా తగులుతోంది. రామయ్య చెప్పడం మొదలుపెట్టాడు.

''దాదాపు ఇరవయ్యేళ్ళ క్రితం పాపమ్మ నాన్న భద్రాచలం, ఆమె తల్లి రెండేళ్ళ పాపమ్మను తీసుకొని పాపికొండలకు వచ్చారు. కరువుకాటకాలతో దిగజారిన తమ బతుకును బాగుచేసుకోవడానికి వచ్చారు. నాలా గాలికి గోదారమ్మట తిరిగే ఒక ఆరుగురు కుర్రాళ్ళను తమతో కలుపుకున్నారు. భద్రాచలం ఒక పడవ తయారుచేసాడు. ఒక మంచి రోజు చూసి అందరినీ తీసుకొని పడవ మీద గోదావరిలో చేపల వేట మొదలెట్టాడు. గోదావరి మధ్యలో బాగా చేపలు పడే చోట వల విసిరేవాడు. వలలో పడిన చేపలను మొదటి బోణి, శివార్పణం అంటూ నమస్కారం చేసి వదిలేసేవాడు తిరిగి గోదాట్లోకి. ఆ తర్వాత పడిన చేపలతో పడవ నిండిపోయేది. అది తమ నిత్యకృత్యం. ఆరుగురిలో పాపమ్మ తండ్రి నాయకుడైనా, అందరికీ సమానంగా చేపలు పంచేవాడు. అలా పాపమ్మ తండ్రి ఆ నావతో తన బతుకు నావ నడుపుతూ, ఈ గోదారమ్మ తల్లి ఒడిలో మా ఆరు కుటుంబాలను బతికించేవాడు'' ఆయన చెప్పడం ఆపేడు.

ఇంతలో టీ కప్పులతో పాపమ్మ వచ్చింది. ''ఛాయ్'' అంటూ కప్పులు అందరికీ అందించి వెళ్ళిపోయింది. ఆ చల్లని వేళ, వేడి టీ గొంతులోకి దిగుతుంటే హాయిగా అనిపించింది వారందరికీ. ''చెప్పండి... చెప్పండి'' అన్నారంతా. ఆయన టీ తాగుతూ చెప్పడం కొనసాగించాడు.

''అలా ఒకరోజు గోదావరి మీదకు వేటకు పడవ మీద వెళ్ళినపుడు పాపమ్మ తండ్రి భద్రాచలం విసిరిన వలలో ఒక అద్భుతమైన చేప పడిరది. దాని బరువు వంద కేజీల పైనే... అది ధగధగ బంగారంలా మెరుస్తోంది. అయితే ఎప్పటిలాగానే శివార్పణం అంటూ భద్రాచలం వలలో పడిన మొదటి చేపను మేం వద్దని వారిస్తున్నా వినకుండా గోదాట్లోకి వదిలేసాడు.''

ఆయన మాటలకు అడ్డొస్తూ, ''అయ్యో! అంత విలువైన చేపను ఎందుకు వదిలేసాడు?!'' అన్నాడొకాయన ఆ కథలో లీనమై.

''ఔను... మేమంతా అదే అడిగాం. అయితే తనకి ఒక నమ్మకం వుంది. మొదటిగా వచ్చిన దాన్ని దేవుడికి వదిలేయాలని అదే చేసాడు. ఐతే భద్రాచలాన్ని మేం అందరం తిట్టాము. అతనితో తగువుకు వెళ్ళాము. నోటికాడ కూడు లాగేసి, గోదావరి పాలు చేసావు అంటూ అతడిని కొట్టినంత పని చేసాము. మా బతుక్కు ఒక దారి చూపించిన అతడి గొప్పతనం ఆ సమయంలో మర్చిపోయి తగువుపడ్డాం. అతడిని ఒక్కడిని వదిలేసి ఇళ్ళకు వెళ్ళిపోయాం'' ఆయన చెప్పడం ఆపి తను కప్పుకున్న శాలువాను మరింతగా తల పైకి లాక్కుని మళ్ళీ చెప్పడం మొదలుపెట్టాడు.

''భద్రాచలం మా మాటలకు కుమిలిపోయాడు. అప్పటికే మబ్బులు కమ్మాయి. చిన్నగా చినుకులు మొదలైనాయి. చేపల పెంపకందార్లకు తుఫాను హెచ్చరిక అంటూ భద్రాచలం దగ్గరున్న చిన్న రేడియోలో హెచ్చరిక వార్తలు వచ్చాయి. అయినా అతను ఖాతరుచెయ్యకుండా తన పడవతో గోదాట్లోకి వేటకు బయలుదేరాడు. మెల్లగా మొదలైన చినుకులు గాలివాన, ఉరుములు, మెరుపులతో వర్షం తారాస్థాయికి చేరుకుంది. వెళ్ళిన భద్రాచలం జాడ కానరాలేదు. అతని భార్య, ఐదేళ్ళ వయసున్న ఈ పాపమ్మతో హరికెను లైటుతో ఈ గోదారి ఒడ్డున లైటు హౌసులా, పడవ మీద రాబోయే భర్త కోసం ఎదురుచూస్తూ నిలబడిరది. నిమిషాలు దొర్లాయి. గంటలు గడిచాయి. రాత్రైనా మొగుడి జాడ లేదు. ఆమె కళ్ళు కాయలు కాసాయి. ఆకాశంలో నక్షత్రాలు వెలిసాయి. అర్ధరాత్రి గడిచింది. అపుడు కనిపించింది. భద్రాచలం పడవ ఆ గోదాట్లో మునుగుతూ, తేలుతూ వస్తోంది.

భద్రాచలం కోసం గాలిస్తున్న గజ ఈతగాళ్ళు అటువైపు ఉరికారు. బరువుగా ఉన్న పడవను అతి కష్టంమీద ఒడ్డుకు లాక్కొచ్చారు. పడవ నిండా చేపలు, పెద్ద పెద్ద చేపలు. ఇంకా ప్రాణాలతో మిగిలి వున్నవి ` మా కుటుంబాలు సంవత్సరం పాటు వాటిని అమ్మి బతికేయవచ్చు. కాని మా కోసం ప్రాణాలకు తెగించి ఆ చేపలను వేటాడిన భద్రాచలం ఆ పడవ మీద లేదు. అతని కోసం గాలించిన ఈతగాళ్ళు వట్టి చేతులతో తిరిగొచ్చారు. నదులన్నీ సముద్రంలో కలిసినట్టు సముద్రం అంత గొప్పవాడైన భద్రాచలం సముద్ర గర్భంలో కలిసిపోయాడు. అతడి కూతురు పాపమ్మ అనే పాపికొండలు మాత్రం అతడి గుర్తుగా అతడితో మాకు గల ఒక అద్భుతమైన జ్ఞాపకాన్ని మిగిలిస్తోంది. భద్రాచలం పేరు మీద చిన్న పడవతో ఆరంభమైన మా జీవితాలు ఈ లాంచి సర్వీసు వరకూ ఎదిగాయి'' అన్నాడు దూరంగా ఉన్న భద్రాచలం లాంటి సర్వీసెస్‌ను చూపించిన రామయ్య.

ఇంతలో పాపమ్మ వచ్చి, ''బాబాయ్! నేను తయారవుతాను. మళ్ళీ మనం లాంచీలో యాత్రికులకు భోజనాలు తయారుచెయ్యాలి కదా...! స్నానం చేసి వస్తాను'' అంటూ బయలుదేరింది.

ఆ గోదారొడ్డున వున్న కాటేజీలోని ఒక స్నానాలగదిలోకి ఆమె నడిచింది. అయితే అంతవరకూ ఆమెనే అనుసరిస్తున్న ఆ యాత్రికులలోని ఇద్దరు యాత్రికులు ఆ వాతావరణానికి ఆనందపడుతూ సురాపానం సేవించారు. ఆ మత్తులో ఆ ఇద్దరి మగాళ్ళు మృగాళ్ళగా మారారు. ఆమె వెనకే అడుగులో అడుగు వేసుకుంటూ నెమ్మదిగా పిల్లి అడుగులు వేసారు. సాయంత్రం నాలుగయింది. ఆ యాత్రికులలోని చాలా మంది పక్కనే ఉన్న జలపాతాలు చూడడానికి బయలుదేరారు.

ఓపిక లేని ముసలమ్మలు ఆ గోదారొడ్డున ఇసుకలో కూలబడి కబుర్లలో పడ్డారు. వారి తాలూకు ఇద్దరు పిల్లలు ఇసుకలో గూళ్ళు కడుతున్నారు. వారిలో ఒకడికి పదేళ్ళు, ఇంకొకడికి తొమ్మిదేళ్ళు. వాళ్ళు ఆడుతూ, పాడుతూ గోదారొడ్డుకు వచ్చారు. నీళ్ళు చల్లగా తగిలాయి. మరింత ముందుకు వెళ్ళారు. ఆ ముసలమ్మలు వారిని గమనించలేదు. వారు మరింత ముందుకు వెళ్ళారు. ఇంతలో ఎవరో అరిచారు. అప్పటికే ఆ పిల్లలు గోదావరిలో మునకవేసారు. అప్పటికి ఆ ముసలమ్మలకు విషయం అర్థమై లబోదిబో అన్నారు. ఎవరో మునిగిపోతున్నారు రక్షించండి అంటూ అరిచారు. అయినా ఎవరూ ముందుకు రావడంలేదు. పిల్లల తలలు, చేతులు కనిపిస్తున్నాయి. ఒడ్డున వున్న వాళ్ళ ఫోటోలు తీస్తున్నారు తప్ప ఎవరూ సాహసించి వారిని రక్షించే ప్రయత్నం చెయ్యలేదు.

స్నానానికి కాటేజీలోకి వెళ్ళిన పాపమ్మ చీర విప్పి స్నానానికి సిద్ధమైంది. ఆమెకు బైట కలకలం వినిపించింది. ఇక మరి ఆలోచించలేదు. విప్పిన చీరను భుజాన వేసుకుని అలాగే లంగాతో బైటకు పరిగెత్తింది. ఆమెను వెంబడిస్తున్న ఆ మృగాళ్ళు అనుకోకుండా తమకు అర్ధనగ్నంగా ఎదురైన పాపమ్మను అనుసరిస్తూ వెనక పరిగెత్తారు. అలా రేచుగుర్రంలా పరిగెత్తిన పాతికేళ్ళ పాపమ్మ క్షణంలో తన ఒంటి మీద చీరను సగానికి చింపింది. దాన్ని తాడులా ముడి వేసింది. ఒడ్డున వున్న మర పడవ కొక్కేనికి ముడి వేసింది. అలా తాడులా తయారైన ఆ పన్నెండు గజాల చీరతో ఆమె ఆ గోదాట్లో ముందుకు కదిలింది. ఆ సాయంత్రంపూట ఆమెను వెంబడిరచిన ఆ ఇద్దరు తాగుబోతులతో పాటు ఆ ఒడ్డున నిలబడి చోద్యంలా చూస్తున్న కొంత మంది మృగాళ్ళ చూపుల వేడికి ఆమె కాలిపోయేలా వుంది. అయినా ఆమె అదంతా పట్టించుకోలేదు. ఆమె ఒంటి మీద చీర లేదు. అలాగే స్పృహ లేదు... ఆ పిల్లలను రక్షించాలనే తపన మాత్రం వుంది. ఆమె ఆ చీర తాడుతో గురి తప్పని బాణంలా ముందుకు వెళుతోంది. నిమిషం వ్యవధిలోనే ఆ ఇద్దరు పిల్లలను ఆ చీరకు కట్టి ఒడ్డుకు లాక్కొచ్చింది. వాళ్ళు తాగేసిన నీళ్ళను కక్కించింది.

ఇంతవరకు ఏ ఆచ్చాదనా లేని ఆమె ఒంటి మీద ఎవరో వస్త్రం కప్పారు. ఆమె ఆడతనాన్ని మాత్రం చూసిన ఆ మృగాళ్ళకు ఆమెలో అమ్మతనం కనిపించింది. పిల్లలను ప్రాణాలకు సైతం తెగించి కాపాడిన సాహసం కనిపించింది.

అంతవరకూ పాపమ్మ తండ్రి చేసిన సాహసం విన్న ఆ యాత్రికులకు ఆ తండ్రి రక్తం పంచుకు పుట్టిన ఆ కూతురి స్థైర్యం, తెగువ కళ్ళ ముందు కనిపించాయి. యాత్రికులకు భద్రాచలం కథ చెప్పిన ఆ రామయ్య తను లాంచీ సర్వీసెస్‌లో ప్రయాణించిన పిల్లలను కాపాడిన పాపమ్మకు రెండు చేతులు జోడిరచాడు.

భద్రాచలం లాంచి సర్వీసెస్ లాంచీ మీద వ్రేలాడుతున్న పతాకం ఆ గోదావరి గాలికి స్వేచ్ఛగా పైకి రెపరెపలాడిరది.

''పోలవరం ప్రాజెక్టు పూర్తయితే పాపికొండలు కనబడవు. కానీ ఈ అమ్మాయి పాపికొండలు మాత్రం తమ గుండెలో కొలువై వుంటుంది'' అనుకున్నారు ఆ యాత్రికులు.

★★★★★★★★★★★

సాహో మాస పత్రిక కథల పోటీ లో రెండో బహుమతి పొందిన కథ

మనసు చూసినవాడు!

ఆ ఐదు నక్షత్రాల హోటల్లోని ఆ విశాలమైన వేదిక మీద మొదలయింది ఆ ప్రాయోజిత కార్యక్రమం. ఒక ప్రముఖ టీవీ ఛానల్ వారి లైవ్ కార్యక్రమం అది. ఆ వేదిక మీద ఏడుగురు యువకులు కూర్చున్నారు. వారి మధ్యలో సింహాసనం లాంటి ఒక కుర్చీ. అది ఖాళీగా ఉంది. ఆ వేదిక మీదికి యాంకర్ కుసుమ మైక్‌తో ప్రత్యక్షమయింది.

''ఇదొక సంచలనాత్మక కార్యక్రమం. ఇది షీలా దేవి స్వయంవరం. ప్రముఖ నటి జాతీయ అవార్డు గ్రహీత, గాలి ఓబులాపురం జమీందారు రాజా శివకుమార వర్మ గారి పుత్రిక రాణి షీలా దేవి ఇప్పుడు స్వయంవరం చేయబోతున్నారు'' అంది.

అక్కడ వేదిక క్రింద ఒక రెండొందల మంది ప్రేక్షకులు చప్పట్లు కొట్టారు. ఈలలు వేసారు. వారిని చూసి నవ్వుతూ కుసుమ చెప్పడం మొదలుపెట్టింది.

''పెళ్ళంటే ఏడడుగుల బంధం. ఆ పెళ్ళిలో సప్తపది అంటే వధూవరులు ఏడడుగులు కలిపి నడుస్తారు. అందుకు గుర్తుగా ఇక్కడ ఏడుగురు వరులు, వీరిలో షీలా దేవి వరించేది ఎవరినో!'' అంది.

ఇంతలో ఒక మెరుపు మెరిసినట్లు, వెన్నెల కురిసినట్లు ఆ వేదిక పైనుంచి ఒక ఉయ్యాల క్రిందకు జారింది. దానికి పూలతో అల్లిన తెల్లటి పరదాలు. ఇంతలో మ్యూజిక్ బ్యాండ్ వారు ట్రంపెట్లు వాయించారు. ఆ వేదిక మీద పువ్వులు కురిసాయి. చిచ్చుబుడ్లు వెలిగాయి. షీలా దేవి ఆ ఉయ్యాల నుంచి క్రిందకు దిగింది.

ఎన్నో ఏళ్ళుగా తపస్సు చేస్తున్న ఋషికి దేవుడు ప్రత్యక్షమైతే కలిగే ఆనందం లాంటి భావన అక్కడున్న వారికి.

ఆల్చిప్పల నడుమ దాక్కున్న మంచిముత్యంలా, ఎవరూ వెల కట్టలేని అపూర్వ చిత్రంలా ఆమె...

ఆమె అందరికీ అభివాదం చేసింది. ''ఈ ఏడుగురు ఇప్పుడు తమ కళలను ప్రదర్శిస్తారు'' అంటూ ఆ వేదిక మీద ఆసీనులైన యువకుల కేసి చూసింది యాంకర్.

ఒకాయన లేచాడు. తన కోటు, లోపలి చొక్కా, టై తీసేసాడు. కండలు తిరిగిన తన ఆరు పలకల దేహాన్ని ప్రదర్శించాడు. వేదిక మీదకు తీసుకువచ్చిన మంచు ముక్కలను ఒంటి చేత్తో పగలకొట్టాడు. అవన్నీ చేసి తిరిగి తన సీట్లో కూర్చున్నాడు. ఇంకో వ్యక్తి వచ్చాడు. తన హ్యాట్ తీసి అందరికీ చూపించాడు. ఖాళీగా ఉన్న దాంట్లోంచి ఒక బొకే తీసి షీలా దేవికి అందించాడు. అందరూ మెజీషియన్ చేసిన పనికి ఆశ్చర్యపోయారు. అతను ఒక సాఫ్ట్‌వేర్ కంపెనీలో

ఉన్నతాధికారి. అలా ఇంద్రజాలం ప్రదర్శించడం అతడి హాబీ అంట! అలా ఆ ఏడుగురు తమ విద్యలను ఆమె ఎదుట ప్రదర్శించి తమ ఆసనాల్లో కూర్చున్నారు.

షీలా దేవి అందరి ప్రదర్శన చూసి ప్రేక్షకుల వైపు కదిలింది. చెప్పడం మొదలుపెట్టింది. "ఇందాక యాంకర్ కుసుమ చెప్పినట్లు నేను జమీందార్ల కుటుంబంలో పుట్టలేదు. ఏదో పొరపాటున ఆ వార్త ప్రచారం అయింది. వాస్తవానికి మా నాన్న ఆ జమీందారు గారి తోటమాలి. నాతో పాటు చెల్లెలు, తమ్ముడు నా కుటుంబాన్ని పైకి తీసుకువద్దామని సినిమాల్లో అవకాశాల కోసం ప్రయత్నిస్తే ఆఖరికి ఒక గ్రూప్ డాన్సర్‌గా అవకాశాలు వచ్చాయి. అలా గ్రూప్ డాన్సర్‌గా నా సినిమా జీవితం మొదలయింది. ఆ సమయంలో మా చెల్లెలికి పెద్ద జబ్బు చేసింది. అది గుండెకు రంధ్రం. ఆపరేషన్ చేస్తేనేగానీ డాక్టర్లు బతకదన్నారు. డబ్బు కోసం వీధిన పడ్డాను. అప్పుడు నాకు ఒక అవకాశం వచ్చింది."

షీలా దేవి చెప్పడం ఆపి అందరి ప్రేక్షకుల వంక ఒకసారి చూసింది. అందరి ముఖాలలోను ఉత్కంఠ.

"నాకు వచ్చిన అవకాశం. ఒక సినిమాలో హీరోయిన్‌కు డూప్‌గా వేయడం. దానికి వారు ఇచ్చే పెద్ద మొత్తంతో నా చెల్లెలి ఆపరేషన్ అయిపోతుంది. అయితే వారు వేయమన్న వేషానికి భయం కలిగింది. వెనుకంజ వేసాను. అయితే నాలో నేను సమాధానపడి ఆ సాహసానికి ఒప్పుకున్నాను. అదేంటో తెలుసా!?" ఆమె చెప్పడం ఆపుచేసింది.

అందరి ముఖాల్లోనూ ఆతృత. వేదిక మీద ఉన్న యువకులతో పాటూ, ఆ హాల్‌లోని ప్రేక్షకులు ఆమె వంక ఆసక్తిగా చూస్తూ అలా ఉండిపోయారు బొమ్మల మాదిరిగా...

"ఏ స్త్రీమూర్తి చెయ్యలేని ఆ తెగువను కెమెరా ముందు చూపమన్నారు. ఆ సినిమాలో హీరోయిన్ ఆ సీన్ చేయడానికి ఇష్టపడకపోవడంతో నన్ను డూప్‌గా అలా చెయ్యమన్నారు. కెమెరా మేన్ తప్ప ఎవ్వరూ ఉండని ఆ విశాలమైన గదిలో నువ్వొక్కదానివే ఒక చిత్రకారుడి ముందు ఒక మోడల్‌గా నిలబడమన్నారు. నా చెల్లిని బతికించడం కోసం నేను ఆ పని చేసాను. అదేంటో తెలుసా... కెమెరా ముందు నగ్నంగా నిలబడ్డాను."

ఆమె మాటలకు ఆ వేదిక మీద ఉన్న యువకులలో గుసగుసలు మొదలైనాయి. ఏడుగురిలో నలుగురు వేదిక దిగి ఒక నిమిషం వ్యవధిలో అక్కడ నుంచి మాయమైనారు. ఇక మిగిలింది ముగ్గురు. 'ఇది సరదా కార్యక్రమం అని వారికి తెలుసు! ఇది ఒక ఛానల్ ప్రోగ్రామ్... నిజం స్వయంవరం కాదు. అయినా వెళ్ళిపోయారు. ఇదో విచిత్రం' అనుకుంటూ ఆమె మనసులో నవ్వుకొంది. నిమిషం తర్వాత మళ్ళీ చెప్పడం మొదలెట్టింది.

"ఇక్కడ వేదిక మీద ముగ్గురు వరులకు, ప్రేక్షకులకు ఒక ప్రశ్న? మీకు 'పీపింగ్ టామ్' అంటే తెలుసా?" అంది ఆమె.

"దొంగచాటుగా ఇతరుల శృంగార చర్యలను నగ్న శరీరాలను చూడడం" ఎవరో చెప్పారు.

''కరెక్ట్. ఐతే ఈ పీపింగ్ టామ్ పదం ఎలా వచ్చిందో చెపుతాను. క్రీస్తు శకం 1066 సంవత్సరంలో మెర్షియా ఎల్ లియోఫ్రిక్ అనే రాజు ఇంగ్లాండ్‌ను పరిపాలించేవారు. ఆయన ప్రజల మీద భారీగా పన్నులు విధించారు. అందుకు అతడి భార్య 'లేడి గొడివా' ఆ పన్నులు తగ్గించమని భర్తను ప్రాధేయపడిరది. అతను ఒప్పుకోలేదు. ''నేను నగర వీధులలో గుర్రం మీద నగ్నంగా తిరిగితే తగ్గిస్తారా'' అనడిగింది. అతను సరదాగా 'సరే!' అన్నాడు.

అయితే ఆమె అన్నంత పనీ చేసింది. గుర్రం మీద వస్త్రాలు లేకుండా నగ్నంగా తిరిగింది. ఆరోజు ఆమె మీద గౌరవం కొద్దీ ప్రజలంతా తమ ఇళ్ళల్లో ఉండి తలుపులు, కిటికీలు మూసేసుకున్నారు. అయితే టామ్ అనే పౌరుడు మాత్రం ఆమెను తన ఇంటి కిటికీలోంచి దొంగచాటుగా చూసాడు. అది తెలియగానే ప్రజలంతా అతడి మీద దాడి చేసారు. ఆరోజు ఆ రాజు లియోఫ్రిక్ ప్రజలకు విధించిన పన్నులను తగ్గించాడు. అలా రహస్యంగా తొంగి చూసేవారికి ''పీపింగ్ టామ్'' అనే పేరు స్థిరపడిరది.

ఆ హాల్‌లోని ప్రేక్షకులకు షీలా దేవి చెప్పిన కథ హృద్యంగా అనిపించడంతో అంతా చప్పట్లు కొట్టారు. ఆమె తిరిగి మాట్లాడడం ఆరంభించాక మునుపే మిగతా ముగ్గురు వరులు వేగంగా అక్కడ నుంచి నిష్క్రమించారు.

''ఇది ప్రాయోజిత కార్యక్రమం. ఇక్కడ నేను స్వయంవరం చేసేది, వరుని ఎంచుకోవడం కోసం కాదు. ఈ కార్యక్రమం ద్వారా వచ్చిన డబ్బును గుండె ఆపరేషన్ కోసం ఎదురుచూసే పేద చిన్నారుల కోసం. అయినా ఈ ఏడుగురు పెళ్ళికొడుకులు వెళ్ళిపోవడం నాకు ఆశ్చర్యం కలిగిస్తోంది.

ఈ ఏడుగురు పెళ్ళికొడుకులు ఇది నిజం స్వయంవరం అనుకున్నారా... అయితే ఇక్కడ నుంచి నిష్క్రమించిన ఈ ఏడుగురు పెళ్ళికొడుకులు కాబోయే భాగస్వామి నుంచి ఏం కోరుకుంటారో అనేది నాకు అర్థమైపోయింది. అది వారికి ఉన్నా లేకపోయినా`''

ఆ మాటలకు మళ్ళీ ఆ హాల్‌లో మౌనంగా అయిపోయారు ప్రేక్షకులు. ఒక్క క్షణం ఆగి ఆమె మళ్ళీ మొదలుపెట్టింది.

''అందరూ ఒకలా ఆలోచిస్తే, ఒక వ్యక్తి ఇంకోలా ఆలోచించాడు. 'శీలానికి అర్థం శరీరంలో ఉండదు' అంటూ నా మనసును చూసాడు. మనసు గెలిచాడు. ఈ నిర్భాగ్యురాలి గుండె గదిలో ఒక దీపంలా వెలిగాడు. నిర్లిప్తంగా మిగిలిన ఈ వేణువులో ఒక స్వరంగా నిలిచాడు. మోడుగా మారిన ఈ చెట్టుకు ఒక ఆశగా మారాడు. ఇంతా చేసిన ఆయన గేటు బయట నుంచున్నాడు నా కోసం... అతడికే నా వరమాల'' అంది, ఆమె చేతిలోని పూలదండను ప్రేక్షకులకు చూపుతూ...

''ఎవరాయన?!'' అంటూ ఆ హాల్‌లోని ప్రేక్షకులు అడిగారు షీలా దేవిని.

ఆమె ఒక్క క్షణం ఆగి, ''ఆ వ్యక్తి ఎవరో మీకు చెప్పేముందు ఈ పీపింగ్ టామ్ కథ మీకు ఎందుకు చెప్పానో వివరిస్తాను. ఆ ఇంగ్లాండ్ రాణి ప్రజల పన్నులు తగ్గించడం కోసం నగ్నంగా అలా వీధులలో తిరిగింది. అందుకు గౌరవంగా ప్రజలంతా ఇళ్ళల్లో ఉండిపోయారు. ఇక నా

విషయానికి వస్తే ఆరోజు కెమెరా ముందు నగ్నంగా నిలబడిన క్షణంలో ఆ దృశ్యం షూట్ చేసే కెమెరా మేన్ నా మీద గౌరవంకొద్దీ నా చెల్లెలి గుండె ఆపరేషను కోసం నేను చేస్తున్న ఆ పనికి చలించి, తను కెమెరా ఆన్ చేసి వెళ్ళిపోయాడు. అది ఆటోమేటిక్‌గా నా నగ్న శరీరాన్ని షూట్ చేసింది. ఐతే కెమెరా ముందు ఉండవలిన అతను అక్కడ లేకపోయినా ఆ గది కిటికీ లోంచి, తలుపు సందుల్లోంచి ఆరోజు నన్ను చూసిన 'టామ్' లాంటి వాళ్ళు ఉన్నారని నేను గమనించాను. వాళ్ళని ఏమనాలి?! పీపింగ్ టామ్స్ అనడం తప్పు!

ఆమె చెప్పడం ఆపగానే ఆ గదిలో గడ్డ కట్టినట్టు నిశ్శబ్దం. ఆ మాటలకు అంతా స్థబ్దుగా మౌనంగా ఉండిపోయారు.

ఆమె అందరి వంకా చూసి చేతులు జోడిరచి మళ్ళీ చెప్పడం మొదలుపెట్టింది.

''ఆ తర్వాత నేను నటిగా ఎదిగాను. ఎన్నో సినిమాల్లో హీరోయిన్ పాత్రలు పోషించాను. ఆ క్రమంలో నేను చాలా కోల్పోయాను.''

ఆమె చెపుతుంటే కళ్ళ నించి జలజలా కన్నీళ్ళు... క్షణం ఆగి మళ్ళీ మొదలుపెట్టింది. ''ఇంతకీ నేను వరమాల వేసేది ఎవరికంటే...! ఆయనే... నన్ను గౌరవించిన ఆ కెమెరా మేన్... నన్ను అలా చూడలేక తల వంచుకొని వెళ్ళిపోయినవాడు, నా మనసు మాత్రమే చూసినవాడు!''

అలా అంటూ ఆమె దుఃఖిస్తూ క్షణం సేపు అలాగే ఉండిపోయింది. తరువాత తన చేతిలోని వరమాలతో ఆ గది దాటి బైటకు కదిలింది. చప్పట్లు కొడుతూ ప్రేక్షకులు, కెమెరా వారు, టీవీ వారు ఆమెను అనుసరించారు.

★★★★★★★★★★

షార్ వాణి ఉగాది కథల పోటీ లో బహుమతి పొందిన కథ

KASTURI VIJAYAM

 00-91 95150 54998

KASTURIVIJAYAM@GMAIL.COM

SUPPORTS

- PUBLISH YOUR BOOK AS YOUR OWN PUBLISHER.

- PAPERBACK & E-BOOK SELF-PUBLISHING

- SUPPORT PRINT ON-DEMAND.

- YOUR PRINTED BOOKS AVAILABLE AROUND THE WORLD.

- EASY TO MANAGE YOUR BOOK'S LOGISTICS AND TRACK YOUR REPORTING.

www.ingramcontent.com/pod-product-compliance
Lightning Source LLC
LaVergne TN
LVHW030322070526
838199LV00069B/6535